மனித சாரம்

அறிவியல், கலை ஆகியவற்றின் தோற்றுவாய்கள்

ஜார்ஜ் தாம்ஸன்

தமிழாக்கம்:

எஸ்.வி.ராஜதுரை

மனித சாரம் என்பது ஒவ்வொரு தனிநபரிலும்
பொதிந்துள்ள ஒரு அருவம் அல்ல. மாறாக,
ஒட்டுமொத்தமான சமூக உறவுகளே
மனித சாரததை உருவாக்குகின்றன.

– மார்க்ஸ்

நியூ செஞ்சுரி புக் ஹவுஸ் (பி) லிட்.,

41-பி, சிட்கோ இண்டஸ்டிரியல் எஸ்டேட்,

அம்பத்தூர், சென்னை- 600 050.

☎: 044 - 26251968, 26258410, 48601884

Language : Tamil
Manitha Saram
Author : George Thomson
Translated : S.V.Rajadurai
N.C.B.H. First Edition : November, 2014
Second Edition : December, 2022
Copyright : Author
No. of pages : 184
Publisher :
New Century Book House Pvt. Ltd.,
41-B, SIDCO Industrial Estate,
Ambattur, Chennai - 600 050.
Tamilnadu State, India.
Email: info@ncbh.in
Online: www.ncbhpublisher.in

ISBN: 978-81-2342-728-7
Code No. A 3075
₹ 240/-

Branches
Ambattur (H.O.) 044 - 26359906 **Spenzer Plaza (Chennai)** 044-28490027
Trichy 0431-2700885 **Pudukkottai** 04322-227773 **Thanjavur** 04362-231371
Tirunelveli 0462-4210990, 2323990 **Madurai** 0452-2344106, 4374106
Dindigul 0451-2432172 **Coimbatore** 0422-2380554 **Erode** 0424-2256667
Salem 0427-2450817 **Hosur** 04344-245726 **Krishnagiri** 04343-234387
Ooty 0423-2441743 **Vellore** 0416-2234495 **Villupuram** 04146-227800
Pondicherry 0413-2280101 **Nagercoil** 04652-234990

மனித சாரம்
அறிவியல், கலை ஆகியவற்றின் தோற்றுவாய்கள்
ஆசிரியர் : **ஜார்ஜ் தாம்ஸன்**
தமிழாக்கம் : **எஸ்.வி.ராஜதுரை**
என்.சி.பி.எச். முதல் பதிப்பு : நவம்பர், 2014
இரண்டாம் பதிப்பு : டிசம்பர், 2022

அச்சிட்டோர்: **பாவை பிரிண்டர்ஸ் (பி) லிட்.,**
16 (142), ஜானி ஜான் கான் சாலை, இராயப்பேட்டை, சென்னை - 14
☎: 044-28482441

All rights reserved. No part of this book may be reprinted or reproduced or utilised in any form or by any electronic, mechanical, or other means, now known or hereafter invented, including photocopying and recording, or in any information storage or retrieval system, without permission in writing from the publishers.

கிளாரியன் பாடகர்களுக்கு

குறுக்க விளக்கம்

(முழு விவரங்களுக்கு பக்கங்கள் 82-83 ஆகியவற்றைப் பார்க்க)

இந்நூலில் காட்டப்பட்டுள்ள மேற்கோள்கள் இடம்பெற்றுள்ள எல்லா மூல நூல்களும் ஆங்கிலத்தில் உள்ளவை, அவற்றின் சுருக்க வடிவங்கள் கீழே தரப்பட்டுள்ளன.

AD	Engels, Anti - During
C	Marx, Capital
CPE	Marx, Contribution to the Critique of Political Economy
EPM	Marx, Economic and Philosophic Manuscripts
GI	Marx and Engels, The German Ideology
GR	Marx, Grundrisse
HF	Marx and Engels, The Holy Family
LCW	Lenin, Collected Works
ME	Marx and Engels, Selected Works
MFE	Mao Tse-tung, Four Essays on Philosophy
MSW	Mao Tse-tung Selected Works
OR	Marx and Engels, On Religion
PP	Marx The Poverty of Philosophy
SML	Stalin, Marxism on Linguistics
TSV	Theories of Surplus Value

மொழிபெயர்ப்பாளர் குறிப்பு

மார்க்ஸியத்திற்கு அறிமுகமாக காலஞ்சென்ற பேராசிரியர் ஜார்ஜ் தாம்ஸன் எழுதி, இலண்டனில் செயல்பட்டுக் கொண்டிருந்த 'சீனக் கொள்கை ஆய்வுக் குழுவினரால்' ('China Policy Study Group) வெளியிடப்பட்ட மூன்று நூல்களையும் தமிழாக்கம் செய்வதில் எனது பங்களிப்பும் இருப்பது எனக்குப் பெருமையும் மகிழ்ச்சியும் தருகிறது. இந்த மூன்று நூல்களையும் தமிழாக்கம் செய்து வெளியிடுவதற்கான ஒப்புதலை மேற்சொன்ன ஆய்வுக் குழுவின் பொறுப்பாளராக இருந்த திருமதி ஈ.வி.பென் (E.V.Penn) எனக்குத் தந்திருந்தார். அவற்றில் 'மார்க்ஸ் முதல் மா சேதுங் வரை' என்னும் முதல் நூலை தோழர் இன்குலாப் அவர்களுடன் இணைந்தும், 'முதலாளியமும் அதன் பிறகும் - சரக்கு உற்பத்தியின் தோற்றமும் வளர்ச்சியும்' என்னும் இரண்டாவது நூலை தனியாகவும் தமிழாக்கம் செய்து, சென்னையிலிருந்த 'பொதுமை வெளியீடு' பதிப்பகத்தால் வெளியிடச் செய்தேன். 'மார்க்ஸ் முதல் மா சேதுங் வரை' நூலின் தமிழாக்கத்தின் இரண்டாவது பதிப்பு 1997 இல் சென்னையிலுள்ள 'கீழைக் காற்றுப் பதிப்பகத்'தாரால் கொண்டு வரப்பட்டு நல்ல வரவேற்பைப் பெற்றது. மூன்றாவது நூலான 'மனித சாரம் : அறிவியல், கலைகள் ஆகியவற்றின் தோற்றுவாய்கள்' என்னும் நூலைத் தமிழாக்கம் செய்வதற்கான வாய்ப்பினை, திருமதி ஈ.வி.பென் ஒப்புதல் அளித்து இருபத்து ஐந்து ஆண்டுகட்குப் பின்னரே கிடைக்கப் பெற்றேன் எனினும் காலந்தாழ்த்தியேனும் அது கிட்டியமைக்காக மிகுந்த மனநிறைவைப் பெறுகிறேன்.

சோவியத் முகாமின் தகர்வு, சீனம், வியத்நாம், லாவோஸ் ஆகியவற்றில் ஏற்பட்டுள்ள முதலாளிய மீட்சி, முதலாளியத்தின் உலகமயமாக்கல் ஆகியன உலகெங்கிலும் உள்ள சோசலிசச் சக்திகளுக்குப் பின்னடைவை ஏற்படுத்திய சூழலில், 'குழியில் விழுந்த யானையைத் தவளை கூட எட்டி உதைக்கும்' எனச் சீனப் பழமொழியொன்று கூறுவதைப் போல, மார்க்ஸியத்திற்குப் பிந்திய, நவீனத்திற்குப் பிந்திய தத்துவங்கள் எனக் கூறப்படும் பல்வேறு கோட்பாடுகளும் மார்க்ஸியத்தின் மீது தாக்குதல்களைத் தொடுத்து

வந்துள்ளன. உண்மையில் அத்தத்துவங்கள் யாவும் ஜார்ஜ் தாம்ஸன் 'மனித சாரம்' என்னும் நூலில் விளக்குகின்ற 'இயங்காவியல் தத்துவத்தில்' அடங்குகின்றவைதான்.

எனினும், மார்க்ஸியத்தின் மீது தொடுக்கப்பட்டு வரும் தாக்குதல்களின் விளைவுகளிலொன்று, தமிழ்நாட்டைப் பொருத்த வரையிலேனும், ஒரு தலைமுறையைச் சேர்ந்த வாசகர்களுக்கு மார்க்ஸியம் குறித்த நல்ல அறிமுக நூல்கள் கிடைக்காமல் போனது தான். இதன் பொருள் மார்க்ஸியம் தொடர்பான நூல்கள் ஏதும் தமிழில் வரவில்லை என்பதல்ல. மார்க்ஸியம், சோசலிசம், மூன்றாம் உலக விடுதலைப் போராட்டங்கள் முதலியன குறித்துப் புரட்சிப் போராளிகளும் தலைசிறந்த சிந்தனையாளர்களும் எழுதிய நூல்கள் பல இடதுசாரிப் பதிப்பகங்களால் அண்மையில் வெளி யிடப்பட்டு வருகின்றன. அவற்றை மேலும் ஆழமாகக் கற்றுத் தெளிய உதவக் கூடிய மார்க்ஸிய அறிமுக நூல்கள் இல்லாதிருந்தது பெருங்குறையாகவே மார்க்ஸிய வட்டாரத்தினரால் கருதப்பட்டு வந்தது. காலஞ்சென்ற தோழர் ஆர்.கே.கண்ணன் அவர்களால் தமிழாக்கம் செய்யப்பட்டு, பல பதிப்புகளைக் கண்டுள்ள ஜார்ஜ் பொலிட்ஸரின் 'மார்க்ஸிய மெய்ஞானம்', நியூ செஞ்சுரி புத்தக நிலையத்தாரால் அண்மையில் மீண்டும் வெளியிடப்பட்டிருப்பது வரவேற்கத்தக்கது.

தமிழில் மார்க்ஸிய அறிமுக நூல்களின் உடனடித் தேவையைக் கருதி ஜார்ஜ் தாம்ஸனின் மேற்சொன்ன மூன்று நூல்கள், சமயம் குறித்த மார்க்ஸியப் பார்வையை அறிமுகம் செய்து வைக்கும் அவரது சொற்பொழிவொன்றின் தமிழாக்கம் (இது சென்னை கார்ல் மார்க்ஸ் நூலகத்தின் நிறுவனரான தோழர் ச.சீ.கண்ணன் - நேத்ரா - அவர்களால் தமிழாக்கம் செய்யப்பட்டு 'சமயம் பற்றி' என்னும் தலைப்பில் குறுநூலாக வெளியிடப் பட்டது). அமெரிக்க மார்க்ஸிய அறிஞர் காலஞ்சென்ற சிட்னி ஃபிங்கெல்ஸ்டைன், கலை பற்றிய மார்க்ஸியப் பார்வை குறித்து எழுதிய ஒரு நீண்ட கட்டுரையின் தமிழாக்கம் (ச.சீ. கண்ணனும் நானும் இணைந்து தமிழாக்கம் செய்த இக்கட்டுரை ஒரு குறுநூலாக வெளியிடப்பட்டது) ஆகிய ஐந்தையும் ஒரே நேரத்தில் வெளியிட வேண்டும் என்னும் விருப்ப மிகுதியால், 'மனித சாரம்' என்னும் நூலைத் தமிழாக்கம் செய்து தருமாறு 'விடியல் சிவா' சென்ற ஆண்டு என்னைக் கேட்டுக் கொண்டார். நானும் உடனடியாக இசைவு தெரிவித்தேன். ஆனால், தமிழாக்கம் செய்யும் பணியைத் தொடங்கியபோதுதான், நான் எதிர்கொள்ள வேண்டிய சவால்கள்

ஏராளம் என்பதை உணர்ந்துகொண்டேன். மார்க்ஸியம், பண்டையக் கிரேக்கத் தத்துவம், இருபது நூற்றாண்டுக்கால ஐரோப்பிய - அமெரிக்கத் தத்துவப் போக்குகள், கீழைத்தேயத் தத்துவ மரபுகள், கிரேக்க, ஐரிஷ் மொழிகளின் இலக்கிய மரபு, வரலாறு, ஐரோப்பியப் பன்மொழிப் புலமை, அறிவியல், மானுடவியல், தொல்லியல் ஆய்வு எனப் பல்வேறு துறைகளில் ஆழமான புலமை கொண்டிருந்தவரும் பல்வேறு துறைகளைச் சேர்ந்த ஆராய்ச்சியறிஞர்களுக்கு இன்றும் வழிகாட்டும் ஆய்வுநூல்களை எழுதியவருமான ஜார்ஜ் தாம்ஸனின் மிகச் செறிவான மொழிநடை, இந்த நூல் எளிய அறிமுக நூலல்ல, மாறாக, மார்க்ஸியம் மட்டுமின்றி பிற அறிவுத் துறைகள் பலவற்றையும் ஓரளவேனும் அறிந்துள்ள வாசகர்களை மனத்தில் கொண்டு எழுதப்பட்டுள்ள நூலாகும் என்பதை உணர்ந்தேன். மார்க்ஸியச் செவ்வியல் நூல்களிலிருந்து தாம்ஸனால் எடுத்தாளப்பட்ட ஏராளமான மேற்கோள்களைத் தமிழாக்கம் செய்வதற்கு, இதுகாறும் நான் உட்படப் பலராலும் தமிழாக்கம் செய்யப்பட்டுள்ள நூல்களில் விதிவிலக்காக ஒன்றிரண்டைத் தவிர (இவற்றிலும்கூட சில பகுதிகள் மட்டுமே) வேறு ஏதும் எனக்குத் துணை புரியவில்லை என்பதை ஆழ்ந்த வருத்தத்துடன் இங்குப் பதிவு செய்யக் கடமைப்பட்டுள்ளேன். மார்க்ஸியச் செவ்வியல் நூல்களில் மிகவும் எளிமையானவை எனக் கருதப்படும் மாசேதுங்கின் படைப்புகளில் தமிழாக்கங்களிலும் கூட ஏராளமான தவறுகள் இருப்பதையும் உணர்ந்துகொண்டேன். அடிப்படையான மார்க்ஸியக் கருத்துகள் பலவற்றுக்கான சீரான, தரப்படுத்தப்பட்ட (standardised) கலைச் சொற்கள் தமிழில் இல்லை. பிற அறிவுத் துறைகளிலும் இதே நிலைதான். இன்னும் சொல்லப் போனால், பொருள் விளங்காமலேயே பல சொற்கள் தமிழாக்கம் செய்யப்பட்டுள்ளன. எடுத்துக்காட்டாக 'Political Economy' இது 'அரசியல் பொருளாதாரம்' என்றே இதுகாறும் தமிழாக்கம் செய்யப்பட்டு வந்துள்ளது. எந்த ஒரு சமுதாய அமைப்பிலும் பொருளுற்பத்தி, பகிர்வு ஆகியன ஒழுங்கமைக்கப்படும் முறைதான் 'Political Economy' ஆகும்.

தாம்ஸன் மாபெரும் அறிஞரும் பல்கலைக் கழகப் பேராசிரியரும் மட்டுமல்ல. பிரிட்டனின் பொதுவுடைமை இயக்கத்தில் நீண்ட காலம் பணியாற்றியவர். திருத்தல்வாதத்திற் கெதிராகப் போராடியவர். ஆலைத் தொழிலாளர்களுடன் நெருக்கமான தொடர்புகொண்டு அவர்களுக்கு மார்க்ஸியத் தத்துவத்தைக் கற்றுக் கொடுத்து வந்ததுடன் அவர்களிடமிருந்து புரட்சிகரப் போராட்ட

உணர்வைக் கற்றுக்கொண்டு வந்தவர். காலஞ்சென்ற பேராசிரியர் ஜோசஃப் நீதாம், பேராசிரியர் ஜோன் ரோபின்ஸன் (இவர் இடதுசாரி கெய்ன்ஸியப் பொருளாதார அறிஞர்) போன்றோருடன் இணைந்து 'சீனக் கொள்கை ஆய்வுக் குழுவில்' பணியாற்றியவர். அந்த அமைப்பு வெளியிட்டு வந்த 'Broad Sheet' என்னும் மாத இதழின் ஆசிரியர் குழுவிலும் இருந்தவர். கன்னட எழுத்தாளர் யு.ஆர்.அனந்தமூர்த்தி, பேராசிரியர் கா.சிவத்தம்பி, காலஞ்சென்ற பேராசிரியர் க.கைலாசபதி போன்றோர் அவரது மாணாக்கர்களாவர்.

மாவோவின் மறைவுக்குப் பிறகு சீனத்தில் ஏற்பட்ட மாற்றங்கள் குறித்து 'சீனக் கொள்கை ஆய்வுக் குழுவினரிடையே' கருத்து வேறுபாடுகள் ஏற்பட்டன. 'நால்வர் கும்பல்' என அழைக்கப்பட்ட சீனப் பொதுவுடைமைக் கட்சித் தலைவர்களை முழுமையாக ஆதரிக்காததற்காக அமெரிக்க மாவோயிஸ்ட்டுகளால் தாம்ஸனுமே விமர்சிக்கப்பட்டார். ஆய்வுக் குழுவும் பின்னர் கலைக்கப்பட்டது. மாவோ கூறிவந்த 'இடையறாப்புரட்சி' (unitterrupted revolution) சீனாவில் இறுதி வரை நிறைவேறும் என்னும் நம்பிக்கையை தாம்ஸன் கொண்டிருந்ததை அவரது மூன்று நூல்களும் வெளிப்படுத்துகின்றன. ஸ்டாலினின் வரலாற்றுப் பாத்திரம் குறித்த மாவோவின் திறனாய்வு நோக்கிலான மதிப்பீடுகள் தாம்ஸனிடம் முழுமையாகக் காணப் படுவதில்லை. அவர் இன்னும் சில ஆண்டுகள் வாழ்ந்திருப்பாரே யானால், சோவியத் யூனியனிலும் சீனாவிலும் மேற்கொள்ளப்பட்ட சோசலிச முயற்சிகள் தோல்வியடைந்ததற்கான விளக்கத்தை வரலாற்றுப் பொருள்முதல்வாத அடிப்படையில் விளக்கியிருப்பார் எனக் கருதலாம்.

சோவியத், சீன அனுபவங்களைக் குறித்த எனது புரிதல்கள் எதனையும் இங்கு பதிவு செய்வது முறையாகாது. தமிழாக்கத்திற்கும் கூடுதலாக நான் இங்கு செய்திருப்பதெல்லாம் சில மார்க்ஸியக் கருத்துகளையோ அல்லது தத்துவ, கலை, இலக்கியக் குறிப்புகளையோ இளம் வாசகர்கள் எளிதில் விளங்கிக் கொள்ள உதவும் பொருட்டு சில அடிக்குறிப்புகளைச் சேர்ந்திருப்பதுதான்.

பேராசிரியர் தாம்ஸன் தனது முன்னுரையில் குறிப்பிடுவது போல பல்வேறு அறிவுத் துறைகளை ஒன்றோடொன்று தொடர்பு படுத்தித் தனது வாதத்தை முன்வைக்கிறார். எனவே தமிழாக்கம் செய்கிறவர் இந்த அறிவுத் துறைகளில் அடிப்படை அறிமுகமாவது பெற வேண்டிய கட்டாயத்துக்குள்ளாகிறார். தனது வாதத்திற்கு ஆதாரங்களிலொன்றாக அவர் பயன்படுத்தும் ஐரோப்பிய இசை மரபு குறித்த எவ்வித அறிவும் வாய்க்கப்பெறாத எனக்கு, அவரது

நூலில் இது தொடர்பான பகுதிகள் பெரும் அச்சத்தையூட்டின. இசையியலில் நன்கு புலமை பெற்ற அறிஞர்கள் குறிப்பிட்ட பகுதிகளை விளக்கிக்காட்டி எனக்கு ஓரளவு தெளிவு ஏற்படுத்தினர்.

தாம்ஸன் தனது மூன்று நூல்களிலுமே மனிதன், கலைஞன், அறிவியலாளன், தத்துவவாதி, முதலாளி, தொழிலாளி போன்ற சொற்களைப் பயன்படுத்தினாலும் அவை ஆண், பெண் இரு பாலாரையும் குறிப்பதாகவும் பன்மையில் பயன்படுத்தப்படு வதாகவும் கொள்ள வேண்டும். மொழியிலுள்ள ஆணாதிக்கம், ஆணியத் தற்சாய்வு ஆகியவற்றைப் பல்லாண்டுகளாகப் பெண்ணிய வாதிகள் சுட்டிக்காட்டி வந்த பிறகும் தாம்ஸனும்கூட இரு பாலாருக்கும் பொதுவான, அல்லது இருபாலாரையும் குறிக்கிற சொற்களைப் பயன்படுத்தாமலிருந்தது ஒரு குறை. எனினும் பெண்கள் மீது அவர் அக்கறை செலுத்தவில்லை எனக் கருத எவ்வித நியாயமும் இல்லை.

இத்தமிழாக்க முயற்சி, இந்த நூலின் கருப்பொருளை மெய்ப் பிக்கும் மற்றொரு சான்றாகவே அமைந்துவிட்டது. அதாவது, ஒட்டு மொத்தமான சமூக உறவுகள்தான் மனிதசாரத்தை உருவாக்குகின்றன. இந்த நூலைத் தமிழாக்கம் செய்தவன் பெயரளவிற்கு நானாக இருந்தாலும் இது கூட்டு உழைப்பின் மூலமே, கூட்டு முயற்சியின் மூலமே கைகூடியது. இதில் பங்களிப்பு செய்தவர்களில் மார்க்ஸிய வாதிகளாகத் தம்மைக் கருதிக் கொள்பவர்கள் ஓரிருவர் மட்டுமே. ஆனால், மாவோ கூறியதைப் போல சரியான முறையில் முரண் பாட்டைக் கையாண்டால் ஆக்கப்பூர்வமான நட்புச் சக்திகளாக விளங்கக்கூடிய மார்க்ஸியவாதிகள் அல்லாத அறிஞர்களும் ஆய்வாளர் களுமே (எனது சொந்த நட்புக் கருதி மட்டுமின்றி, தாம்ஸனின் புலமையால் ஈர்க்கப்பட்டும்) தங்களது அரிய நேரத்தையும் உழைப்பையும் செலவிட்டு, பல்வேறு விடயங்களில் எனக்குத் தெளிவேற்படுத்தியும், அவற்றைக் கற்பித்தும், தமிழாக்கத்தைச் சரிபார்த்து திருத்திக் கொடுத்தும், சொல்லாக்கங்களை உருவாக்கியும் மனித உழைப்பு என்றால் அது கூட்டு உழைப்புத்தான் என்னும் மார்க்ஸியப் புரிதலை மீண்டும் ஒருமுறை மெய்ப்பித்தும் காட்டினர். 'க்ரியா' ராமகிருஷ்ணன், பேராசிரியர் எஸ்.ஆல்பெர்ட், பாளையங் கோட்டை தூய சவேரியார் கல்லூரியில் உள்ள நாட்டார் வழக்காற்றியல் ஆய்வு மையத்தைச் சேர்ந்த முனைவர் பிரிட்டோவின்ஸென்ட், வ.கீதா ஆகியோருக்கு நன்றிகூற என்னிடம் வார்த்தைகள் இல்லை.

முனைவர் ப.ரா. சுப்ரமணியம், முனைவர் தாமோதரன், முனைவர் நிர்மல் சிரோன்மணி, சு.கி. ஜெயகரன், முனைவர்

த.கனகசபை, முனைவர் ம. விஜயபாஸ்கர், சுமதி வெங்கடேசன் ஆகியோரும் பல விடயங்களைத் தெளிவாகப் புரிந்து கொள்ள உதவினர். இவர்களுக்கும் என் நன்றி. இவர்கள் எல்லாருடைய அறிவுப் பங்களிப்புச் சரிவரப் பயன்படுத்தப்படாமல் தமிழாக்கத்தில் பிழைகள் நேரிட்டிருக்குமானால் அதற்கு நான் மட்டுமே பொறுப்பு.

தோழர் 'விடியல் சிவா'வின் இடைவிடாத தூண்டுதலுக்கும் என் அன்புத் துணைவியார் சகுவின் ஊக்குவிப்புக்கும் என் நன்றி.

கோத்தகிரி   எஸ்.வி.ராஜதுரை
18-02-2005

அறிமுகம்

மார்க்சியத்திற்கு சிறு அறிமுகமாக 'மார்க்ஸ் முதல் மா சேதுங் வரை' என்ற நூலையும் அதன் தொடர்ச்சியாக 'முதலாளியமும் அதன் பிறகும்' என்ற நூலையும் எழுதினேன். இந்த நூல் அந்த அறிமுகத்திற்கான இறுதிப் பகுதியாக அமைகிறது. இம்மூன்று நூல்களும் சேர்ந்து மார்க்சியத்தின் அரசியல், வரலாற்று, கருத்துநிலை (ideological) அம்சங்களை உள்ளடக்கியுள்ளதைக் காணலாம். எனினும் ஒரு முக்கியமான விஷயத்தில் இந்த நூல் மற்றிரண்டிலிருந்தும் வேறுபடுகிறது.

முந்தைய நூல்களைப் போலவே, இந்த நூலிலும் எனது வாதத்திற்கு வலுச்சேர்க்க மார்க்சியச் செவ்வியல் நூல்களிலிருந்து ஏராளமான பகுதிகளை மேற்கோள் காட்டியுள்ளேன். ஆனால் இந்த நூலில் முன்வைக்கப்பட்டுள்ள வாதம் எனது சொந்த ஆராய்ச்சியிலிருந்து பெறப்பட்ட முடிவுகளையே பெரிதும் சார்ந்துள்ளது. உழைப்பு இயக்கம் பற்றிய மார்க்சின் கோட்பாடு, லெனினின் பிரதிபலிப்புக் கோட்பாடு (Theory of Reflection) புலனறிவு, பகுத்தறிவு ஆகியன குறித்த மா சேதுங்கின் கோட்பாடு ஆகியவற்றின் அடிப்படையில், உழைப்பு இயக்கம்தான் அறிவியலுக்கும் கலைக்குமான மூலவேர் என்றும் இவையிரண்டுமே சமுதாய ஆற்றலை ஒன்றையொன்று சார்ந்திருக்கும் வெவ்வேறு வடிவங்களை ஒழுங்கமைப்பவை என்றும் காட்டமுனைந்துள்ளேன். தத்துவம், வரலாறு ஆகியவற்றை மட்டுமின்றி, மொழியியல், உளவியல், மானுடவியல், இசையியல், இலக்கியத் திறனாய்வு ஆகியவற்றையும் சார்ந்த ஒன்றுக்கொன்று தொடர்புள்ள பல்வேறு பிரச்சனைகளை எனது வாதம் உள்ளடக்கியுள்ளது. எனது முடிவுகள் எந்த அளவிற்கு மார்க்சியச் செவ்வியல் நூல்களிலிருந்து எடுத்தாளப்பட்ட மேற்கோள்களை ஆதாரமாகக் கொண்டுள்ளன என்பதை வாசகர் முடிவு செய்து கொள்ளலாம். எனினும் இம்முடிவுகள் இறுதியானவையல்ல என்பதைச் சொல்லத் தேவையில்லை.

இந்த நூல் ஒரு பரந்த ஆய்வுக் களத்தைக் கொண்டிருந்த போதிலும் மேற்குலக அறிவியல், கலை ஆகியனவும் கலைகளில் கவிதை, இசை ஆகியனவும் மட்டுமே அதன் வரம்புகளாக இருப்பதால், இன்னும் இது போதுமான அளவிற்கு விசாலமானதாக இல்லை என்றே கருத வேண்டும். 'மாந்தரின் உணர்வை அவர்களது சமூக வாழ்நிலையே தீர்மானிக்கிறது' என்ற உண்மையைப் புலப்படுத்தும் வகையில் கீழைத் தேயச் சிந்தனை, மேலைத் தேயச் சிந்தனை ஆகிய இரண்டையும் குறித்த முழுமையானதொரு வரலாற்றை ஏதோவொரு அறிஞர் அல்லது அவரைவிடச் சிறப்பாக ஒரு அறிஞர் குழுவினர் விரைவில் நமக்குத் தருவர் என்ற நம்பிக்கை எனக்குள்ளது.

இந்த நூலிலுள்ள விஷயங்கள் தொடர்பாக கூடுதலாகத் தெரிந்துகொள்ள விரும்பும் வாசகர்கள், நான் எழுதியுள்ள 'ஈஸ்கைலசும் ஏதென்சும்' (Aeschylus and Athens), 'மார்க்சியமும் கவிதையும்' (Marxism and Poetry), 'முதல் தத்துவ வாதிகள்' (First Philosophers) ஆகிய நூல்களில் மேலதிக விவரங்களும் விளக்கங்களும் இருப்பதைக் காணலாம். இந்த நூல்களிலுள்ள சில விஷயங்களை இங்கு பயன்படுத்திக்கொள்ள இசைவு தந்த லாரன்ஸ் விஷார்ட் பதிப்பகத்தாருக்கு என் நன்றி.

'கிளாரியன் பாடகர்கள்' என்ற இசைக் குழுவினருக்கு இந்த நூல் காணிக்கையாக்கப்பட்டுள்ளது. பர்மிங்ஹாம் நகரத் தொழிலாளர்களை உறுப்பினர்களாகக் கொண்ட இப்பாடகர் குழு முப்பதாண்டுகளுக்கு மேலாகச் செயல்பட்டு வருகிறது. அனைத்து நாடுகளிலுமுள்ள இதுபோன்ற குழுக்களிலிருந்துதான் எதிர்காலக் கலை தோன்றும்:

வலிமையானது எங்கள் நாடு, இளமையானது எங்கள் நாடு,
இன்னும் பாடப்படவில்லை அதன் உன்னதப் பாடல்கள்
மோசடிகளிலிருந்தும் கூச்சல்களிலிருந்தும்
கொலையாளிகளிலிருந்தும் சித்திரவதைகளிலிருந்தும்
வாயாடி வம்பளப்புகளிலிருந்தும் தேசபக்த
சொற்ஜாலங்களிலிருந்தும்
நிச்சயமின்மையிலிருந்தும் சந்தேகத்திலிருந்தும்
விடுபட்டு அது மீண்டும் வரும்
நமது போர்ப் பாடல் மீண்டும் வரும்
மனதுக்குப் பிடித்த ஒரு ராகம்போல் இனிமையானதாய்

நமது பள்ளத்தாக்குகள் போல் ஆழமானதாய்
நமது மலைகளைப் போல் உயரமானதாய்
அதனை இயற்றிய மக்களைப் போல் வலுவானதாய்
அது மீண்டும் வரும்.

(அமெரிக்கர்களுக்கான கதைப் பாடல்)

பர்மிங்ஹாம், 1974 ஜார்ஜ் தாம்ஸன்

பொருளடக்கம்

குறுக்க விளக்கம்

மொழிபெயர்ப்பாளர் குறிப்பு

அறிமுகம்

I மனிதனும் இயற்கையும் 17
1. வாழ்க்கையும் உணர்வும்
2. உற்பத்தியும் நுகர்வும்
3. பகிர்வு (Distribution)

II வாலில்லா குரங்கிலிருந்து மனிதன் வரை 31
1. மனிதனும் உயர்வகைப் பா்லூட்டிகளும்
2. இரண்டாவது சமிக்கை முறை
3. கூட்டுச் செயல்பாடு
4. வாலில்லாக் குரங்குகளிடையே பேச்சும் சிந்தனையும்

III பேச்சும் பாட்டும் 46
1. வாக்கிய அமைப்புகள்
2. உழைப்பு இயக்கத்தின் அமைப்பு
3. பாட்டின் அமைப்பு

IV ஆதி அறிவு 59
1. புலனறிவும் பகுத்தறிவும்
2. தொடர்புபடுத்திப் பார்க்கும் சிந்தனை முறை
3. சொல் வகைகள்
4. குலக் குறியம் (Totemism)
5. சடங்கும் தொன்மமும்
6. பேரண்டம் பற்றிய தொன்மங்கள்

V இயற்கைத் தத்துவம் — 80
1. கோட்பாடும் நடைமுறையும்
2. உடல் உழைப்பும் மூளை உழைப்பும்
3. அந்நியமாதல்
4. இயங்காவியலும் இயங்கியலும்
5. கருத்து முதல்வாதமும் இயங்காவியலும்

VI மந்திரத்திலிருந்து கலை வரை — 100
1. தொன்மமும் கலையும்
2. கவிதைக்கான உள் உந்துதல்
3. உணர்வுபூர்வமான கலை

VII நவீன அறிவியலும் தத்துவமும் — 127
1. நவீன அறிவியலும் தத்துவமும்
2. புதிய இயங்காவியல்
3. புதிய இயங்கியல்

VIII உருவமும் உள்ளடக்கமும் — 149
1. அறிவியல் படைப்பும் கலைப்படைப்பும்
2. சடங்கு வடிவம்
3. ஈஸ்கைலஸ்
4. சிம்ஃபொனியும் நாவலும்
5. சிம்ஃபொனி வடிவம்
6. பீத்தோமவன்

VIII அறிவாளிகளும் பாட்டாளி வர்க்கமும் — 168
1. புரட்சிகர அறிவாளிகள்
2. முதலாளித்திற்கான சேவையில் அறிவியல்
3. சரக்காகிவிடும் கலை
4. கருத்துநிலை மறுவார்ப்பு
5. பூர்ஷ்வா ஒழுக்கநெறியும் பண்பாடும்
6. மாயையும் உண்மையும்

மேற்கோள்கள்

அத்தியாயம் I
மனிதனும் இயற்கையும்

1. வாழ்க்கையும் உணர்வும்

பொருள் முதலா? மனம் அல்லது கருத்து முதலா? என்ற பிரச்சனையில் பொருள்தான் முதன்மையானது என்பதை ஏற்றுக் கொள்பவரே பொருள் முதல்வாதியாவார் (Materialist). மனம், ஆன்மா, சிந்தனை, உணர்வு (Consciousness) என்று பலவகைகளில் அழைக்கப்படுதெல்லாம் பொருளின் செயல்பாடு ஆகும். சிந்தனை என்பது மூளையின் செயல்பாடு. மூளை ஒரு பௌதீக உயிர்ப் பொருள். சிந்தனையின்றி பொருள் இருக்க முடியும். ஆனால் பொருளின்றி சிந்தனை ஏதும் இருக்க முடியாது. எனவே பொருள் மட்டுமே ஒரே ஒரு புறநிலை மெய்மையாகும்.

பொருள் என்பது புறநிலை மெய்மையைக் குறிக்கும் ஒரு தத்துவ வகைத்திணை (philosophical category).* இப் புற மெய்மையை மனிதன் தன் புலனுணர்ச்சிகளால் அறி கின்றான். புலனுணர்ச்சிகளில் அந்தப் புறமெய்மை நகல் செய்யப்படுகிறது; புகைப்படமாக்கப்படுகிறது; பிரதி பலிக்கப்படுகிறது. அதே சமயம் அது புலனுணர்ச்சிகளைச் சார்ந்திருக்காமல் சுயேச்சையாக நிலவுகிறது. (LCW 14.130)

---

* 'பொருள்' (matter) என்பதை லெனின் இங்கு ஒரு தத்துவ வகைத்திணை என்று கூறுகிறார். சாதாரணமாக நாம் மேசை, நாற்காலி, மரம், அரிசி போன்றவற்றை 'பொருள்' என்று கூறுவோம். அதேபோல இயற்பியலில் (Physics), நிறை (mass) என்பதைக் குறிக்க பொருள் என்ற சொல் பயன்படுத்தப்படுகிறது. வேதியியல், இயற்பியல், உயிரியல், தாவரவியல் போன்ற இயற்கை அறிவியலில் பொருள் பற்றிய கோட்பாடுகள் உள்ளன. ஆனால் ஒரு தத்துவ வகைத்திணை என்றவகையில் பொருள் என்று லெனின் இங்கு கூறுவது சிந்தனைக்கு வெளியேயும் அதைச் சார்ந்திராமல் சுயேச்சையாகவும் உள்ள புறநிலை மெய்மை முழுவதையும் குறிக்கும். மரம், நாற்காலி, துணி, விமானம் போன்ற குறிப்பிட்ட பொருளை இந்தத் தமிழாக்கத்தில் நாம் பருப்பொருள் எனக் குறிப்பிடுவோம்.

பொருள் இடைவிடாத இயக்கத்தையும் (motion) மாற்றத்தையும் கொண்டிருக்கிறது. மாற்றம் அனைத்திலும் இயக்கத்தையும் இயக்கமனைத்திலும் மாற்றத்தையும் காணலாம்:

இயக்கமே பொருள் இருக்கும் முறையாகும். இயக்கம் இல்லாத பொருள் எங்குமே ஒருபோதும் இருப்பதில்லை. அப்படி இருக்கவும் முடியாது. பேரண்ட வெளியில் உள்ள இயக்கம். விண்ணிலுள்ள பல்வேறு கோளங்கள் மீதும் நட்சத்திரங்கள் மீதும் நிகழும் சிறு விண் கற்களின் யாந்திரிக இயக்கம், வெப்பம் அல்லது மின்னோட்டம் அல்லது காந்த சக்தி என்கிற வடிவத்தில் மூலக்கூறுகளின் இயக்கம், இரசாயனச் சேர்க்கை மற்றும் சிதைவு என்கிற இயக்கம், உயிர் வாழ்க்கை என்கிற இயக்கம் எனப் பல்வேறு வகையான இயக்க வடிவங்களில்தான் பொருள் இருக்கிறது. உலகிலுள்ள பொருளின் ஒவ்வொரு தனித்தனி அணுவும் மேற்சொன்ன இயக்க வடிவங்களில் ஏதோவொன்றிலோ அல்லது ஒரே சமயத்தில் பல வடிவங்களிலோ நிலவுகிறது. ஒரு பருப்பொருள் ஓய்வு நிலையில் (rest) உள்ளது, சமநிலையில் (equilibrium) உள்ளது என்பதெல்லாம் ஒப்பீட்டு அளவில் தான். ஏதோவொரு திட்டவட்டமான இயக்க வடிவத்துடன் தொடர்புபடுத்தித்தான் அது ஓய்வுநிலையில் அல்லது சமநிலையில் உள்ளது என்று கூறமுடியும்.* (AD 70)

இது இயற்கை நிகழ்ச்சிப் போக்குகளுக்கு (natural phenomena) மட்டுமின்றி மானுட சமுதாயம், சிந்தனை ஆகியவற்றுக்கும் பொருந்தும் உண்மையாகும். சமுதாய நிகழ் முறைகள் (Social processes) சிந்தனை நிகழ்முறைகள் யாவும் இயக்கம், மாற்றம் ஆகியனவற்றுக்கும் அதே அடிப்படை விதிகளுக்கும் உட்பட்டவை யாகும். இந்த விதிகளைப் பற்றிய ஆய்வே இயங்கியல் (dialectics) எனப்படுகிறது:

இயங்கியல் என்பது இயற்கை, மானுட சமுதாயம், சிந்தனை ஆகியவற்றின் இயக்கம், வளர்ச்சி ஆகியன குறித்த பொது விதிகளைப் பற்றிய அறிவியலே தவிர வேறொன்றுமல்ல. (AD.158)

இயற்கையில் ஏற்படும் எண்ணற்ற மாற்றங்கள் அனைத்திலும் இயக்கத்தின் இயங்கியல் விதிகள் செயல்படுகின்றன. வரலாற்றில் தற்செயலாக நடப்பது போல் தோற்றமளிக்கும்

★ ஏங்கல்ஸ் கூறுவதைப் போன்ற ஒரு எடுத்துக்காட்டை இங்கு நாம் கூறலாம்: பூமியில் உள்ள ஒரு கற்பாறை யாந்திரிக ரீதியில் அசைவின்றி ஓய்வு நிலையில் அல்லது சமநிலையில் இருக்கலாம். ஆனால் பூமி சூரியனைச் சுற்றி வருகையில் அந்தக் கற்பாறையும் சேர்ந்தே சுற்றி வருகிறது.

> நிகழ்ச்சிகளில் ஆளுகை செய்வதும் இதே இயங்கியல் விதிகள்தாம். மனித சிந்தனை வளர்ச்சியின் வரலாறு முழுவதிலும் ஊடுருவிச் செல்வதும் படிப்படியாக மனிதனின் மனத்தில் உணர்வைத் (consciousness) தோற்றுவிப்பதும் இதே இயங்கியல் விதிகள்தாம். (AD.15)

இயங்கியல் விதிகளுக்கு அடிப்படையாக இருப்பது முரண்பாடு (Contradiction) ஆகும். எல்லாப் பொருள்களிலும் விஷயங்களிலும் பொதிந்துள்ள உள்முரண்பாடுகளின் வளர்ச்சிதான் அனைத்து இயக்கத்திற்கும் அனைத்து மாற்றத்திற்கும் காரணமாகும்.

> பொருட்களின் அல்லது விஷயங்களின் இயக்கம், அவற்றில் ஏற்படும் மாற்றம், அவற்றின் வாழ்வு, அவை ஒன்றின்மீது மற்றொன்று ஏற்படுத்தும் தாக்கம் அகியவற்றை நாம் ஆய்வு செய்யத் தொடங்கியதுமே முரண்பாடுகளைப் பற்றித் தெரிந்து கொள்ள வேண்டியவர்களாகின்றோம். இயக்கம் என்பதே ஒரு முரண்பாடுதான். ஒரு பொருள் ஓரிடத்திலிருந்து மற்றோரிடத்திற்கு மாறுவது என்கிற மிகச் சாதாரணமான யாந்திரிகமான இடப்பெயர்ச்சியிலும் கூட (simple mechanical displacement) இந்த முரண்பாட்டைக் காணலாம். அதாவது அந்தப் பொருள் ஒரே இமைப் பொழுதில் ஓரிடத்திலும் இருக்கிறது, மற்றோரிடத்திலும் இருக்கிறது. அதே இடத்தில் இருக்கிறது, இருப்பதுமில்லை. இத்தகைய முரண்பாடு தொடர்ந்து தோற்றுவிக்கப் பெறுவதும் தீர்வு காணப்படுவதும்தான் இயக்கம் (Motion) ஆகும்...
>
> ஒரு பொருள் ஓரிடத்திலிருந்து மற்றோரிடத்திற்கு இடம் பெயர்கின்ற சாதாரண யாந்திரிக மாற்றமும்கூட ஒரு முரண்பாட்டை உள்ளடக்கியிருக்கிறது என்றால், பொருளின் இயக்கத்தின் மேலும் உயர் வடிவங்களுக்கு, குறிப்பாக உயிரினங்களின் இயக்கத்திற்கும் அவற்றின் வளர்ச்சிக்கும் இவ்வுண்மை மேலும் பொருந்தும்... எனவே உயிர் வாழ்க்கை என்பதே பொருட்களிலும் நிகழ்முறைகளிலும் நிலவுகிற ஒரு முரண்பாடாகும். இந்த முரண்பாடு இடைவிடாது தன்னை நிலைநிறுத்தியும் தீர்வு கண்டும் வருகிறது. முரண்பாடு எப்போது முடிவுக்கு வருகிறதோ அப்போது வாழ்வும் முடிந்து சாவு நுழைகிறது (AD 135-36).
>
> உயிருள்ள ஒவ்வொன்றும் ஒவ்வொரு கணமும் அதுவாகவும் அது அல்லாததாகவும் இருக்கிறது. ஒவ்வொரு கணமும் அது தனக்கு வெளியே உள்ள பொருட்களை உட்கிரகித்துக் கொண்டும் ஏற்கனவே உட்கிரகித்த வேறு சில பொருட்களை

வெளித்தள்ளிக் கொண்டுமிருக்கிறது. ஒவ்வொரு கணமும் அதனுடைய உடலிலுள்ள உயிரணுக்கள் மடிகின்றன; அதே சமயம் புதிய உயிரணுக்கள் உருவாகின்றன. உண்மையில், ஒரு நீண்ட அல்லது குறுகிய காலத்தில் அதனுடைய உடலில் உள்ள பொருள் அனைத்தும் முழுமையாகப் புதுப்பிக்கப்படு கிறது; அதிலுள்ள பழைய அணுக்கள் போய் புதிய அணுக்கள் வந்து சேர்கின்றன. இதன் காரணமாக உயிருள்ள ஒவ் வொன்றுமே ஒரே சமயத்தில் அதுவாகவும் அது அல்லாத தாகவும் இருக்கின்றது (AD 28.)

எனவே பொருளில் இயல்பாகவே பொதிந்துள்ள எதிர்மறைகளின் மோதல் பற்றிய ஆய்வையே இயங்கியல் எனக் கூறலாம்:

எதிர்மறைகளின் ஒற்றுமை (unity) என்பது இயற்கையின் (சமுதாயம், சிந்தனை உள்ளிட்ட) அனைத்து நிகழ்ச்சிப் போக்குகளிலும் நிகழ்முறைகளிலும் உள்ள முரண்பட்ட, ஒன்றையொன்று விலக்கி வைக்கிற, எதிரும் புதிருமான போக்குகளைப் புரிந்துகொள்வதே ஆகும். உலகில் உள்ள எல்லா நிகழ்முறைகள், அவற்றின் தன்னியக்கம், அவற்றில் ஏற்படும் வளர்ச்சி, மாற்றம் ஆகியவற்றை அறிந்து கொள் வதற்கான நிபந்தனை, அவை முரண்பட்ட அம்சங்களின் ஒற்றுமையே என்பதைப் புரிந்து கொள்வதாகும். வளர்ச்சி என்பது எதிர்மறைகளின் 'போராட்டத்தின்' விளைவாகவே நிகழ்வது என்பதை அறிந்து கொள்வதேயாகும். (LCW 38.359.)*

உள்முரண்பாடுகளின் வளர்ச்சி என்பது பொருளின் அனைத்து வடிவங்களிலும் பொதிந்துள்ள ஒரு பொதுமையான (universal) அம்சமாக இருந்தபோதிலும் இயக்கம், மாற்றம் ஆகிய வற்றின் ஒவ்வொரு வடிவத்திற்கும் அதற்கே உரிய குறிப்பிட்ட

---

* எதிர்மறைகள் யாவும் ஒருபுறம் ஒன்றையொன்று எதிர்த்து நிற்கிற முரண்பட்ட கூறுகளாக அமைகின்றன. மறுபுறம், அவை ஒன்றோ டொன்று உறவுபூண்டும் இழையோடியும் உள் ஊடுருவியும் ஒன்றை யொன்று சார்ந்தும் நிற்கின்றன. ஒன்றியும் போராடியும் போராடி ஒன்றியும் நிற்கின்ற அத்தன்மையே 'ஒற்றுமை' என்பதாகும். அத்தகைய ஒற்றுமையில் வேற்றுமையும் வேற்றுமையில் ஒற்றுமையும் இருப்பதையே முரண்பட்ட நிலையாகக் கருதப்படுகிறது. மாவோ கூறுகிறார்: "உலகிலுள்ள யாவும் எதிர்மறைகளின் ஒற்றுமையே ஆகும். எதிர்மறை களின் ஒற்றுமை என்றால் அது தன்மையால் வேறுபட்ட இருவேறு எதிர்நிலைப் பொருட்களின் ஒற்றுமை எனப் பொருள்படும்."

முரண்பாடு உள்ளது. இதுதான் வெவ்வேறு அறிவியல் துறைகள் ஒவ்வொன்றையும் இனம்பிரித்துக் காட்டுகிறது:

> ஒரு குறிப்பிட்ட நிகழ்ச்சிப் போக்குக்கு மட்டுமே உரிய முரண்பாடுதான், குறிப்பிட்ட அறிவியல் பிரிவின் ஆய்வுக் குரிய விஷயமாக அமைகிறது. எடுத்துக்காட்டாக கணித வியலில் கூட்டலும் கழித்தலும்; இயந்திரவியலில் வினையும் எதிர்வினையும்; இயற்பியலில் நேர்மின் ஆற்றலும் எதிர்மின் ஆற்றலும்; வேதியியலில் சிதைவும் சேர்மானமும்; சமூக அறிவியலில் உற்பத்திச் சக்திகளும் (Productive Forces) உற்பத்தி உறவுகளும் (Productive Relations), வர்க்கங்களும் வர்க்கப் போராட்டங்களும்; தத்துவத்தில் கருத்து முதல் வாதமும் பொருள்முதல் வாதமும்; இயங்கியலும் இயங்கா வியலும் (metaphysics) - இவை போன்றவை அறிவியலின் ஒவ்வொரு பிரிவுக்கும் அதனுடைய ஆய்வுக்குரிய விஷயங் களாகும். ஏனெனில் அறிவியல் பிரிவு ஒவ்வொன்றும் அதற்கே உரிய குறிப்பிட்ட முரண்பாட்டை யும் குறிப்பிட்ட உள்ளியல்பையும் கொண்டிருக் கிறது (MSW 1.320)

சில குறிப்பிட்ட கருப் புரதப் பொருட்கள் (albuminous substances)* தம்மைத் தாமே புதுப்பித்துக் கொள்ளும் இயக்க வடிவத்தை எட்டியபோது உயிரற்ற பொருளிலிருந்து (inorganic matter) மாறுதல் நிகழ்த்தப்படுகிறது:

> உயிர் என்பது கருப் புரதப்பொருட்களின் வாழ்வு முறை யாகும். இந்த வாழ்வுமுறையின் அடிப்படை இந்தப் புரதப் பொருட்களில் உள்ள வேதியியல் கூறுகள் தம்மைத்தாமே இடைவிடாது புதுப்பித்துக் கொள்வதில்தான் அடங்கி யுள்ளது. (AD 93.)

இந்தக் கருப்புரதப் பொருள் தனது சுற்றுச்சூழலிலிருந்து சில பொருட்களை உள்வாங்கிக் கொண்டும் முன்னர் உள்வாங்கி யிருந்த வேறுசில பொருட்களை வெளியேற்றியும் தன்னைப் புதுப்பித்துக் கொள்கிறது. அதாவது ஊட்டம் பெறுதல் (nutrition),

---

* albuminous substance என்பது சாதாரணமாக முட்டையின் வெண் கருவைக் குறிக்க கூடியது என்றாலும், வேறு நல்ல சொற்கள் கிடைக்காத தால், நவீன வேதியியலில் பயன்படுத்தப்படும் அர்த்தத்தில் இங்கு கையாளப்படுவதாக ஏங்கெல்ஸ் கூறுகிறார்: "சாதாரண முட்டையின் வெண்கரு அதனுடன் சம்பந்தப்பட்ட எல்லாப் பொருட்களுடனும் ஒப்பிடும்போது செயலூக்கமற்ற பாத்திரத்தை வகிப்பதால் albuminous என்ற சொற் பிரயோகம் அவ்வளவு பொருத்தமானதல்ல என்றும் கருதுகிறேன்." (AD 97.)

கழிவு நீக்கம் (excretion) ஆகியவற்றின் மூலம் தன்னைப் புதுப்பித்துக் கொள்கிறது. உயிரினத்திற்கும் அதன் சுற்றுச்சூழலுக்கு மிடையே இப்படித் தொடர்ச்சியாக நடைபெறும் பொருட்களின் பரிவர்த்தனைதான் (exchange) உயிர் ஆகும். இந்தப் பரிவர்த்தனை நின்றவுடன் உயிரினம் மறைந்துவிடும். உயிரினத்திற்குரிய சிறப்புக் கூறுகள் யாவற்றுக்கும் இந்தப் பரிவர்த்தனைதான் மூலாதாரமாகும்:

கருப்புரதப் பொருளின் முக்கிய செயல்பாடாகிய ஊட்டம் பெறுதல், கழிவுநீக்கம் ஆகியவற்றின் வழியாக வளர்சிதை மாற்றங்கள் ஏற்படுகின்றன. கருப்புரதப் பொருள் எளிதில் உருமாறும் இயல்பையும் கொண்டுள்ளது. இந்த இரண்டு பண்புகளிலிருந்துதான் உயிரினத்தின் ஏனைய எளிய பண்புகள் அனைத்தும் தோன்றுகின்றன: சுற்றுச் சூழலி லிருந்து வரும் தூண்டுதல்களுக்குத் தன்னைத் தகவமைத்துக் கொள்ளுதல்; இது கருப்புரதப் பொருளுக்கும் அதனுடைய உணவுக்குமிடையே நிகழும் எதிரெதிர்ச் செயலின் மூலம் சாத்தியமாகிறது. சுருங்கிக் கொள்ளும் தன்மை; இது உணவு நுகர்வின்போது பல நுண்ணுயிர்களில் காணப்படுகிறது. இனப்பெருக்கத்திற்கான சாத்தியப்பாடு, நுண்ணுயிர்கள் பிளப்பதன் மூலம் இனப்பெருக்கம் ஏற்படுகிறது. உட்புற இயக்கம் இன்றேல் உணவு நுகர்வோ செரிமானமோ சாத்தியமில்லை (AD 95.)

உயிரற்ற பொருள் உயிருள்ள பொருளாக மாற்றம் அடைந்ததைப் போன்ற மற்றொரு சிறப்பு வாய்ந்த நிகழ்வு, விலங்கு உயிரினத்திலிருந்து மனிதன் தோன்றியதாகும். மனிதனுக்கும் விலங்குக்குமுள்ள வேறுபாடு என்னவென்றால் அவனுக்கும் சுற்றுச்சூழலுக்குமிடையில் நடக்கும் பொருட்களின் பரிவர்த்தனை அவனது உணர்வுபூர்வமான கட்டுப்பாட்டுக்குள் கொண்டு வரப்படுவதாகும். விலங்குகளும் சுற்றுச்சூழலைப் பற்றி உணர்வுடையனவாக உள்ளன. ஆனால் அச்சூழலின் ஒரு பகுதி என்ற அளவுக்கே உணர்வுடையன. சூழலால் பாதிக்கப்பட்டும் அதன்மீது செயலாற்ற வேண்டும் என்ற உணர்வு இல்லாதவையே அவை. மனிதனோ, தனது சுற்றுச்சூழல் தன்னிடமிருந்து வேறு பட்டு நிற்கிற, உற்பத்திக்கான உழைப்பில் தனது செயற்பாட்டுக் குரிய ஒரு புறப்பொருள் ஒரு இலக்கு என்கிற உணர்வைப் பெற்றிருக்கிறான். இயற்கை ஒரு புறப்பொருள், என்ற உணர்வை அவன் பெற்றிருப்பதாலேயே, தான் அதன்மீது வினைபுரிபவன், படைப்புச் செயலாற்றுபவன் என்கிற உணர்வையும் பெற்றிருக்கிறான்:

> விலங்கு அதன் வாழ்க்கைச் செயற்பாட்டிலிருந்து பிரிந்துவிட முடியாதபடி ஒன்றியுள்ளது. அது தன்னை தனது வாழ்க்கைச் செயற்பாட்டிலிருந்து வேறுபடுத்திப் பார்ப்பதில்லை. அதற்குத் தானும் தனது வாழ்க்கைச் செயற்பாடும் ஒன்றே தான். மனிதனோ தனது வாழ்க்கைச் செயற்பாட்டையே தனது சித்தம்,* உணர்வு ஆகியவற்றின் ஆட்படுத்துதலுக்குள்ள இலக்காக ஆக்குகிறான். அவனது வாழ்க்கைச் செயற்பாடு உணர்வுபூர்வமானதாகும் (EPM 75.).

செயலாற்றும், படைப்பில் ஈடுபடும் மனிதனுக்கும் செயலுக்குட்படுத்தப்படும் புறப்பொருளான இயற்கைக்குமிடையிலான முரண்பாடு உழைப்பு இயக்கத்தில் பொதிந்துள்ளது. இந்த முரண்பாடுதான் மானுடச் செயல்பாடுகள் அனைத்திற்கும் அடிப்படையாக உள்ளது:

> உழைப்பு என்பது முதலாவதாக, மனிதனும் இயற்கையும் இணைந்து பங்கேற்கிற ஒரு இயக்கம். இந்த இயக்கத்தில் மனிதன் தனக்கும் இயற்கைக்குமிடையிலான பௌதீக எதிரெதிர்ச் செயல்களை தானாகவே தொடங்கி, முறைப் படுத்தி, கட்டுப்படுத்துகிறான். இயற்கைச் சக்திகளில் தானும் ஒருவன் என்கின்ற முறையில் தன்னையே இயற்கைக்கு எதிராக நிறுத்தி, தனது தோள்கள், கால்கள், தலை, கைகள் ஆகியவற்றை - அதாவது தனது உடலில் இருக்கிற இயற்கைச் சக்திகளை - இயங்கச் செய்கிறான். இவ்வாறு செய்வதன் மூலம் தனது தேவைகளுக்கு ஏற்ற வடிவத்தில் இயற்கையின் படைப்புகளைத் தனதாக்கிக் கொள்கிறான் (C1 .177.)

இவ்வாறு , தனது உணர்வுபூர்வமான கட்டுப்பாட்டின்கீழ் இயற்கையைக் கொண்டு வரும் வகையில் இயற்கையின்மீது மனிதன் புரியும் செயல் இருப்பதால், அவன் விலங்குகளிலிருந்து வேறுபடுகிறான்:

> விலங்கு புற இயற்கையை வெறுமனே **பயன்படுத்திக் கொண்டு,** தான் அங்கே இருப்பதன் மூலமாக மட்டுமே இயற்கையில் மாற்றங்களை கொண்டு வருகிறது. மனிதனோ தான் ஏற்படுத்தும் மாற்றங்களின் மூலமாக இயற்கையைத் தனது குறிக்கோள்களுக்குப் பணியாற்றும்படி செய்கிறான். அதைத் தன் **வசப்படுத்துகிறான்.** (ME 3.74)

---

* சித்தம் (will). இதனை 'விருப்பம்' என்றும் கூறலாம். ஏதோவொரு செயலை நிறைவேற்ற வேண்டும் என்ற உணர்வுபூர்வமான சங்கற்பமே சித்தம் ஆகும். இது குறிப்பிட்ட நபரின் தேவைகள், நலன்கள், அறிவு ஆகியவற்றையும் அந்த நபரின் செயல்களுக்கான தூண்டுதல்கள், வழிமுறைகள், வரம்புகள் ஆகியவற்றை வழங்கும் புறநிலைகளையும் உள்ளடக்கியுள்ளது.

உற்பத்திக்கான உழைப்பில் இயற்கை மீதான மனிதனின் செயல் உணர்வுபூர்வமாக ஒழுங்கமைக்கப்பட வேண்டும். அச் செயல் பிறரது ஒத்துழைப்போடு புரியப்படுவதால் அவனுக்கும் சகமனிதருக்குமிடையிலான உறவுகள் உணர்வுபூர்வமாக ஒழுங் கமைக்கப்பட வேண்டும். சுருங்கக் கூறின் உற்பத்திக்கான உழைப்பு **சமூகத் தன்மை** வாய்ந்ததாகும்:

> உற்பத்தியில் ஈடுபடும்போது மனிதர்கள் இயற்கைமீது மட்டும் செயலாற்றுவதில்லை. கூடவே தங்களில் ஒருவர்மீது ஒருவரும் செயற்படுகின்றனர். ஒரு குறிப்பிட்ட முறையில் ஒத்துழைப்பதன் மூலமும் தமது செயற்பாடுகளை ஒருவருக் கொருவர் பரிமாறிக்கொள்வதன் மூலமுமே உற்பத்தி செய் கின்றனர். உற்பத்தியில் ஈடுபடும் பொருட்டு அவர்கள் ஒருவருடன் ஒருவர் திட்டவட்டமான தொடர்புகளையும் உறவுகளையும் உருவாக்கிக் கொள்ள வேண்டும். இந்த சமூகத் தொடர்புகள், உறவுகள் ஆகியவற்றுக்கு உள்ளேதான் இயற்கைமீதான அவர்களது இயக்கம், அதாவது உற்பத்தி நடைபெறுகிறது. (ME I .159)

இதிலிருந்து தெரிவது என்னவென்றால் மனித உணர்வு (human consiousness) என்பது தனிமனிதனுக்கும் அவனது இயற்கைச் சுற்றுச் சூழலுக்குமிடையிலான உறவு மட்டுமல்ல; மாறாக, அதன் மிக எளிய வடிவங்களிலும் கூட அது ஒரு சமூகப் படிமமாக விளங்குகிறது. சமுதாயத்திற்கும் அதன் சுற்றுப்புறச் சூழலுக்குமிடையிலான உறவு தனிமனிதனில் ஏற்படுத்தும் பிரதிபலிப்பே மனித உணர்வாகும்.* மனிதன் தனது புலன்களால் ஏற்படுத்தப்படும் பதிவுகளை ஒழுங்குபடுத்தும் கருத்துச் சட்டகம் (conceptual framework) அவனுடைய சமூக உறவுகளிலிருந்தே உருவாகிறது. மார்க்ஸ் கூறினார்:

> மனிதர்களின் வாழ்நிலையை (being) நிர்ணயிப்பது அவர்களது உணர்வு அல்ல. மாறாக, அவர்களது சமூக வாழ் நிலையே (social being) அவர்களது உணர்வை நிர்ணயிக்கிறது. (ME 1.503)

---

*. மனித உணர்வு (human consciousness) என்பது மனிதனது அறிவு, சிந்தனை, எண்ணப் போக்குகள், ஒழுக்கநெறிகள், தத்துவக் கோட்பாடுகள் முதலிய அனைத்தையும் குறிக்கிறது. கருத்துகளும் எண்ணங்களும் மனித மூளையில் இருந்தோ, ஆகாயத்தில் இருந்தோ தானாகத் தோன்றுவ தில்லை. புறநிலை யதார்த்தம் மனித மூளையில் ஏற்படுத்தும் பிரதிபலிப்பே கருத்துகளும் எண்ணங்களும் ஆகும்.

2. உற்பத்தியும் நுகர்வும்

உற்பத்திக்கான உழைப்பில் மனிதன் தனது சுற்றுச்சூழலுக்கு எதிராகத் தன்னை நிறுத்தி அதைத் தனது உணர்வுபூர்வமான கட்டுப் பாட்டுக்குள் கொண்டு வந்து தனது உயிர்வாழ்வு சாதனங்களை (means of subsistence) உற்பத்தி செய்கிறான். முதலில் இயற்கை மீது, செயப்படு பொருள்மீது மனிதனின் செயற்பாடு நிகழ்கிறது. அதனைத் தொடர்ந்து எதிர்ச்செயலாக இயற்கை மனிதன் மீது, செய்பவன் மீது செயல்படுகிறது. தான் உற்பத்தி செய்ததை நுகர்வதன் மூலம் உற்பத்தியின்போது தன்னால் நுகரப்பட்ட, செலவிடப்பட்ட உடலாற்றலை அவன் மீள் உற்பத்தி செய்கிறான். அதே சமயம் இந்த நிகழ்முறையை வெற்றிகரமாக நிறைவு செய் வதன்மூலம் அதைக் கட்டுப்படுத்தும் தனது மனோ ஆற்றலை வளர்த்துக் கொள்கிறான்:

> இவ்வாறு புற உலகின் மீது செயற்பட்டு அதை மாற்றி யமைப்பதன் மூலம் மனிதன் அதே சமயம் தனது சொந்த இயல்பையும் மாற்றியமைக்கிறான். தனக்குள் உறங்கும் சக்திகளை வளரச் செய்து அவற்றைத் தனது ஆளுகைக்குள் கீழ்ப்படிந்து செயல்படும் கட்டாயத்துக்கு உள்ளாக்குகிறான். (C1.177)

இந்த இரண்டு இயக்கங்களில் முதலாவது தொடக்கத்தி லிருந்தே உணர்வுபூர்வமானதாக உள்ளது. ஏனெனில் அந்த இயக்கத்தில் கருவிகள் பயன்படுத்தப்படுகின்றன. மனிதனால் கருவியைச் செய்ய முடியுமாதலால் அதை எந்த நோக்கத்திற்காகப் பயன்படுத்த வேண்டும் என்ற உணர்வு அவனுக்கு இருந்தாக வேண்டும். அதைத் திறம்படப் பயன்படுத்துவதற்கு முன், உற்பத்தி செய்யப்படப் போகும் பொருளைப் பற்றிய ஒரு கருத்து அல்லது படிமம் அவனது உணர்வில் தோன்றியாக வேண்டும். இயற்கை மீது மனிதன் புரியும் செயலுக்கும் விலங்குகள் புரியும் செயலுக்கு மிடையில் கீழ்க்காணும் வேறுபாடு உள்ளது:

> சிலந்தியின் செயற்பாடுகள் நெசவாளியின் செயற்பாடுகளை ஒத்திருக்கின்றன. பல கட்டிடக் கலைஞர்களை வெட்கித் தலை குனிய வைக்கும் வகையில் தேனீ தனது கூட்டின் அறைகளைக் கட்டுகிறது. ஆனால் ஒரு மோசமான கட்டிடக் கலைஞனை மிகச் சிறந்த தேனீயிடமிருந்து மேம்படுத்திக் காட்டுவது என்னவென்றால், கட்டிடக் கலைஞர் தனது கட்டு மானத்தை மெய்யாகவே கட்டியெழுப்புவதற்கு முன் தனது கற்பனையில் அதைக் கட்டியெழுப்புகிறார் என்பதுதான்.

உழைப்பு இயக்கம் ஒவ்வொன்றின் இறுதியிலும் நாம் காண்கிற விளைவு அந்த இயக்கத்தைத் தொடங்கும்போது உழைப்பாளியின் கற்பனையில் ஏற்கனவே உருவாகியிருந்த ஒன்றுதான். தான் வேலை செய்யும் மூலப் பொருளில் ஒரு வடிவமாற்றத்தை ஏற்படுத்துவதோடு தனது நோக்க மொன்றையும் நிறைவேற்றிக் கொள்கிறான். இந்த நோக்கம்தான் அவனது செயல்முறைக்கான நெறியை உருவாக்குகிறது. இந்த நெறிக்கு அவனது நோக்கம் கட்டுப் பட்டாக வேண்டும் (C1. 178.)

முன்னதாகக் கற்பனையில் உருவாக்கிக் கொள்ளப்பட்ட இப்படிமம் இரண்டு அம்சங்களைக் கொண்டுள்ளது. ஒருபுறம் முந்தைய அனுபவத்திலிருந்து பெறப்பட்ட அறிவை இது உள்ளடக்கியுள்ளது. இந்த அறிவுதான் உற்பத்தி செய்பவன் தனது நோக்கத்தை நிறைவேற்றும் வகையில் உற்பத்தி இயக்கத்தை நடத்திச் செல்ல உதவுகிறது. இது மேற்சொன்ன படிமத்தின் புறவய அல்லது அறிதல் (cognitive) அம்சம். மற்றோர்புறம், அது முந்தைய நுகர்வு அனுபவத்திலிருந்து விளைந்த விருப்பத்தை உள்ளடக்கி யுள்ளது. இந்த விருப்பமே உற்பத்தி செய்வதற்கான மனத் திட்பத்தை வழங்குகிறது. இது மேற்சொன்ன படிமத்தின் அகவய அல்லது உணர்ச்சி சார்ந்த (affective) வெளிப்பாட்டு அம்சம். உழைப்பு இயக்கத்தின் இரண்டு அம்சங்களில் - அறிதல் அம்சம், உணர்ச்சி சார்ந்த வெளிப்பாட்டு அம்சம் ஆகியவற்றில் - அறிவியல், கலை ஆகியவற்றின் தனித்தன்மைகளுக்கான முளைகளைக் காணலாம்.

3. பகிர்வு (Distribution)

உற்பத்தி, நுகர்வு ஆகியவற்றுக்கிடையிலான பாகுபாட்டின் காரணமாக அவசியமானதாக்கப்பட்ட ஒரு சமூகச் செயல்பாடே பகிர்வு ஆகும். விலங்குகளிடையே உற்பத்தி என்பது ஏதும் இல்லாதது போலவே பொருட்களின் பகிர்வு என்பதும் ஏதும் இல்லை. அவை பொருட்களைத் தமதாக்கிக் கொள்கின்றன. இதில் நுகர்வும் உள்ளடங்கும். ஆதிச் சமுதாயத்தில் (primitive society) பகிர்வு என்பது உற்பத்தியை நுகர்வோடு இணைக்கும் கண்ணியாக இருந்தது. அச்சமூக உறுப்பினர்கள், தங்களது கூட்டு உழைப்பால் உற்பத்தி செய்யப்பட்டவற்றைச் சரிபங்குகளாகப் பிரித்து நுகர்வர். பங்குகள் கட்டாயம் சரிசமமாகவே இருக்கும். ஏனெனில் முழுச்

சமுதாயத்தினதும் ஒன்றுபட்ட முயற்சிகள், அச்சமுதாயத்தை வெறும் உயிர்பிழைப்பு மட்டத்தில் பேணிப்பாதுகாப்பதற்குத் தேவைப்படு கின்றன. அங்கு உபரி (surplus) ஏதும் இல்லை.

முன்னைக் காட்டிலும் சிறந்த கருவிகளைப் பயன்படுத்தி யதன் மூலம் சாத்தியமாகிய உபரி உற்பத்தியின் வளர்ச்சி, உழைப்புப் பிரிவினைக்கு (division of labour) அடிப்படையாக அமைந்தது. சமூகத்திற்குள்ளேயே இருக்கும் தனித்தனிக் குழுக்கள் ஒவ்வொன்றும் வெவ்வேறு வகை உழைப்புகளில் சிறப்புத்திறன் பெற்று பொதுக் களஞ்சியத்திற்குத் தமது உற்பத்திப் பொருட்களைத் தம் பங்களிப்பாகச் செலுத்துகின்றன. இந்தப் பொதுக் களஞ்சியத்தி லிருந்து அந்த உற்பத்திப் பொருட்கள் தனித்தனி உற்பத்தியாளர் களுக்குப் பகிர்ந்தளிக்கப்படுகின்றன. உழைப்பின் உற்பத்தித் திறன் (productivity) பெருகப் பெருக, கூட்டு உழைப்பு குறைந்து கொண்டே வருகிறது. உழைப்பாளியால் இப்போது தனக்கென ஒரு உபரியை உற்பத்தி செய்து கொள்ள முடிகிறது. இதன் காரணமாக அவன் சமூகத்திற்காக இன்னும் செய்யப்பட வேண்டிய அவசிய மான உழைப்பையும் (necessary labour) தனக்காக மட்டுமே அவன் செய்கின்ற உபரி உழைப்பையும் (surplus labour) வேறுபடுத்திப் பார்க்கிறான். தனது உபரி உற்பத்தியை என்ன செய்வது என்பதை தன் விருப்பப்படி முடிவு செய்யும் உரிமையைக் கோருகிறான். அவனது உற்பத்திப் பொருள் ஒரு விற்பனைச் சரக்காகிறது (commodity). பயன்பாட்டுக்கான உற்பத்தி என்பது போய் பரிவர்த்தனைக் கான (exchange) உற்பத்தி என்பது வருகிறது.*

இந்த வளர்ச்சிகள் உச்சநிலையை அடைந்ததும் பண்பு வகையில் புதிய உழைப்புப் பிரிவினையைத் தோற்றுவிக்கின்றன. மூளை உழைப்புக்கும் (mental labour), உடல் உழைப்புக்கும் (physical labour) இடையிலான பாகுபாடே இது. சமுதாயத்தில் ஒரு பிரிவினர் உற்பத்திக்குத் தேவையான தொழில்நுட்ப மற்றும் ஒழுங்கமைப்புப் பணிகளுக்குத் தங்களை அர்ப்பணித்துக் கொள்ளும் பொருட்டு உடல் உழைப்பைச் செலுத்துவதிலிருந்து முற்றிலுமாக விலக்குப் பெறுகின்றனர். உற்பத்திச் சாதனங்கள் (means of production) மீது தமக்குள்ள கட்டுப்பாட்டைச் சாதகமாக்கிக்கொண்டு இவர்கள் படிப்படியாக ஆளும்வர்க்கமாகத் தம்மை நிலைநாட்டிக் கொள்கின்றனர்.

---

* அவசியமான உழைப்பு, உபரி உழைப்பு, பயன் - மதிப்பு, பரிமாற்ற - மதிப்பு, உபரி - மதிப்பு, சரக்கு முதலியன பற்றிய விளக்கங்களை ஜார்ஜ் தாம்சனின் 'முதலாளியமும் அதன் பிறகும்' என்ற நூலின் முதல் அத்தியாயத்தில் காணலாம்.

ஆதிச் சமுதாயம் பயன் - மதிப்புகளின் (use - value) உற்பத்தியை அடிப்படையாகக் கொண்டிருந்தது போலவே, ஆதிச் சிந்தனையும் தூலமானதாக (concrete), பண்புவகைப்பட்டதாக (qualitative), அகவயமானதாக (அனுபவம் சார்ந்ததாக - subjective) உள்ளது.* காட்டிமிராண்டி மனிதனிடமிருந்து நாகரிக மனிதனை வேறுபடுத்திக் காட்டுவதாக அமைவது கருத்துகளை (concepts) உருவாக்கிக் கொள்ளும் சிந்தனை ஆற்றலாகும். இது சரக்கு உற்பத்தியின் வளர்ச்சியோடு தொடர்புடையதாகும். நுகர்பொருள் என்கிற வகையில் சரக்குப் பயன் - மதிப்புள்ளது; பரிவர்த்தனைக் கான பொருள் என்கிற வகையில் அதற்குப் பரிவர்த்தனை - மதிப்பும் உள்ளது. அதனைப் பரிவர்த்தனைக்கு உரியதாக்கும் பொருட்டு உற்பத்தியாளர்களின் மனங்களிலிருந்து அதனுடைய தூலமான,

---

* அடுத்த அத்தியாயத்தில் ஆஸ்திரேலியப் பழங்குடி மக்களின் மொழி பற்றி எழுதுகையில் ஜார்ஜ் தாம்சனே தூலமான சிந்தனை பற்றிய சில எடுத்துக்காட்டுகளைக் கூறுகிறார். அந்த மொழியில் ‘வட்டம்’ ‘கனம்’ முதலியவற்றுக்கான சொற்கள் இல்லை. எனவே ‘நிலாவைப் போல’ ‘பாறாங்கல்லைப் போல’ என்று கூறியும் அந்தப் பொருட்களைச் சுட்டிக் காட்டியும் ‘வட்டம்’, ‘கனம்’ என்பனவற்றை விளக்குவர். யானை, மான், புலி, கரடி ஆகியன தூலமானவை. ஆனால் ‘விலங்கு’ என்பது அருவ மானது (abstract). மா, பலா, வாழை, புளி போன்றவை தூலமானவை. ஆனால் ‘மரம்’ என்பது அருவமானது. நாம் மேலே சொன்ன தூலமான விலங்குகளான யானை, மான், புலி, கரடி முதலியவற்றில் உள்ள வேறு பாடுகளை ஒதுக்கி வைத்துவிட்டு அவற்றின் ஒற்றுமை அம்சங்களை மட்டும் பிரித்தெடுத்து ‘விலங்கு’ என்ற கருத்தை உருவாக்குகிறோம். அவ்வாறே ‘மரம்’ என்ற கருத்தும் உருவாகிறது. சக்கரம், முழுநிலா, வட்டப் பொத்தான், சூரியன் போன்ற பொருட்களுக்கிடையிலான வேறு பாடுகளை ஒதுக்கி வைத்துவிட்டு அவற்றின் வடிவியல் தன்மைகளைப் பொதுமைப்படுத்தியதன் விளைவாக ‘வட்டம்’ என்ற கருத்து உருவாக்கப் படுகிறது. இதேபோலத்தான் வெப்பம், சிவப்புநிறம், உருண்டை, பாதை முதலிய எளிய கருத்துகளிலிருந்து ‘நான்கு பரிமாணமுள்ள வெளி’ (four dimensional space) வரை தூலமானவற்றின் பொதுப் பண்புகளைப் பிரித்தெடுத்து அருவமான கருத்துகளாக்குகிறோம். இவை எல்லா வற்றுக்கும் அடிப்படையாக இருப்பது புலணறிவுதான் என்றாலும் அறிவு (knowledge) என்பது புறநிலை யதார்த்தத்தைக் கண்ணாடி போல் பிரதி பலிப்பதாகும் என்று மார்க்ஸியம் கருதுவதில்லை. உணர்வு தோன்றி விட்டபின் அதற்கே உரிய இயக்கம் உள்ளது. நேரடியான புலன்சார்ந்த பிம்பங்களில் புலனாய்வுக் கூறுகள் எவ்வாறு சேர்க்கப்படுகின்றனவோ வகைப்படுத்தப்படுகின்றனவோ அவ்வாறின்றி வேறுவகையில் இந்தக் கூறுகளை ஒன்று சேர்க்கவும் வகைப்படுத்தவும் வல்லதாய் நமது மனம், உணர்வு இருக்கிறது.

பண்புரீதியான அம்சங்களையெல்லாம் நீக்கிவிட்டு அதை வெறும் அளவுரீதியான விஷயமாகக் கையாள வேண்டும். பயன் - மதிப்பிற்கும் பரிமாற்ற - மதிப்பிற்குமிடையிலான முரண்பாட்டைக் கையாள மனத்தில் கணக்குப் போட்டுப் பார்க்க வேண்டிய தேவை இருக்கிறது. மனிதர்கள், தங்கள் பொருட்களைச் சந்தைக்கு எடுத்துச் சென்ற நாள் முதலே கோட்பாட்டுரீதியான புரிதல் ஏதும் இல்லாமலேயே இந்த மனக் கணக்கை வெற்றிகரமாகச் செய்துவந்தனர். இவ்வாறுதான் சரக்குப் பரிவர்த்தனை (commodity exchange) என்ற சமுதாய நடைமுறையின் மூலம் அவர்கள் தூலமானதையும் அருவமானதையும், குறிப்பிட்டதையும் பொதுவானதையும், மேற்தோற்றத்தையும் (appearance) சாரத்தையும் (essence), அகவயமானதையும் புறவயமானதையும் ஒன்றிலிருந்து மற்றொன்றை வேறுபடுத்திப் பார்க்கும் ஆற்றலைப் பெற்றனர். இந்த ஆற்றல் அறிவியல் சிந்தனைக்கு ஒரு முன்தேவையாகும்.

ஆயினும் அதே சமயம் பரிவர்த்தனையின் வளர்ச்சிப் போக்கில் உற்பத்தியாளன் தனது உற்பத்திப் பொருள்மீது தனக்கிருந்த கட்டுப்பாட்டை இழக்கின்றான். அதற்கு என்ன நேரிடுகிறது என்பதை இனி ஒருபோதும் அறிந்து கொள்ளமுடியாதவனாகிறான். உற்பத்திக்கும் நுகர்வுக்குமிடையிலான தொடர்பை சந்தையானது இருந்த இடம் இல்லாமல் செய்துவிடுகிறது. எந்த நோக்கத்திற்காக அவன் அதை உற்பத்தி செய்தானோ அந்த நோக்கமும் அதற்கு சந்தையில் ஏற்படும் விளைவும் இடையறாது முரண்படுகின்றன. இதன் காரணமாகத்தான் சரக்கு - உற்பத்தி செய்யும் சமுதாயத்தில் 'பொய்மை உணர்வு' (false consiousness) தோன்றுகிறது. இது காரண - காரியத் தொடர்பைத் தலைகீழாக்குகிறது. தத்துவார்த்தக் கருத்துமுதல்வாதம், இயங்காவியல், அறிவியல் தன்மையற்ற பிறவகைச் சிந்தனைகள் ஆகியவற்றைத் தோற்றுவிக்கிறது. பொருள் முதன்மையானது, மனம் இரண்டாவதாக இருப்பது என்று கருதுவதற்குப் பதிலாக மனம்தான் முதன்மையானது, பொருள் இரண்டாவதாக இருப்பது என்று கருத்துமுதல்வாதிகள் அடித்துக் கூறுகின்றனர். இயக்கம் என்பது முழுமுற்றானது, எப்போதும் இருப்பது (absolute), ஓய்வுநிலை என்பது ஒப்பீட்டுத் தன்மையானது (relative) என்று கருதுவதற்குப் பதிலாக இயங்காவியலாளன் (metaphisicist) * ஓய்வுநிலை முழுமுற்றானது, இயக்கம் ஒப்பீட்டுத் தன்மையானது என்று அறுதியிட்டுக் கூறுகிறார். உண்மை தலைகீழாக்கப்படுகிறது.

* Metaphysics என்பது மார்க்ஸியவாதிகளைப் பொருத்தவரை, பொருள்தன்மைவாய்ந்த (material) அல்லது பௌதீக (physical) →

அறிவியல் என்பது மனிதன் தனது அறிதல் அனுபவத்தை (cognitive experience) நெறிப்படுத்தி ஒழுங்கமைக்கும் முறை; கலை என்பது மனிதன் தனது உணர்ச்சி சார்ந்த அனுபவத்தை (affective experience) நெறிப்படுத்தி ஒழுங் கமைக்கும் முறை. 'அறிதல் சார்ந்த' 'உணர்ச்சி சார்ந்த' என்ற சொற்றொடர் சிந்தனைக்கும் உணர்ச்சிக்குமிடையே உள்ள வேறுபாட்டைக் குறிக்கின்றன.

ஆதிச் சமுதாயத்தில் அறிவியலோ கலையோ ஏதும் இல்லை. மந்திரம்தான் (Magic) உள்ளது. இன்று நாம் அறியும் அறிவியல், கலை ஆகியன தோன்ற முன்நிபந்தனைகளாக இருப்பவை சரக்கு உற்பத்தியின் வளர்ச்சி, மூளை உழைப்பிற்கும் உடல் உழைப்பிற்குமிடையிலான நேரெதிர்த் தன்மை, சமுதாயத்தில் ஏற்பட்டுள்ள வர்க்கப் பிரிவினைகள் (class divisions) ஆகியனவாகும்.

புறயதார்த்தத்திலிருந்து துண்டிக்கப்பட்ட அல்லது அதற்குத் தொடர்பில்லாத ஊகங்களின் அடிப்படையில் உருவாக்கப்படும் தத்துவக் கோட்பாடுகளையே குறிக்கும். இதனை 'இயக்க மறுப்பியல்' எனக் கூறுவது பிழை. இத்தமிழாக்கம் நெடுக இதனை 'இயங்காவியல்' என்றே குறிப்பிடுவோம்.

அத்தியாயம் II
வாலில்லாக் குரங்கிலிருந்து மனிதன் வரை

1. மனிதனும் உயர் வகைப் பாலூட்டிகளும்

பொதுவாகச் சொல்லப் போனால் பல்வேறு வகையான விலங்குகள் ஒரு மிக நீண்ட காலகட்டத்தில் இயற்கைத் தேர்வின் மூலமாக (natural selection) படிப்படியாகத் தோன்றின. இந்த இயற்கைத் தேர்வின் மூலம், பல்வேறு சுற்றுச் சூழல்களுக்கும் சுற்றுச்சூழலில் அடுத்தடுத்து ஏற்பட்ட மாற்றங்களுக்கும் ஏற்பத் தன்மை மாற்றிக் கொண்டன. இதில் எல்லா விலங்குகளுமே ஒரே சீரான வெற்றியைப் பெறவில்லை. புவியுலகின் வெவ்வேறு பகுதிகளில் தட்பவெட்ப நிலைமைகள் மாறுபடுவது மட்டுமின்றி எல்லாப் பகுதிகளிலுமே அவை தொடர்ந்து மிக நீண்ட காலம் பிடித்த பெரும் மாற்றங்களையடைந்தன. சுற்றுச்சூழல் மாற்றமடைவதால் எந்த ஒரு விலங்குராசியாலும் ஒருபோதும் தனது சுற்றுச்சூழலுக்கு ஏற்பத் தன்னை முழுமையாக மாற்றிக் கொள்ள முடியாது. விதிவிலக்காக, ஒரு குறிப்பிட்ட காலகட்டத்தில் சுற்றுச்சூழல் நிலைமைகளுக்கு ஏற்பத் தன்னை மிக நன்றாக மாற்றிக் கொள்ளும் ஒரு உயிர்ராசி, அதே காரணத்தினாலேயே பின்னர் அதற்குத் தகுதியற்றும் போகலாம். அதே சமயம், அதைப் போல குறிப்பிட்ட சுற்றுச்சூழல் நிலைமைகளுக்கு ஏற்பத் தன்னைச் சிறப்பாக மாற்றிக் கொள்ள முடியாத வேறு உயிர் ராசிகளின் எண்ணிக்கை அதிகரித்து அதனுடைய இனப் பெருக்கம் ஏற்படுகிறது.

உயர்வகைப் பாலூட்டிகளைச் (primates) சேர்ந்தவன் மனிதன். இந்த உயர்வகைப் பாலூட்டிகள்தான் விலங்கினங்களின் பரிணாம வரிசையில் (evolutionary scale) மிக உயர்ந்த இடத்தை வகிக்கின்றன. இவற்றில் மனிதன் மட்டுமின்றி வாலில்லாக் குரங்குகளும் அடங்குகின்றன. குட்டிபோட்டுப் பால் கொடுக்கும் இதர விலங்கு வரிசையில் (mammalian order) நாய், பூனை உள்ளிட்ட ஊனுண்ணிகளும் குதிரை, ஆடு, மாடு போன்ற குளம்புள்ள விலங்குகளும் உள்ளன. மிகத் தொடக்க காலப் பாலூட்டிகள் மரங்களில் வாழ்ந்தன. பரிணாம வளர்ச்சியின் போக்கில் இந்தத்

தொன்மையான மூதாதைகளிலிருந்து குளம்புள்ள விலங்குகளும் ஊனுண்ணிகளும் தம்மைத் துண்டித்துக் கொண்டன. இதற்குக் காரணம் அவை தரையில் வாழ்வதற்கான பல்வேறு வழிகளுக்குத் தம்மை மாற்றிக் கொண்டதுதான். தமது முன்னிரண்டு கால்களை நுட்பமாகவும் நுணுக்கமாகவும் இயக்கும் ஆற்றலை இழந்த அவ்விலங்குகள் உறுதியாக நிற்கவும் நான்கு கால்களில் வேகமாக அசையவும் கற்றுக் கொண்டதுடன் தாக்குதலுக்கும் தற்காப்புக்கு மான உறுப்புகளான கொம்புகள், குளம்புகள், முதுகெலும்புகள், தந்தங்கள், பற்களை மெல்லவோ அல்லது தசையைக் கிழிக்கவோ உதவும் பற்கள், தொலைவில் உள்ளவற்றை முகர்ந்தறியும் நீண்ட மூக்குகள் ஆகியவற்றை வளர்த்துக் கொண்டன. இதற்கிடையே, உயர்வகைப் பாலூட்டிகளின் மூதாதையான மற்றொரு விலங்குக் கூட்டம் மரங்களிலேயே தொடர்ந்து வாழ்ந்தது. ஒட்டுமொத்தமாகப் பார்த்தால், அது தொன்மையான பாலூட்டியின் உடல் கட்டமைப் பைத் தக்கவைத்துக் கொண்டது. அவ்விலங்குக் கூட்டத்தின் வாழ்க் கைக்கு, நீண்ட தூரத்திலிருப்பதை முகர்ந்தறியும் ஆற்றலை விட கூரிய கண்பார்வையும், வேகத்தையும் வலிமையையும் விட சுறு சுறுப்பும் சாமர்த்தியமுமே தேவைப்பட்டன. பழங்களும் இலை களுமே அவற்றின் உணவாதலால், பற்களையே பெரிதும் சார்ந் திருக்க வேண்டிய தேவை இல்லாமல் போயிற்று. மூக்கு குறுகியது. அதே சமயம் கண்கள் முப்பரிமாணப் பார்வையை* (stereoscopic vision) பெறும் ஆற்றல் வாய்ந்ததாகின. கூரான வளைநகங்கள், தட்டையானதும் கூருணர்வுடையதுமான கால் பாதங்களில் பதிந்தன. விரல்கள் வளையும் தன்மை கொண்டதாகின. கைப்பெரு விரலும் கால் பெருவிரலும் மற்ற விரல்களுக்கு எதிர்ப்புறமாக இயங்கத் தொடங்கின. இதன் காரணமாக அந்த விலங்குகளால் சிறிய பொருட்களைக் கூடப் பற்றுவதற்கும் கையாளுவதற்கும் முடிந்தது. இறுதியாக இந்த வளர்ச்சிகளோடு சேர்ந்து மூளையும் அளவில் பெரியதாகவும் சிக்கலான அமைப்பு பெற்றதாகவும் ஆயிற்று. புறவுலகுடன் உடலின் இதர உறுப்புகள் கொள்ளும் தொடர்புகளைக் கட்டுப்படுத்துவது மூளையின் செயற்பாடானதால் மூளையின் வளர்ச்சி மட்டுமே, மற்ற உறுப்புகளைப்போல ஒரு குறிப்பிட்ட செயற்பாட்டில் மட்டுமே மிகைத் தேர்ச்சி பெறும் அபாயத்திலிருந்து விடுபட்டுள்ளது. இவ்வாறு, சுற்றுச் சூழலுக்கு ஏற்பத் தம்மைக் குறைவாக அல்ல, மேலும் அதிகமாகவே

---

* இதை இருவிழி முப்பரிமாணப் பார்வை என்றும் கூறலாம். இருவிழி களும் வட்டங்கள் எனக் கொண்டால் இருவட்டங்கள் அருகருகே இருப் பதாலேயே முப்பரிமாணப் பார்வை சாத்தியமாகிறது.

மனித சாரம் ● 32

மாற்றிக்கொள்ளும் வகையில் உயர்வகைப் பாலூட்டிகள் வளர்ச்சியடைந்தன.

இப்போதுள்ள உயிரினங்களில் மனிதனுக்கு மிக நெருக்கமான உறவுடைய விலங்குகள் மனிதக் குரங்குகளான சிம்பன்ஸியும் கொரில்லாவும் ஆகும். அவற்றுக்குள்ள மூளைகளைவிட அளவில் பெரிய மூளையும் நேராக நின்று சீராக இருகால்களில் நடக்கும் தன்மையும் மனிதனை இந்த விலங்குகளிலிருந்து வேறுபடுத்துகின்றன. இந்த விலங்குகளிலிருந்து மனிதனை வேறுபடுத்துகிற முதல் கட்டம் சில உயர்வகைப் பாலூட்டிகள் மரங்களில் வாழும் பழக்கத்தைக் கைவிட்டுத் தரையில் வாழத் தொடங்கியபோது ஏற்பட்டது என்று கருதப்படுகிறது. பலகோடி ஆண்டுகளுக்கு முன் ஊனுண்ணிகள், குளம்புடைய விலங்குகள் செய்தது இதுதான். மனிதனும் இதே உதாரணத்தைப் பின்பற்றினான் என்றாலும் பரிணாமத்தின் மிக உயர்ந்ததோர் நிலையிலிருந்தே அப்படிச் செய்தான். எனவே அவன் மரங்களிலிருந்து இறங்கி தரையில் வாழத் தொடங்கியதால் ஏற்பட்ட தொடர்விளைவுகள் முற்றிலும் மாறுபட்டவையாக இருந்தன. நாம் ஏற்கனவே கூறியதுபோல, பிற விலங்குகள் எதற்கும் உள்ளதைவிடச் சிறந்த மூளையமைப்பை மனிதன் ஏற்கனவே பெற்றிருந்தான். தரையில் நடக்கக் கற்றுக்கொண்ட மனிதன் ஒரு குறிப்பிட்ட வாழ்க்கை முறைக்கு உட்படுத்தப்பட்டான். அவனது மூளை மேலும் வளர்ச்சிபெற்றால் ஒழிய, உயிர்பிழைப்பதற்கான வாய்ப்பே இல்லை என்ற நிலையை உருவாக்கிய வாழ்க்கை முறை அது.

விலங்குகள் இயற்கையின் பகுதியாகும். அவையும் அவற்றின் சுற்றுச் சார்பும் ஒன்றின் மீதொன்று ஆற்றும் செயல்களும் எதிர்ச்செயல்களும் செயலூக்கமற்றவை. விலங்குகள் இயற்கையின் மீது எதிர்வினையாற்றுகின்றன என்பது உண்மைதான். எடுத்துக் காட்டாக, மேய்ச்சலில் ஈடுபடுகின்ற கால்நடை மந்தைகள் ஏற்படுத்தும் அழிவுகள் நிலப்பரப்பின் சில திணைகளிலுள்ள தாவர வகைகளில் மாற்றத்தை ஏற்படுத்துகின்றன. ஆனால் தனது நீரோட்டத்தின் போக்கில் பள்ளத்தாக்குகளை உருவாக்கும் ஆறுகளுக்குத் தமது செயற்பாட்டைப் பற்றிய உணர்வு இல்லாதது போலவே கால்நடை மந்தைகள் போன்ற விலங்குகளுக்கும் தமது செயற்பாடுகள் பற்றிய உணர்வு ஏதும் இல்லை. தேனீக்கள் கூடுகள் கட்டுவதும் பறவைகள் கூடுகள் கட்டுவதும் பீவர்கள் (நீர்க் கரடிகள்) அணைகள் கட்டுவதும் இதுபோன்ற உணர்வுபூர்வமற்ற செயற்பாடு கள்தாம். இத்தகைய செயற்பாடுகள், அந்த விலங்குகள் தமது இயல்பூக்கங்கள் (instincts) வழியாக, சுற்றுச் சார்புக்கு ஏற்பத்

தம்மை மாற்றிக் கொள்ளும் முறைகளாகும். இவை உயிரியல் ரீதியில் பெறப்படும் மரபுவழிப் பண்புகளாகும்.

இருப்பினும் பரிணாமத்தில் மிகக் கீழ்நிலையில் உள்ள விலங்குகளுக்கும் மிக உயர்ந்த நிலையில் உள்ள விலங்குகளுக்கும் சில வேறுபாடுகள் இருக்கத்தான் செய்கின்றன. சுற்றுச் சார்புக்கு ஏற்பத் தம்மை மாற்றிக் கொள்வதில் அவற்றுக்கிடையே வேறு பாடுகள் உள்ளன. மனிதரல்லாத உயர்வகைப் பாலூட்டிகள் பிற விலங்குகளைவிட மேன்மையானவையாக இருப்பதற்குக் காரணம், ஒப்பீட்டு நோக்கில் அவற்றின் மூளைகள் அளவில் பெரியவையாக இருப்பதாகும். அவற்றின் உடல்களின் இதர உறுப்புகள் தனிச் சிறப்பான தேர்ச்சி பெறாமையே அவற்றின் மூளையின் அளவு பெரியதாக இருப்பதைச் சாத்தியமாக்கிற்று. இதன் காரணமாக, உயர்வகைப் பாலூட்டிகள் மற்ற எல்லா விலங்குகளையும் காட்டிலும் தம்மைச் சிறப்பாகத் தகவமைத்துக் கொள்கின்றன. அவை இத்தகைய பரிணாமம் பெற்றதற்குக் காரணம் கனி, காய், கொட்டை போன்ற உடனடி உணவை வழங்கக் கூடியதும் பகைச் சக்திகளிடமிருந்து பாதுகாக்கும் புகலிடத்தைத் தரக் கூடியவையு மான மரங்களில் வாழ்ந்ததுதான்.

இயற்கையால் வழங்கப்படும் இந்த அனுகூலங்களை மனிதனின் முதல் மூதாதையர் கைவிட்டபோது உயிர்ராசிகளின் பரிணாமத்தில் ஒரு புதிய கட்டத்தைத் தொடங்கி வைத்தனர். அதாவது விலங்குக்கும் இயற்கைக்குமிடையிலான உறவில் ஒரு பண்புவகை மாற்றம் ஏற்பட்டது. அவர்களது பற்கள், கைகால்கள் ஆகியன முற்றிலும் பாதுகாப்பற்றவை. அவர்கள் அவற்றை மட்டும் சார்ந்து இருந்திருப்பார்களேயானால் நிச்சயமாக அழிந்து போயிருப்பர். ஆனால் அவர்களுக்கு இருந்த மூளைகள் நமது மூளைகளைவிடச் சிறியவையாக இருந்தனவென்றாலும் வாலில் லாக் குரங்குகளின் மூளைகளைவிடப் பெரியதாக இருந்தன; மேலும், நேராக நிமிர்ந்து நிற்கக் கூடிய ஆற்றலை அவர்கள் பெற் றிருந்தனர். இதன் காரணமாக, அவர்கள் இயற்கைச் சூழலுக்கு ஏற்பத் தம்மை மாற்றிக் கொள்ளுவதோடு நின்ற நிலைமாறி, அவர் களது மூளையின் கட்டளைப்படி கைகள் இரண்டும் அவர்களது தேவைகளுக்கு உகந்த வகையில் இயற்கையை மாற்ற உதவின.

தனது உடலின் சுமை முழுவதையும் தன் பாதங்களில் தாங்க வைத்த மனிதனின் கால் பெருவிரல்கள் பொருட்களைப் பற்றிக் கொள்ளும் ஆற்றலை இழந்தபோதிலும், அவனது கைகளுக்கு இருந்த கட்டுப்பாடுகள் நீங்கி, விரல்கள் நுட்பமான அசைவுகளைச் செய்யக்கூடியவையாகின. இது படிப்படியாக ஏற்பட்ட நிகழ்முறை

யாகும். மனிதன் நிமிர்ந்து நின்றதால் ஏற்பட்ட முதல் விளைவு என்னவென்றால், மாமிசம் போன்ற உணவுவகைகளையும் பிற பொருட்களையும் கிழிக்கவும் நசுக்கவும் அவனது தாடைகளுக்கு இருந்த நிர்பந்தம் நீங்கப்பெற்று, அச்செயற்பாடுகள் கைகளுக்கு மாற்றப்பட்டன. இதன் காரணமாக அவனது தாடைகள் சுருங்கி, மூளை மேலும் விரிவடைய வாய்ப்பு ஏற்பட்டது. வளர்ச்சியடைந்த மூளையால் கைகளின் செயற்பாடுகளை முழுக்க முழுக்கத் தன் கட்டுப்பாட்டிற்குள் கொண்டுவர முடிந்தது.

மனிதனின் கையிலும் மூளையிலும் நேரிணையாக ஏற்பட்ட வளர்ச்சிதான் கருவிகளைப் பயன்படுத்துதல், பேச்சு ஆகிய மனிதனின் இரண்டு அடிப்படைப் பண்புகளுக்கான உடலியல் மூலாதாரமாக அமைந்தது.

மனிதனல்லாத உயர்வகைப் பாலூட்டிகளால் தடிகள், கற்கள் போன்ற இயற்கைப் பொருட்களைக் கையாள முடியும். உடனடியான ஏதோவொரு நோக்கத்திற்காக அவற்றை ஓரளவு மாற்றியமைக்க முடியும். ஆனால் அவற்றால் கையாளப்படும் இத்தகைய பொருட்களுக்கும் மனிதனால் உருவாக்கப்பட்ட கல்லுளிகள், கற்சம்மட்டிகள், கற்கோடாலிகள், கல்லாலான துளையிடும் கருவிகள் போன்ற மிகக் கரடுமுரடான கருவிகளுக்குமிடையில் ஒரு பண்புவகை வேறுபாடு உண்டு. கருவி என்பது உழைப்பின் விளை பொருளாகும்; நுகர்வுக்காக அல்ல, உற்பத்திக்காகத் திட்டமிட்டு உருவாக்கப்பட்டதாகும் (GR 492.) எனவே, அது உற்பத்திக்கான கருவி என்கிற வகையில் கையாளப்படுவதையும் பார்க்க, அதனைத் தயாரிப்பதற்குத் தேவைப்படுவது மேலதிக நோக்கம் கொண்ட செயற்பாடாகும். கருவியைக் கையாள்வது ஒரு குறிப்பிட்ட பொருளைப் பெறுவதற்காகத்தான்; ஆனால் அதைத் தயாரிப்பது குறிப்பிட்ட வகை உற்பத்தியைச் செய்வதற்காகும்.

இதிலிருந்து பெறப்படுவது என்னவென்றால், கருவிகளைப் பயன்படுத்துவதற்கு உயரளவிலான அல்லது புதிய வகையான அறிவு தேவைப்படுகிறது என்பதும் இத்தகைய அறிவும் பேச்சும் (speech) பிரிக்க முடியாதவையாகும் என்பதும் ஆகும். இப்பொழுது மூளையின் ஒரு பகுதி கையின் இயக்கத்தைத் தூண்டுவதற்கான இயக்க உறுப்புகளையும் (motor organs) மற்றொரு பகுதி பேச்சைத் தூண்டுவதற்கான இயக்க உறுப்புகளையும் கட்டுப்படுத்துகிறது. இதனால்தான் நமது மூளையின் ஒரு பகுதியின் செயற்பாடு மற்றொரு பகுதியின் செயற்பாடாக விரிவடைகிறது. எழுதுவதற்குக் கற்றுக் கொள்ளும் குழந்தைகள், கையின் அசைவுகளைக் கட்டுப்படுத்துவதற்குத் தேவையான ஒருமுகப்படுத்தப்பட்ட கவனத்தின்

பொருட்டு நாக்கைச் சுழற்றவோ அல்லது வார்த்தைகளைச் சத்தம் போட்டு உச்சரிக்கவோ செய்கின்றனர். அதற்கு நேர்மாறாக, அவர்கள் பேசும்போது பெரியவர்களைக் காட்டிலும் அதிகமாக அங்க அசைவுகளைச் (gesticulations) செய்கின்றனர். இவை யாவும் மனித இனத்தின் ஆதிப் பண்புகளாகும். காட்டுமிராண்டி நிலையிலுள்ள மனிதர்களும் வாலில்லாக் குரங்குகளும் பல்வகையான அங்க அசைவுகளைத் தாராளமாகப் பயன்படுத்துவதைப் பார்க்கலாம். முதிர்ச்சி பெறாத சில மொழிகளில் பேச்சும் அங்க அசைவும் நெருக்கமாகப் பிணைக்கப்பட்டுள்ளன. பொருத்தமான சைகையைச் (gesture) செய்யாமல் முழு அர்த்தத்தையும் தாமே வெளிப்படுத்தும் ஆற்றலைக் கொண்ட சொற்கள் அந்த மொழிகளில் இல்லை. உண்மையில், பேச்சுக்கும் சைகைக்குமுள்ள உறவு ஒருபோதும் நீங்கவில்லை என்பதை அறிந்து கொள்ள நாம் பேசுவதைக் கவனித்தாலே போதும். இதிலிருந்து தெரிவது என்னவென்றால் ஆதி மனிதனின் உடற்செயற்பாடுகளுடன் கூடவே, அவற்றின் எளிமையான அல்லது சிக்கலான தன்மைக்கேற்ப குறைவாகவோ கூடுதலாகவோ குரல் உறுப்புகளின் தன்னிசைச் செயற்பாடும்* (reflex action) இருந்தது. பின்னர் உடற் செயற்பாடுகளை நெறிப்படுத்தும் சாதனமாக இந்தக் குரல் இயக்கங்கள் உணர்வுபூர்வமாக வளர்க்கப்பட்டன. இறுதியாக அவை தனித்து இயங்குகிற கருத்துப் பரிமாற்றச் சாதனமாக வளர்ச்சி பெற்றன. இக்கருத்துப்பரிமாற்றத்திற்கு கைகளின் தன்னிச்சை அசைவுகள் துணை புரிந்தன.

2. இரண்டாவது சமிக்கை முறை

உயிரினங்களின் பரிணாமத்தின் போக்கில் பல்வேறு வகை விலங்கினங்கள் அவற்றின் இயற்கைச் சூழலில் ஏற்பட்டு வந்த மாற்றங்களுக்கு ஏற்பத் தமது உடற்கட்டமைப்பையும் உறுப்பியக்கங்களையும் மாற்றிக்கொண்டன. பரிணாம வரிசையில் உயர்நிலையில் இருந்த விலங்குகளைப் பிற விலங்குகளிலிருந்து வேறுபடுத்துவது அவற்றின் மூளையின் அளவும் அதனுடைய நேர்த்தியான (complex) அமைப்புமாகும். மற்ற விலங்குகளைக் காட்டிலும் பலவகைகளிலும் செயல்திறனுடனும் தமது சுற்றுச்

---

* இதற்கு ஓர் எளிய எடுத்துக்காட்டு, கோடரியால் விறகைப் பிளக்கக் கைகள் அசைகையில் அந்த அசைவுடன் கூடவே தன்னிச்சையாக ஒரு ஒலி நம் தொண்டையிலிருந்து எழுவது.

சூழலின்மீது எதிர்வினை புரியும் ஆற்றலை இவற்றுக்குத் தருவது இத்தகைய மூளைதான்.

முதுகெலும்பில்லா விலங்குகளில் மிகத் தொடக்கக் காலத்தைச் சேர்ந்தவை 50 கோடி ஆண்டுகளுக்கு முன்னரே உலகில் தோன்றின. மீனினம் 40 கோடி ஆண்டுகட்கு முன்பும் ஊர்வன 25 கோடி ஆண்டுகட்கு முன்பும் தோன்றின. பாலூட்டிகள் தோன்றிய காலம் 20 கோடி ஆண்டுகளுக்குக் குறைவானதாகும். மனிதனோ ஏறத்தாழ 20 இலட்சம் ஆண்டுகளுக்கு முன்புதான் தோன்றினான். பரிணாம வரிசையைக் கீழேயிருந்து மேலே பார்க்கையில், இந்த வரிசையில் மேலே செல்லச் செல்ல உயிரினங்களில் புதிய பண்பு களின் சேர்க்கை விகிதம் அதிகரித்து வருவதைப் பார்க்கலாம். இந்த வரிசையில் உச்சியில் இருப்பவன் மனிதன். பரிணாம வளர்ச்சி வேகத்தின் அளவு விரைவாக அதிகரித்ததன் விளைவாகவே மனிதன் தோன்றினான். அவனது தோற்றம் பரிணாம கதியில் ஏற்பட்ட பண்புவகை மாற்றத்தின் விளைவு என்று கூறலாம். இந்த மாற்றத்தை எவ்வாறு பகுத்தாய்வது என்பதை மூளை இயங்கும் முறையை அடிப்படையாகக் கொண்டு கட்டுப்படுத்தப்பட்ட தன்னிச்சைச் செயல்கள் (conditional reflexes) பற்றிய தனது ஆய்வுகளில் பாவ்லோவ் * எடுத்துக் காட்டியுள்ளார்.

ஒரு தூண்டுதலுக்கான (stimulus) எதிர்வினைதான் தன்னிச்சைச் செயல் (reflex) என்று பாவ்லோவ் வரையறை செய்தார். உணவு நம் வாய்க்குள் சென்றதும் உமிழ்நீரால் கரைக்கப்படுகிறது. உமிழ்நீர் உணவை விழுங்குவதை எளிதானதாக்குகிறது. நாய்களுக்கு உணவு கொடுத்துப் பலமுறை தொடர்ச்சியாக நடத்திய ஆராய்ச்சிகள் மூலமாக பாவ்லோவ் கண்டறிந்தது என்னவென்றால், நாயின் வாய்க் குள் உணவு சென்றதும் சங்கிலித் தொடர் போன்ற இயக்கங்கள் நரம்பு மண்டலம் வழியாக மூளைக்குச் சென்று மீண்டும் வாய்க்குத் திரும்பி அங்கு உமிழ் நீர் சுரப்பியை இயங்க வைக்கின்றன என்பதாகும்.

கட்டுப்படுத்தப்பட்ட தன்னிச்சைச் செயல்கள் (conditional reflexes), கட்டுப்படுத்தப்படா தன்னிச்சைச் செயல்கள் (unconditional reflexes) என்னும் இருவகை தன்னிச்சை செயல்கள் உள்ளன. கட்டுப்படுத்தப்படாத தன்னிச்சைச் செயலுக்கான ஒரு எடுத்துக் காட்டைத்தான் நாம் மேலே கூறினோம். கட்டுப்படுத்தப்படாத் தன்னிச்சைச் செயல் ஊனமற்ற ஒவ்வொரு உயிர்ராசியோடும்

---

* பாவ்லோவ் : (Ivan Pavlov -1849 - 1936) ரஷ்யாவிலிருந்த உளவியல் அறிஞர். கட்டுப்படுத்தப்பட்ட தன்னிச்சைச் செயல்கள் பற்றிய அவரது ஆராய்ச்சிகள் உளவியலுக்குத் தரப்பட்ட முக்கிய பங்களிப்புகளாகும்.

கூடவே பிறந்ததாகும். இந்த தன்னிச்சைச் செயலுக்கான வளர்ச்சிக் கான நிலைமைகள் ஒவ்வொரு உயிரினத்திடமும் அதன் பிறவி யிலேயே இருக்கின்றன. தானியங்களையோ, புழுபூச்சிகளையோ கொத்தித் தின்னத் கோழிக்குஞ்சு கற்றுக் கொள்ள வேண்டிய தில்லை. குழந்தை, தாயின் மார்பகத்திலிருந்து பாலுறிஞ்சிக் குடிக்கக் கற்றுக்கொள்ளத் தேவையில்லை. இவை கட்டுப்படுத்தப் படாத் தன்னிச்சைச் செயல்களாகும்.

வாய்க்குள் உணவு செல்லாமலேயே உமிழ் நீரைச் சுரக்க வைக்க முடியும். ‘வாயில் எச்சில் ஊறுவதற்கு’ உணவுப் பண்டத்தைப் பார்ப்பதோ அல்லது அதனுடைய மணத்தை முகர்வதோ போதும். இது கட்டுப்படுத்தப்பட்ட தன்னிச்சைச் செயலாகும். நம் கண்ணில் படக்கூடிய சில விஷயங்களை அல்லது வாசனைகளை உணவோடு தொடர்புபடுத்திப் பார்க்கக் கற்றுக் கொண்டிருக்கிறோம். ‘கற்றுக் கொள்ளுதல்’ என்றால் என்ன? பாவ்லோவால் பரிசோதனைக்குப் பயன்படுத்தப்பட்டு வந்த நாய்க்கு ஒரு குறிப்பிட்ட நேரத்தில் உணவு தரப்பட்டு வந்தது. குறிப் பிட்ட நேரத்தில் உணவு தரப்படுவதற்கு அது பழக்கப்பட்ட பிறகு, உணவு தரப்படும் நேரத்தில் மணியடிக்கப்பட்டது. மணி யோசை கேட்டதும் நாய்க்கு எச்சில் வடிவது கண்டறியப்பட்டது. இந்தப் பரிசோதனையால் உருவாக்கப்பட்ட நிலைமைகளுக்கு ஏற்ப தூண்டுதல் இப்போது உணவிலிருந்து அல்லாமல் மணியோசையி லிருந்து வரும்படி செய்யப்பட்டது. பரிசோதனையின் அடுத்த கட்டத்தில் மணியடிக்கப்பட்டது; ஆனால் உணவு தரப்படவில்லை. நாய்க்கு எச்சில் ஊறுவதும் நின்றது. எச்சில் ஊறுவது தடுக்கப் பட்டது. அதாவது புதிய நிலைமைகளுக்குப் பொருத்தமான தூண்டு தல் உருவாக்கப்பட்டது. முறையாக இயங்கும் மூளைப் புறணி (cortex) இல்லாமல் இத்தகைய கட்டுப்படுத்தப்பட்ட தன்னிச்சைச் செயல்கள் நிகழா என்பதை பாவ்லோவ் எடுத்துக் காட்டினார்.

ஒரு குறிப்பிட்ட விலங்கில் உள்ள கட்டுப்படுத்தப்பட்ட மற்றும் கட்டுப்படுத்தப்படாத் தன்னிச்சைச் செயல்களின் ஒட்டு மொத்தமே முதல் சமிக்கை அமைப்பு (First Signalling System) என்று பாவ்லோவால் அழைக்கப்பட்ட வகை மாதிரியை (type) உருவாக்குகிறது. விலங்குகளுக்குரிய இப்பண்பு, பரிணாம வளர்ச்சியில் அந்தந்த வளர்ச்சி நிலைக்கு ஏற்றவாறு கூடுதலாகவோ குறைவாகவோ வளர்ச்சியடைந்துள்ளது. முற்றிலும் புதிய வகை யான தன்னிச்சைச் செயல்களுக்கான அடிப்படையை உருவாக்கும் விதத்தில் முதல் சமிக்கை அமைப்பு மனிதனிடத்தில் பன்முகத் தன்மை கொண்டதாகிறது. இந்தப் புதிய வகை தன்னிச்சைச்

செயல்களும் பிற தன்னிச்சைச் செயல்களும் இணைந்து செயல் பட்டு இரண்டாவது சமிக்கை அமைப்பை (Second Signalling System) உருவாக்குகின்றன.

பாவ்லோவின் மாணவரொருவர் கீழ்க்காணும் பரிசோதனையைச் செய்தார். ஒரு குழந்தையின் விரலில் மின்சாரம் பாய்ச்சப்பட்டது. குழந்தை உடனே விரலை இழுத்துக் கொண்டது. பலமுறை இப்படி பரிசோதனையைச் செய்த பின்னர், மின்சாரம் பாய்ச்சுவதற்கு முன் மணியடிக்கப்பட்டது. இதையே பலமுறை செய்தபிறகு, மணியோசையைக் கேட்டதும் குழந்தை விரலை இழுத்துக் கொள்ளத் தொடங்கியது. அடுத்ததாக, மணியடிப்பதற்குப் பதிலாக ஆராய்ச்சியாளர் 'மணி' என்ற வார்த்தையை உச்சரித்தார். அந்த வார்த்தையைக் கேட்டதுமே குழந்தை சட்டென்று விரலை இழுத்துக் கொண்டது. பிறகு அந்த வார்த்தையை உச்சரிப்பதற்குப் பதிலாக அதை அட்டையில் எழுதிக் காண்பித்தார். அந்த வார்த்தையைப் பார்த்ததுமே குழந்தை விரலை இழுத்துக் கொண்டது. இறுதியில் மணியை நினைத்தவுடனேயே குழந்தை விரலை இழுத்துக் கொள்ளும்படி செய்யப்பட்டது.

இந்தப் பரிசோதனை கட்டுப்படுத்தப்படாத் தன்னிச்சைச் செயலிலிருந்து (மின்சாரம் என்ற தூண்டுதலுக்கு எதிர்வினையாக விரலை இழுத்துக் கொள்ளுதல்) தொடங்கி கட்டுப்படுத்தப்பட்ட தன்னிச்சைச் செயலுக்குச் (மணியோசை கேட்டதும் விரலை இழுத்துக் கொள்ளுதல்) சென்றது. இவையிரண்டுமே புறத்தூண்டு தலுக்கான செயலூக்கமற்ற எதிர்வினைகள். முதல் சமிக்கை அமைப்புக்குள் அடங்குபவை. ஆனால் மணி என்ற சொல்லின் ஒலி, அட்டையில் இருந்த எழுத்துக்கள், அதுபற்றிய சிந்தனை ஆகியவற்றுக்குக் குழந்தையின் எதிர்வினைகள் வேறுவகையாக இருந்தன. இங்கு மணி என்ற சொல்லைப் பயன்படுத்தியதன் மூலம் குழந்தை தனது அனுபவங்களைப் பொதுமைப்படுத்தியுள்ளது. சொல் மற்றொரு குறியீடு அல்ல; மாறாக அது, 'குறியீட்டின் குறியீடு.' இவ்வகையான எதிர்வினைகள் இரண்டாவது சமிக்கை அமைப்பைச் (Second Signalling System) சேர்ந்தவையாகும். இங்கு காணப்படும் தனிச்சிறப்பான தூண்டுதல் புலன் உணர்வுகள் மீது செயல்படும் புறநிலை இயற்கை நிகழ்ச்சிப்போக்கு அல்ல; மாறாக தனிமனிதனால் புரிந்துகொள்ளப்படுவதும் சமுதாயத்தால் உருவாக்கப்பட்டதுமான ஒரு செயற்கை ஒலிதான். 'மணி' என்ற சொல்லின் ஒலியின் தன்மை 'மணி' என்ற பொருளைத் தவிர வேறு எதையும் குறிக்காது என்பதில்லை. மாறாக ஒவ்வொரு மொழி யிலும் 'மணி' என்பதற்கு வெவ்வேறு சொல் உள்ளது.

அச்சொல்லின் வடிவத்தைப் போலவே உள்ளடக்கமும் சமுதாய ரீதியாக நிர்ணயிக்கப்படுகிறது. ஒரு மணியின் ஓசை, அதன் வடிவம், அதன் செயற்பாடு ஆகியவற்றை 'மணி' என்ற சொல் குறிக்கிறது. ஏதோ இந்த அல்லது மற்ற மணியின் ஓசை, வடிவம், செயற்பாடு ஆகியவற்றை மட்டுமல்ல, அனைத்து மணிகளின் ஓசை, வடிவம், செயற்பாடு ஆகியவற்றையும் 'மணி' என்ற சொல் குறிக்கிறது. குறிப்பிட்ட மணிகளுக்குள்ள திட்டவட்டமான, தூலமான பண்புகளை யெல்லாம் பிரித்தெடுத்து ஒதுக்கிவிட்டுப் பெறப்பட்ட ஒட்டுமொத்தமான பொதுப்பண்புகளைத்தான் 'மணி' என்ற சொல் குறிக்கிறது. சுருங்கக் கூறின் அது ஒரு கருத்தைக் (Concept) குறிக்கிறது.

பாவ்லோவின் மேற்சொன்ன ஆராய்ச்சியும் அவரது சிந்தனை முறையும் பரிசோதனைகளிலிருந்து பெறப்பட்ட ஒரு சான்றை லெனினின் பிரதிபலிப்புக் கோட்பாட்டிற்கு வழங்கின:

> கல்விக் கூடப் பேராசிரியர்களின் தவறான தத்துவத்தால் வழி தவறிப் போகாத ஒவ்வொரு அறிவியலறிஞரையும் ஒவ்வொரு பொருள்முதல்வாதியையும் பொருத்தவரை, புலனுணர்ச்சி என்பது உண்மையில் உணர்வுக்கும் புற உலகிற்குமிடையில் உள்ள நேரடியான தொடர்பு ஆகும். புறத் தூண்டுதலின் ஆற்றலை மனித உணர்வாக மாற்றுவதாகும். (LCW 14 - 51)

3. கூட்டுச் செயல்பாடு

இரண்டாவது சமிக்கை முறையின் பரிணாம வளர்ச்சி மூளையின் படிப்படியான வளர்ச்சியோடு தொடர்புடையதாகும். நாம் ஏற்கனவே கூறியபடி, உயர்வகைப் பாலூட்டிகளில் மூளையின் வளர்ச்சியைக் காணலாம். இந்த உண்மையை வலுப்படுத்தும் பிற சான்றுகள் பல உள்ளன.

குளம்புகளுள்ள விலங்குகளில் பெரும்பாலானவை மிக வேகமாக வளர்கின்றன. மற்றோர் புறமோ, ஊனுண்ணிகளோ தற்காப்பற்றவையாகப் பிறந்து பல மாதங்கள் தமது தாயையோ தந்தையையோ சார்ந்து இருக்க வேண்டியவையாய் உள்ளன. உயர் வகைப் பாலூட்டிகளில் ஒன்றான ஓராங் - உடாங் (Orang - Otang) பிறந்தவுடன் மல்லாக்காகப் படுத்தே முதல் ஒரு மாதத்தைக் கழிக்கிறது. பிறகு மெல்ல மெல்ல நடக்கக் கற்றுக் கொண்டு மூன்று வயதாகுகையில் யாரையும் சார்ந்திருக்காமல் தானாகவே நடமாடக்

கூடியதாகிறது. பத்து அல்லது பதினோராவது வயதில் முழுவளர்ச்சி யடைகிறது. மனிதக் குழந்தையோ தான் பிறந்த ஓராண்டு முடிவதற்கு முன் எழுந்து நடக்க இயலாததாய் உள்ளது.

பரிணாம வரிசையில் உள்ள கீழ்நிலை விலங்குகளை ஒப் பிடுகையில் உயர்நிலைப் பாலூட்டிகள் முழு வளர்ச்சியடைய அதிக காலம் எடுத்துக்கொள்கின்றன. ஆனால் அவற்றின் உடல் உறுப்பு களின் வளர்ச்சியைப் பொருத்தமட்டில் மிகவும் கடைசியாக முழு வளர்ச்சியடைவது மூளைதான். மனிதனைப் பொருத்தமட்டில் இந்த வேறுபாடு இன்னும் அதிகமாக உள்ளது. அவனது மூளை வளர்ச்சி யடைவதற்கு அவன் பிறந்த பின் நீண்டகாலம் பிடிக்கிறது. அதே சமயம் உடலின் பிற உறுப்புகளைவிட அது வேகமாக வளர்ச்சி யடைகிறது. அவனது மூளையின் அளவும் எடையும் பெருகுவதற்கு முக்கியக் காரணம், மூளைப் புறணியிலுள்ள (cortex) உயிரணுக் களை, குறிப்பாகக் கைகளையும் கால்களையும் கட்டுப்படுத்தும் பகுதியையும், நாக்கையும் உதடுகளையும் கட்டுப்படுத்தும் பகுதியை யும் இணைக்கிற நரம்பு மண்டலத்தின் வளர்ச்சியாகும். மூளையி லுள்ள இந்த இரண்டு பகுதிகளின் அளவு விகிதம் மனிதனின் இதர உறுப்புகளை இயக்கும் பகுதிகளின் அளவு விகிதத்தைவிட அதிக மானதாகும். மனிதனல்லாத உயர்வகைப் பாலூட்டிகளின் மூளை களில் உள்ள இதேபோன்ற பகுதிகளைவிட அளவில் மிகவும் பெரியதாகும். மனிதன் முழுவளர்ச்சியடையாத காலகட்டத்தில், நரம்புமண்டலம் உருவாகிக் கொண்டிருக்கும் காலகட்டத்தில்தான் கட்டுப்படுத்தப்பட்ட தன்னிச்சைச் செயல்களில் மிகவும் நீடித்து நிற்பவை உருவாக்கப்படுகின்றன. ஆதி மனிதனிடம் மூளை ஒன்றைத் தவிர தற்காப்பு அவயங்கள் ஏதும் இருக்கவில்லை என்பதை நாம் ஏற்கனவே குறிப்பிட்டோம். இதோடு வேறொரு விஷயத்தையும் சேர்த்துக்கொள்ள வேண்டும். அதாவது தாமாகவே எதையும் செய்ய இயலாத குழந்தைகளை வளர்ப்பதில் பெரியவர் கள் அசாதரணமான நீண்ட காலம் ஈடுபட்டிருந்தனர். இந்தநிலை தான் கருவிகளைப் பயன்படுத்துவதன் மூலமும் பேச்சின் (speech) மூலமும் கூட்டு உழைப்பை மேற்கொள்வதை அவசியமான தாக்கியும் அதற்கு உதவியும் இருந்திருக்க வேண்டும்.

கற்றுக்கொள்ளுதல் என்று நாம் எதைக் கூறுகின்றோமோ, அதனையே உடல்கூறு இயலின் (physiological) மொழியில் சொல்வதுதான் கட்டுப்படுத்தப்பட்ட தன்னிச்சைச் செயல்களின் உருவாக்கம் என்பதாகும். குட்டி விலங்கு, பெரிய விலங்கு செய்வன வற்றைப் பார்த்து அதேபோலச் செய்வதன்மூலம் (imitation) கற்றுக்கொள்கிறது. அது தாய்விலங்கைப் பற்றிக் கொள்கிறது, தாய்

விலங்கைப் பின் தொடர்ந்து செல்கிறது, தாய் விலங்கு செய்வதையே தானும் செய்கிறது. இவற்றை அது உணர்வுபூர்வமாகச் செய்வதில்லை. தாய் விலங்கைப் போலவே தானும் செய்யும் அதன் ஆற்றல் வரம்புக்குட்பட்டது. அது முழுவளர்ச்சியடையாத கால கட்டத்திலேயே இவற்றில் பெரும்பகுதியைக் கற்றுக்கொள்கிறது. அது முழுவளர்ச்சியடைந்ததும் சாதாரண விஷயங்களையும் கூட மிக மெதுவாகவே கற்றுக் கொள்கிறது. இளமையில் அதனால் கற்றுக்கொள்ளப்பட்டிருக்கக் கூடிய பல விஷயங்கள் இப்போது அதற்கு எட்டாதவையாகி விடுகின்றன. எனினும் இதில் ஒரு முக்கிய விதி விலக்கும் இருக்கிறது. குரங்குகள் உணர்வோடு பிறரது செயல்களைப் பார்த்து அதேபோலச் செய்யக்கூடியவை. உயர்வகைப் பாலூட்டிகளிடையே இப்பண்பு வளர்ச்சியடைவதற்கு பெரிய விலங்குகளும் அவற்றின் குட்டிகளுமடங்கிய கூட்டங்களாக அவை ஒன்றுகூடி வாழும் பழக்கம் உதவியது என்பதில் சந்தேக மில்லை. உணர்வுபூர்வமாக ஒன்றைப் பார்த்து அதேபோலச் செய்தல்தான் கூட்டுச் செயற்பாட்டுக்கான முதல் நடவடிக்கை யாகும். இதைக் குழந்தைகளிடம் பார்க்கலாம். பெரிய ஆள் ஒருவரது செயலைப் பார்த்து அதேபோலச் செய்கின்றன குழந்தை கள். அப்படிச் செய்வதற்கு அவற்றுக்கு வேறு எந்த நோக்கமும் இல்லை. பின்னர் காலப்போக்கில் அவை செயலின் நோக்கத்தைப் புரிந்து கொண்டு அதற்கேற்றவாறே பிறரைப் போலச் செய்தலில் மாற்றத்தை ஏற்படுத்திக் கூட்டுச் செயற்பாட்டைக் கற்றுக்கொள் கின்றன. எனவே உணர்வுபூர்வமாகப் பிறரைப் போலச் செய்யும் ஆற்றல் வளர்ச்சியடைந்ததும் அதனைத் தொடர்ந்து கூட்டுச் செயற் பாடு இயல்பாக நடக்கக் கூடியதே என்று கருத வாய்ப்புண்டு. ஆனால் இது உண்மையல்ல. வாலில்லாக் குரங்குகளும் பிறர் செய்வதைப் பார்த்து அதே போலச் செய்தலில் (mimetics) திறமை யானவை. ஆனால் இதை அவை உணர்வுபூர்வமாக ஏதோ ஒரு நோக்கமோ பயனோ கருதிச் செய்வதில்லை.* கூட்டுச் செயற் பாட்டில் போய் முடிவதுமில்லை.

மேற்கண்டவற்றிலிருந்து கூட்டுச் செயற்பாட்டுக்கும் கருவிகளைப் பயன்படுத்துதல், பேச்சு ஆகியவற்றுக்கும் தொடர்பு இருந்தது என்பதை நாம் ஊகித்து அறியலாம். கூட்டுச் செயற்பாடு இன்றி பேச்சு இருக்க முடியாது. கூட்டுச் செயற்பாட்டிற்கான ஊடக மாக இருப்பது பேச்சுதான். அப்படியானால் கூட்டுச் செயற்

---

* குல்லாய் வணிகன் கதைகூட இதை விளக்க வல்லது. பிச்சைக்காரர்களும் கூத்தாடிகளும்கூட 'போலச் செய்தலில்' குரங்குகளைப் பயிற்றுவிக் கின்றனர். ஆனால் குரங்குகள் இதை உணர்வுபூர்வமாகச் செய்வதில்லை.

பாட்டின் நோக்கம்தான் என்ன? இதற்கான விடை எளிதானது: ஒரு மூளையை விடப் பல மூளைகள் சிறந்தவை என்பதுதான். தமது இரண்டு கால்களில் நேராக நிமிர்ந்து நிற்கும் தன்மையை ஏற்றுக் கொள்ளும் அளவிற்கு மூளையின் வளர்ச்சியை அடையப் பெற்ற, வாலில்லாக் குரங்குகள் போன்ற நமது மூதாதையர்கள் பரிணாம வளர்ச்சியின் புதிய கட்டமொன்றில் நுழைந்தனர். அவர்களது மூளை தொடர்ந்து வளர்ச்சி பெற்றாலொழிய உயிர்பிழைப்பது சாத்திய மில்லை என்ற நிலையை அவர்களுக்கு உருவாக்கியிருந்தது அந்தக் கட்டம். அவர்கள் ஒன்று பரிணாம வளர்ச்சியில் தொடர்ந்து முன்னேறிச் செல்ல வேண்டும் அல்லது அழிய வேண்டும் என்ற நிலை. நமது மூதாதையர் இனங்கள் பல அழிந்தன என்பதற்கு அகழ்வாராய்ச்சித் தடயங்கள் உள்ளன. அவர்களது மூளைச்சக்தி அதனுடைய இயற்கையான வரம்புகளைத் தாண்டி விரிவடைய வேண்டும் என்ற கட்டாயம் அவர்களுக்கு ஏற்பட்டது. தங்களது மூளைச்சக்தியை அவர்கள் கூட்டாக ஒழுங்கமைத்தனர். அது அவர்களுக்கு ஒரு புதிய ஆயுதமாக அமைந்தது. தங்களது சுற்றுச் சூழலுக்கு உகந்த வகையில் தங்களை மாற்றிக் கொள்வதற்குப் பதிலாக, தங்களது உயிர்பிழைப்புச் சாதனங்களை **உற்பத்தி செய்வதன்** மூலம் தங்களது தேவைக்கு ஏற்றபடி சுற்றுச் சூழலை உணர்வுபூர்வமாக மாற்றத் தொடங்கினர். இவ்வாறு நாம் அடையாளம் காட்டிய மூன்று சிறப்பம்சங்கள் - கருவிகள், பேச்சு, கூட்டுச் செயற்பாடு ஆகியன - உற்பத்திக்கான உழைப்பு என்ற ஒரே இயக்கத்தின் பகுதிகளாகும். இந்த இயக்கம் மாந்தர்க்கே உரியது. இதனை ஒழுங்கமைக்கும் அமைப்பு சமுதாயம்தான்.

4. வாலில்லாக் குரங்குகளிடையே பேச்சும் சிந்தனையும்

பேச்சும் சிந்தனையும் ஒன்றோடொன்று பின்னிப் பிணைக்கப்பட்டுள்ளன. எனவே தொடக்கத்திலிருந்தே அவை யிரண்டும் பிரிக்க முடியாதவையாக இருந்தன என்று கருத வாய்ப் புண்டு. ஆனால் உண்மை இதுவல்ல.

வாலில்லாக் குரங்குகளுக்குத் பொருளுள்ளப் பேச்சாற்றல் இல்லை. இருப்பினும் அவை பல்வேறு ஒலிகளை எழுப்பும் ஆற்றலைக் கொண்டுள்ளன. இப்பல்வேறு ஒலிகளை அவை முழு மையாகப் பயன்படுத்துகின்றன. அவை உரக்கச் சளசளக்கின்றன.

அவை எழுப்பும் ஒலிகள் உணர்ச்சிகளை வெளிப்படுத்துபவை என்பதில் சந்தேகமில்லை. ஆனால் சினம், அச்சம், விருப்பம், திருப்தி போன்ற உணர்ச்சிநிலைகளை மட்டுமே வெளிப்படுத்து கின்றன. இவை செயலூக்கமற்ற உணர்ச்சி வெளிப்பாடுகள். இவற்றின் மூலம் அவற்றால் சுவாரசியமான தொடர்ச்சியான உரையாடல்களை நடத்தவும் முடிகின்றது. இது வளர்ச்சியடையாத முதற்படி (rudimentary) பேச்சுவடிவம். உணர்ச்சி நிலைகளை மட்டுமே வெளிப்படுத்துகிற, சிந்தனையோடு தொடர்பற்ற பேச்சுவடிவம்.

வாலில்லாக் குரங்குகளால் மிக எளிமையான கருத்துத் துகளைக்கூட உருவாக்கிக் கொள்ள முடியாது. ஆயினும் இயற்கைப் பொருட்களைக் கையாள்வதில் தாங்கள் எதிர்கொள்ளும் நடை முறைப் பிரச்சனைகளைத் தீர்த்துக் கொள்ளும் ஆற்றல் அவற்றுக்கு உண்டு. எடுத்துக்காட்டாக, தங்கள் கைக்கு எட்டாத வாழைப் பழத்தைப் பறித்துக் கீழே தள்ள தடிகளைப் பயன்படுத்துகின்றன. இது வளர்ச்சியடையா முதற்படிச் சிந்தனை வடிவம். பேச்சோடு தொடர்பற்றது.

குழந்தைகளிடத்திலும் இதேபோன்று சிந்தனையும் பேச்சும் தனித்தனியாக இருப்பதைக் காணலாம். அவர்களிடமும்கூட, சிந்தனையும் பேச்சும் அவற்றின் முதற்படி நிலையில் ஒன்றை யொன்று சார்ந்திராததாய் உள்ளன. குழந்தையின் வளர்ச்சியின் ஒரு கட்டத்தில்தான் புரிதலின் அடிப்படையில் பேச்சு உருவாகிறது; சிந்தனை ஒலி வடிவம் பெறுகிறது. குரலொலிமூலம் வெளிப்படுகிறது.

இப்போது நாம் அங்க அசைவுகளைப் பார்ப்போம். குழந்தைகளிடம் இருவகை சைகைகளைக் காணலாம். ஒன்று, ஒரு செய்கையைப் பார்த்து அதேபோலத் தானும் செய்யும் சைகை. இது பாவனை சைகை (mimetic gesture) ஆகும். குழந்தை தான் விருப்பப்படும் செய்கையைப் போலவே தானும் செய்வதுதான் இது. எடுத்துக்காட்டாக, தான் தூக்கப்படுவதை விரும்பும் குழந்தை ஏதோ தான் தூக்கப்படுவதைப் போலத் தனது கைகளையும் கால் களையும் உயர்த்துகிறது. இரண்டாவது சைகை வகை, குழந்தையின் வளர்ச்சியில் மிகப் பிந்திய கட்டத்தில்தான் தோன்றுகிறது. பேச்சு வளர்ச்சியில் ஒரு தீர்மானகரமான கட்டத்தைக் குறிக்கும் இச்சைகை முறைதான் சுட்டிக் காட்டும் சைகை (pointing gesture) ஆகும். குழந்தை ஒரு பொருளைச் சுட்டிக் காட்டி அதன்பால் கவனத்தை ஈர்க்கிறது. இன்னும் சிறிதுகாலம் சென்ற பிறகே, செயலோடு ஒரு சொல்லையும் இணைத்து, பொருளுக்குப் **பெயரிடுகிறது**. அதாவது

அதனுடைய சைகை பேச்சுருவம் பெறுகிறது. அடுத்த கட்டத்தில் இதேபோன்று பாவனை சைகைகளுக்கும் குழந்தை பேச்சுருவம் தருகிறது. பேச்சொலியும் கையும் இணைந்து புரியும் செயற்பாடு கருத்துகள் உருவாக வழிகோலுகின்றது.

பாவனைச் சைகை முறை வாலில்லாக் குரங்குகளிடையே இயல்பாகக் காணப்படுகிறது. எடுத்துக்காட்டாக ஒரு சிம்பன்ஸி, தனக்கு ஒரு வாழைப்பழம் கொடுக்கும்படி மற்றொரு சிம்பன்ஸியைத் தூண்டும் பொருட்டுக் கையை மேலே உயர்த்தி தனது முஷ்டியை மூடிக் காட்டுகிறது. இத்தகைய சைகைகள் உணர்ச்சி வெளிப்பாட்டு நிலையானவை. அதே சமயம் அவற்றுக்குப் புறவயத்தன்மையும் உண்டு. அதாவது அவை எல்லா சிம்பன்ஸிகளாலும் புரிந்து கொள்ளப்படக் கூடிய சைகைகளாகும். பேச்சால் சொல்லப்படாத கட்டளைகளாகும் . மற்றோர்புறம் சுட்டிக்காட்டும் சைகை வாலில்லாக் குரங்குகளிடம் காணப் படுவதில்லை.

மேற்சொன்னவற்றிலிருந்து பெறப்படுபவை கீழ் வருமாறு: கருவிகளைப் பயன்படுத்துவதில் கூட்டுச் செயற்பாட்டின் வளர்ச்சி தான் வாலில்லாக் குரங்கிலிருந்து மனிதன் பரிணாம வளர்ச்சி பெற்ற மாற்றத்தில் தீர்மானகரமானதாக இருந்த அம்சமாகும். மனிதன் தோன்றிய கட்டத்திற்கு முந்திய வாலில்லாக் குரங்குகள் எழுப்பும் ஒலிகளும் செய்யும் சைகைகளும் மனிதர்களின் கூட்டு உழைப்பில் ஒன்றிணைக்கப்பட்டதாலும் கூட்டொழுங்குக்கு உட்படுத்தப் பட்டதாலும், புதிய கருத்துப் பரிமாற்ற சாதனம் ஒன்று உருவாகியது. இந்தக் கருத்துப் பரிமாற்ற சாதனத்தின் மூலக்கூறு பேசப்பட்ட சொல் ஆகும். இந்தக் கருத்துப் பரிமாற்ற சாதனமான பேச்சு, புலன் களால் அறியப்படும் புறஉலகின் பொதுமைப்படுத்தப்பட்ட பிரதிபலிப்பை உள்ளடக்கியிருந்தது.

இதைப் பேச்சின் தோற்றம் குறித்த உழைப்புக் கோட்பாடு (labour theory of the origin of speech) என்று கூறுலாம்:

> முதலில் உழைப்பு; அதன் பின்னரும் அதனோடு சேர்ந்தும் பேச்சு - இவ்விரு முக்கியமான தூண்டுதல்களின் தாக்கத்தி னால்தான் வாலில்லாக் குரங்கின் மூளை படிப்படியாக மனிதனுடைய மூளையாக மாறியது; இவையிரண்டும் ஒன்றையொன்று ஒத்ததாக இருந்தபோதிலும் மனிதனின் மூளை வாலில்லாக் குரங்கின் மூளையைவிடப் பெரியது மட்டுமல்ல, அதைவிட மிக நேர்த்தியானதுமாகும் (ME 3.69.).

அத்தியாயம் III

பேச்சும் பாட்டும்

1. வாக்கிய அமைப்புகள்

உழைப்பு இயக்கம்தான் பேச்சு, இசை ஆகிய இரண்டுக்கும் மூலம் என்பது இந்த அத்தியாயத்தில் விளக்கப்படும். சமுதாய உறுப்பினர்களிடையேயான பொருளுடைய பேச்சு (articulate speech) மூலமே கருத்துப் பரிமாற்றம் நடைபெறுகிறது. பொருளுடைய பேச்சில் சொற்கள் வாக்கியங்களாகக் கட்டமைக்கப்படுகின்றன. இவ்வாறு தமக்கிடையே கருத்துப் பரிமாற்றம் செய்து கொள்ளக்கூடிய அனைத்துத் தனிநபர்களையும் சமூகம் உள்ளடக்கியுள்ளது. பொதுவானதொரு பேச்சு வடிவம் இருப்பதாலேயே இவர்களால் கருத்துப் பரிமாற்றம் செய்துகொள்ளமுடிகிறது. ஆதி நிலைமைகளில், ஒவ்வொரு சமூகமும், அது எவ்வளவு சிறிதாக இருந்தாலும், தனக்கென ஒரு சொந்த மொழியையோ அல்லது குலவழக்கையோ (dialect) கொண்டிருக்கிறது. இந்த மொழி அல்லது குல வழக்கு அந்த சமூகத்தின் பரிணாம வளர்ச்சியோடு சேர்ந்து படிப்படியாக வளர்ச்சியடைந்ததாகும்.

பொருளுடைய பேச்சின் உயிருள்ள கூறு வாக்கியம் ஆகும். வாக்கியங்களை அமைப்பதற்கான விதிகளே இலக்கணம் என்னும் அறிவியலை உருவாக்குகின்றன. குழந்தை பேசக் கற்றுக்கொள்ளும் போது அது அனுபவரீதியாக இந்த விதிகளைத் தெரிந்து கொள்கிறது. சமநிலை (equilibnium) பற்றிய விதிகளைப் புரிந்து கொள்ளாமலேயே குழந்தை நடக்கக் கற்றுக் கொள்வது போல, இலக்கண விதிகள் எதையும் அறிந்து கொள்ளாமலேயே பேசக் கற்றுக் கொள்கிறது.

ஒவ்வொரு மொழியும் அதற்கே உரிய இலக்கண அமைப்பைக் கொண்டுள்ளது. ஆனால் சில வகையான இலக்கண அமைப்பு விதிகள் எல்லா மொழிகளுக்கும் பொதுவானவை. இந்த விதிகள் தர்க்க விதிகளைச் (logical principles) சார்ந்தவை. இலக்கணந் தவறாத சொற்றொடர் என்றால் அது ஒரு தர்க்கக் கூற்று ஆகும். எனினும் இதன் பொருள், தர்க்க விதிகளைக் கற்றுத்

தேர்ந்தால்தான் குழந்தை சரியாகப் பேசக் கற்றுக்கொள்கிறது என்பது அல்ல. மாறாக, தர்க்கரீதியாகச் சிந்திப்பதைச் சாத்தியப் படுத்தக்கூடிய ஒரு மனோ ஆற்றலை அது பெற்றிருக்கிறது என்பதுதான்.

வாக்கிய அமைப்பு பற்றிய பகுத்தாய்வை மேற்கொள்கை யில் 'பெயர்ச்சொல்'(substantive) , 'வினைச்சொல்' (verb) ஆகியவற்றுக்கு சீன மொழியில் உள்ள சொற்களைப் பார்ப்பது பயனுள்ளதாக இருக்கும். சீன மொழியில் இவற்றுக்குள்ள சொற்கள் முறையே 'Name-word' (பெயர்-சொல்), 'Move-Word' (அசைவு-சொல்) என்பனவாகும். சீன மொழியில் 'Name-Word' என்பது பெயர்ச் சொல், பெயரடை (adjective) ஆகிய இரண்டையும் உள்ளடக்குகிறது என்பதை இங்கு கருத்தில் கொள்ள வேண்டும்.

ஒரு தனி வாக்கியம் (simple sentence) மூன்று அடிப்படை யான வகைகளில் அமைகிறது: இரண்டு சொற்கள் கொண்ட வாக்கியம். இதுவே இரண்டு வடிவங்களில் அமையும்; மூன்று சொற்கள் கொண்ட வாக்கியம். எடுத்துக்காட்டாக (1) grass is green - புல் பச்சை(யாக உள்ளது); 2. sheep eat - ஆடுகள் மேய்கின்றன; 3. sheep eat grass - ஆடுகள் புல் மேய்கின்றன.

முதல் வகையில் இரண்டு பெயர்ச் சொற்கள் (புல், பச்சை) எதிரெதிரானவற்றின் ஒற்றுமையால் ஒன்றிணைக்கப்பட்டுள்ளன. அவற்றுக்கிடையே உள்ள உறவைத் தர்க்கரீதியாக விளக்க வேண்டு மானால் 'புல்' என்னும் கருத்து (concept) 'பச்சை; என்னும்' வகைத் திணையில் (category) உள்ளடக்கப்பட்டுள்ளது என்றும் 'பச்சை' என்னும் கருத்து 'புல்' என்பதற்குள்ள ஒரு பண்பு என்றும் கூற வேண்டும். (சீன வாக்கியத்தின் ஆங்கில மொழியாக்கத்தில் உள்ள 'is' என்னும் இணைப்புச் சொல்லை இங்கு நாம் பொருட்படுத்த வேண்டியதில்லை. ஏனெனில் ஆங்கிலத்தில் இது அவசியமானதாக இருந்தபோதிலும், பல மொழிகளில் இதற்குத் தேவையே இல்லை. இது ஆதிமொழிகளில் மட்டுமே காணப்படாதது என்பதில்லை. அதே போல வார்த்தைகளின் வரிசைக் கிரமத்தையும் பொருட் படுத்த வேண்டியதில்லை. இதுவும் மொழிக்கு மொழி மாறுபடு கிறது.) இரண்டாவது வகை வாக்கியத்தில் (sheep eat - ஆடுகள் மேய்கின்றன) கர்த்தாவுக்கும் (செய்பவன், செய்வது - agent), செயலுக்குமுள்ள உறவில் பெயர்ச்சொல்லும் வினைச்சொல்லும் இணைக்கப்பட்டுள்ளன. மூன்றாவது வகை வாக்கியத்தில் (sheep eat grass - ஆடுகள் புல் மேய்கின்றன) செயலின் இலக்கு (goal) அல்லது செயப்படு பொருள் (object) என்பதையும் உள்ளடக்கும் வகையில் பெயர்ச்சொல்லும் வினைச்சொல்லும் இணைக்கப் பட்டுள்ளன. பெயர்ச்சொல், வினைச் சொல் ஆகிய இரண்டுமே

கருத்துகள் (concepts) ஆகும். ஒன்று அசைவற்றது (static); மற்றொன்று அசைவுடையது (dynamic). இவையிரண்டுக்குமுள்ள வேறுபாடு முறையே, முந்திய அத்தியாயத்தில் விளக்கப்பட்டுள்ள பாவனை சைகை (mimetic gesture), சுட்டிக்காட்டும் சைகை (pointing gesture) ஆகியவற்றுக்குள்ள வேறுபாட்டை ஒத்ததாக உள்ளது.

இந்த எடுத்துக்காட்டுகளில் கர்த்தாவும் செயலுக்கான இலக்கும் அதாவது செயலுக்குட்படுத்தப்படும் பொருளும் இலக்கணத்தில் முறையே எழுவாயாகவும் செயப்படுபொருளாகவும் அமைகின்றன. மேற்சொன்ன வாக்கிய அமைப்பு இப்படியே இருக்க வேண்டிய அவசியமில்லை. எழுவாய்க்கும் செயப்படு பொருளுக்குமுள்ள தொடர்பை நேர்மாறானதாக்கலாம்: grass is eaten by sheep *(புல் ஆடுகளால் மேயப்படுகிறது).* இங்கு செயலுக் கான இலக்குப் பொருள் அல்லது செயப்படு பொருள் இலக்கணத் தில் எழுவாயாக அமைகிறது. அதேபோல செயல் தொடர்பான கருத்து அனைத்தும் நீக்கப்பட்ட வாக்கியங்களைப் பேசும் வழக்கம் நம்மிடமுள்ளது. எடுத்துக்காட்டாக: He rests in peace *(அவன் அமைதியில் இளைப்பாறுகிறான்).** இலக்கணக் கூறுகள் தம் இயல்பிலேயே வடிவம் சார்ந்தவை (formal). தூலமான அர்த்தம் (concrete meaning) எதனையும் அவை கொண்டிருக்காததால்தான் அவற்றால் அருவமான சிந்தனையை (abstract thought) வெளிப் படுத்த முடிகிறது. ஆயினும் அவை தூலமான மூலத்திலிருந்தே தோன்றின என்பதில் சந்தேகமில்லை. உளவியல், மொழியியல் ஆகியவற்றிலிருந்து கிடைக்கும் சான்றுகள் அனைத்தும் இந்த முடிவுக்குத்தான் வந்து சேர்கின்றன. குழந்தை தூலச் சிந்தனை வடிவங்களிலிருந்து அருவமான சிந்தனை வடிவங்களை அடையும் முன்னேற்றம்தான் குழந்தையின் மனவளர்ச்சியின் சாரமாகும். ஆங்கிலம் போன்ற மிக வளர்ச்சியடைந்த மொழிகளிலும்கூட ஓய்வு, சார்பு, எதிர்பார்ப்பு, பணிவு, நற்பண்பு, தீமை, கனம், வட்டம் போன்ற அருவமான கருத்துகள் உள்ளன. ஆராய்ந்து பார்த் தோமேயானால், இவற்றின் தூலமான மூலத்தின் அடையாளங் களைக் கண்டறிய முடியும்: ஓய்வு என்பது அசைவைத் தடுப்பது; சார்பு என்பது எதையேனும் அல்லது யாரையேனும் பற்றிக் கொண்டிருப்பது; எதிர்பார்த்தல் என்பது வேட்டை விலங்குகளை உன்னிப்பாகக் கவனிப்பது; பணிதல் என்பது குலத் தலைவனுக்குப் பணிந்து போவது; நற்பண்பு என்பது மனிதத் தன்மையுடன் இருப்பது; தீமை என்பது தீய சக்திகளுக்கு ஆட்பட்டிருப்பது; கனம்

---

* இத்தகையவற்றைத் தமிழில் இருந்தல்வினை (stative verb) எனக் கூறுகிறோம்.

என்பது தூக்குவதற்குக் கடினமானது; வட்டம் என்பது சக்கரம் போன்றது. ஆதி மொழிகளைப் பார்த்தோமேயானால் அருவமான கருத்துகளை வெளிப்படுத்தும் ஆற்றல் அவற்றில் குறைவாகவே உள்ளதைப் பார்க்கலாம். சில ஆஸ்திரேலிய மொழிகளில் 'வட்டம்' அல்லது 'கனம்' என்பதற்கான சொற்கள் ஏதும் இல்லை. 'நிலாவைப் போல்' 'பாறையைப் போல்' என்று பொருட்களைக் குறிப்பிட்டும் சைகைகளைச் செய்தும்தான் இத்தகைய கருத்துகளை அம்மொழிகளில் வெளிப்படுத்த முடிகிறது.

பேச்சு என்னும் சாதனத்தின் மூலமே மனிதன் தூலச் சிந்தனையிலிருந்து அருவச் சிந்தனைக்கு முன்னேறியுள்ளதால், வடிவரீதியாகவும் அருவமானதாகவும் நாம் காணும் சொல்வகைகள் தொடக்கத்தில் செயல்சார்ந்ததாகவும் நடைமுறை அனுபவம் சார்ந்ததாகவும் இருந்திருக்க வேண்டும் என்று உறுதியாகக் கருதலாம். எனவே அவற்றின் மூலத்தை உற்பத்திக்கான உழைப்பில்தான் தேடிப்பிடிக்க முடியும்.

2. உழைப்பு இயக்கத்தின் அமைப்பு

இங்கு நாம், மேலே சொன்ன விஷயங்களைத் தொடர்ந்து ஆராய்வதற்கு முன் 'subject' என்னும் ஆங்கிலச் சொல்லிற்கு இரு பொருள் இருப்பதைத் தெளிவுபடுத்த வேண்டும். தனிவாக்கியம் (simple sentence) பற்றி நாம் முன்பு மேற்கொண்ட பகுத்தாய்வில் எழுவாய் (subject), செயப்படு பொருள் (object) ஆகிய சொற்களை கர்த்தா (செயல்புரியும் விலங்கு), அதாவது வினைச்சொல் குறிக்கும் செயலைச் செய்வது, செயப்படு பொருள் அல்லது செயலுக்குரிய இலக்கு ஆகியவற்றைப் பாகுபடுத்திக் காட்டப் பயன்படுத்தினோம். இந்த அர்த்தத்தில்தான் மார்க்ஸ், 'செய்பவன், மனிதன் மற்றும் செயப்படு பொருள், இயற்கை (subject, the man and the object, the nature) என்று கூறுகிறார் (CPE 194). ஆயினும் மற்றொரு இடத்தில், அதாவது இனி நாம் மேற்கோள் காட்டப்போகும் வரிகளில் "தொழிலாளியின் செயல்பாட்டுக்குரிய பொருளை", அதாவது அவன் செயல்புரியும் பொருளை அவனது செயல்பாட்டுக்குட் படுத்தப்படும் பொருள் (subject) என்று கூறுகிறார். அதாவது அவனது உழைப்புக்கு உட்படுத்தப்படும் பொருள் என்று கூறுகிறார். இந்தக் குழப்பம் 'மூலதனம்' நூலின் ஜெர்மானிய மூலத்தில் இல்லை.* எனவே இனி மேற்கோள் காட்டப்படும் வரிகளில்

---

* இக்குழப்பம் தமிழ் மொழியிலும் இல்லை.

'உழைப்புக்கு உட்படுத்தப்படும் பொருள்' என்பதை 'உழைப்பாளி யின் செயல்பாட்டின் இலக்குப் பொருள்.' 'செயப்படு பொருள்' என்று புரிந்துகொள்ள வேண்டும்.

உழைப்பு இயக்கம் பற்றிய தனது பகுத்தாய்வில் மார்க்ஸ் கீழ்க்காணும் மூன்று அம்சங்களை இனம் பிரித்துக் காட்டுகிறார்:

> உழைப்பு இயக்கத்தின் அடிப்படை அம்சங்கள் கீழ்வருமாறு: 1. மனிதனின் செயற்பாடு, அதாவது அவனது வேலை; 2. அந்த வேலைக்கு உட்படுத்தப்படும் பொருள்; 3. அந்த வேலைக்கான சாதனங்கள். (C.I. 178.)

இரண்டாவது அம்சத்தை மார்க்ஸ் விளக்குகிறார்:

> பண்படுத்தப்படாத நிலம் (பொருளாதாரரீதியாகப் பார்த்தால் இதில் நீரும் அடங்கும்) அப்படியே நுகரத்தக்க நிலையில் பொருட்கள் அல்லது உயிர்பிழைப்புச் சாதனங்களை மனிதனுக்கு வழங்குகிறது. மனிதனைச் சாராமல் இயற்கை யாகவே இருக்கும் இது உலகில் எல்லாவிடங்களிலும் மனித உழைப்புக்கு உட்படுத்தப்படும் பொருளாகும். (C.I.178.)

மூன்றாவது அம்சமாகிய உழைப்புச் சாதனம் (Instrument of labour) குறித்து மார்க்ஸ் கூறுகிறார்:

> உழைப்புச் சாதனம் என்பது ஒரு பொருள் அல்லது பொருட்களின் தொகுப்பாகும். அதை உழைப்பாளி தனக்கும் தனது உழைப்புக்கு உட்படுத்தப்படும் பொருளுக்குமிடையே வைக்கிறான். அது அவனது செயற்பாட்டை அப்பொருளுக்கு எடுத்துச் செல்கிறது. அவன் சில பொருட்களில் உள்ள யாந்திரீக, பௌதீக, இரசாயனப் பண்புகளைப் பயன்படுத்தி தனது நோக்கங்களை நிறைவேற்றும் வேறு சில பொருட் களை உருவாக்குகிறான். (C.I.179.)

எனவே கருவி (tool) என்பது, தொழிலாளியின் செயற்பாட்டை அவனது வேலைக்கு உட்படுத்தப்படும் பொருளுக்கு எடுத்து சென்று, ஏற்கனவே அவனால் வகுக்கப்பட்டிருந்த திட்டத்திற்கு ஏற்ப அதற்கு மறு வடிவம் கொடுக்கப் பயன்படும் சாதனமாகும்:

> உழைப்பு இயக்கத்தில், மனிதனின் செயல்பாடு உழைப்புச் சாதனங்களின் உதவியுடன் செயலுக்குட்படுத்தப்படும் பொருளில் தொடக்கத்திலிருந்தே திட்டமிட்ட மாற்றத்தை ஏற்படுத்துகிறது. இயக்கம் உற்பத்திப் பொருளில் மறைந்து விடுகிறது. உற்பத்திப் பொருள் பயன் - மதிப்பாகும். மனிதனின் தேவைகளை நிறைவு செய்யும் வகையில் வடிவ மாற்றம் பெற்ற இயற்கைப் பொருளாகும். உழைப்பு, அதற்கு உட்படுத்தப்படும் பொருளில் பொதிந்துவிடுகிறது. உழைப்பு

பொருள் வடிவம் பெறுகிறது; பொருள் உருமாற்றப்படுகிறது. உழைப்பாளியிடம் இயங்குவதாகக் காணப்பட்ட ஒன்று இப்போது உற்பத்திப் பொருளில் இயக்கம் ஏதுமற்ற ஒரு நிலையான பண்பாகக் காட்சியளிக்கிறது. கருமான் வார்த்திடு கிறார். கிடைப்பதோ வார்ப்பு. (C.I. 180)

மேற்சொன்னவற்றின் அடிப்படையில், உற்பத்தி இயக்கத்தில் பேச்சு வகிக்கும் பாத்திரத்தைக் கீழ்க்கண்டவாறு வரையறுக்கலாம்: உற்பத்திச் சாதனங்கள் உழைப்பாளிகளுக்கும் அவர்களது உழைப்புக்கு உட்படுத்தப்படும் பொருட்களுக்குமிடையில் வைக்கப்பட்டு அவர்களது செயற்பாட்டை அப்பொருட்களுக்கு எடுத்துச் செல்லும் கடத்தியாக இருப்பதைப் போல, உழைப்பாளிகள் தங்களது செயல்களை ஒன்றிணைப்பதற்கான சாதனமாக அவர்களுக்கிடையில் வைக்கப்படும் சாதனம்தான் பேச்சு ஆகும்.

மேலே கூறியவற்றிலிருந்து கீழ்க்காணும் முடிவுகளுக்கு வரலாம்: இலக்கணரீதியான வாக்கியம் பொருளுள்ள பேச்சின் அடிப்படைக்கூறாகும். பொருளுள்ள பேச்சு உழைப்பு இயக்கத்திலிருந்து படிப்படியாக வளர்ச்சி பெற்றது. இலக்கணரீதியான வாக்கியத்தின் எளிய வடிவங்கள் மூன்று சொற்களையோ அல்லது இரண்டு சொற்களையோ கொண்டதாகும். மூன்று சொற்களுள்ள வாக்கியத்திலுள்ள மூன்றாவது சொல், முதல் சொல் இரண்டாவது சொல்லின்மீது புரியும் வினையைத் தொடர்புபடுத்துகிறது. இரண்டு சொற்களுள்ள வாக்கியத்தில் ஒன்று மற்றொன்றின் மூலமாகச் செயல்படுகிறது. அல்லது ஒன்று மற்றொன்றில் பொதிந்துவிடு கிறது.* இலக்கணரீதியான வாக்கியம் உழைப்பு இயக்கத்தை உருவாக்கும் மூன்று காரணிகளை உள்ளடக்கியுள்ளது: கர்த்தாவின் (மனிதனின்) செயற்பாடு; அவனது செயலுக்கான இலக்குப் பொருள் (இயற்கை); செயற்பாட்டிற்கான சாதனம் (உழைப்புச் சாதனம்) ஆகியனவே இம்மூன்று காரணிகளாகும்.

3. பாட்டின் அமைப்பு

இலக்கணக் கோட்பாடுகளுக்கும் இசை வடிவத்தின் கோட்பாடுகளுக்கும் ஒரு பொதுவான அடிப்படை உள்ளது. எல்லா மொழிகளிலுமே ஒரு வகையான சொற்கள் உள்ளன. அவற்றை

---

* மேலே ஜார்ஜ் தாம்ஸன் எடுத்துக்காட்டுகளாகக் கூறிய வாக்கியங்களை நினைவு கூர்க: 1. sheep eat grass (ஆடுகள் புல் மேய்கின்றன); sheep eat (ஆடுகள் மேய்கின்றன); 3. grass is green (புல் பச்சை(யாக உள்ளது).

நமது வசதி கருதி 'போல ஒலிக்கும் இரட்டைப் பதங்கள்' (mimetic doublets) என்று கூறலாம். இவற்றுக்கு எடுத்துக்காட்டுகளாக இருப்பவை: ding-dong, bow-wow, see-saw, tick-tock, zig-zag, pitter-patter.* பெரும்பாலான இலக்கண அறிஞர்களால் புறக் கணிக்கப்படும் இச்சொற்கள் பேச்சின் மரபொழுங்குக்குட்பட்ட பகுதிகள் எதற்குள்ளும் அடங்குவன அல்ல. எனினும் அவற்றுக்கு மட்டுமே உள்ள சிறப்பம்சங்கள் பல உள்ளன. முதலாவதாக அவை ஒலிக்குறிப்புகளாகும் (onomatopoeic). அதாவது இயற்கை ஒலி களைப் போலச் செய்யப்படுவனவையாகும்.*

இதுதான் அவற்றை மாந்தர்க்கே உரியனவாக ஆக்குகிறது. ஏனெனில் வாலில்லாக் குரங்குகளால் இயற்கை ஒலிகளைப் போல ஒலியெழுப்ப முடியாது. ஒரு மொழியின் தோற்றத்திற்கு முக்கிய மூலாதாரங்களிலொன்றாக இருந்தது ஒலிக்குறிப்புகளாகும் என்பது ஆராய்ச்சியறிஞர்களால் ஏற்றுக்கொள்ளப்பட்டுள்ளது. இரண்டா வதாக அவை இரட்டிப்புச் செய்யப்படுவனவாகும். அதாவது அவை ஒவ்வொன்றும் வழக்கமாக ஓரசைச் சொற்களையே கொண்டுள்ளன. அந்த ஓரசைச் சொல் ஒலிப்பு மாறுபாட்டுடன் (phonetic variation) திரும்பச் சொல்லப்படுகிறது. இது தொனித் திரிபின் (inflection) தொடக்க வடிவம். இந்த இரட்டைப்பதங்கள் குழந்தை களின் பேச்சிலும் ஆதி மொழிகளிலும் இயல்பாகப் பயன்படுத்தப் படுகின்றன. ஆங்கில மொழியின் கட்டமைப்பிலும்கூட அவற்றின் சுவடுகள் பலவற்றைக் காணலாம்.

இசையை ஆராய்ந்தோமேயானால் உழைப்புப் பாட்டில் (labour song) பிரிக்க முடியாத கூறுகளிலொன்றாக இசைபோல் ஒலிக்கும் இரட்டைப்பதங்கள் இருப்பதைப் பார்க்கலாம்.

உழைப்புப் பாட்டு அல்லது தொழில் பாட்டு என்பது துடுப்பு வலித்தல், கனமான பொருட்களைத் தூக்குதல் அல்லது இழுத்தல், தானியக் கதிர்களை அறுத்தல், நூல் நூற்றல் முதலிய ஏதோவொருவகையான கூட்டு அல்லது தனிமனித உழைப்பிற்கு ஊக்கம் தரும் வகையில் அதனோடு சேர்ந்து நிகழ்வதாகும். அது

---

* 'போல ஒலிக்கும் இரட்டைப் பதங்கள்' என ஜார்ஜ் தாம்ஸன் குறிப்பிடு வதை தமிழ் மொழியிலுள்ள இரட்டைக் கிளவியுடன் ஒப்பிடலாம். தமிழ் இலக்கணத்தில் 'இரட்டைக் கிளவி'க்கு உரிய இடம் தரப்பட்டுள்ளது. இரட்டைக் கிளவிகளில் உள்ள சொற்கள் அனைத்துமே கட்டாயம் ஒலிப்பு மாறுபாடு கொண்டிருப்பதில்லை - 'நற நற,' 'கட கட', 'சல சல' என்பவை போல. இயற்கை ஒலிகளைப் போலச் செய்யும் இரட்டைக் கிளவிகள் தவிர ஒரு பொருளின் தன்மையையோ அல்லது ஒரு செயலின் தன்மையையோ குறிக்கக்கூடிய இரட்டைக் கிளவிகளும் தமிழில் உள்ளன. எடுத்துக்காட்டாக; 'மொழு மொழு', 'மொறு மொறு, சாக்குப் போக்கு'.

பல்லவி (refrain),* விருத்தி (improvisation)** ஆகிய இரண்டு பகுதிகளைக் கொண்டதாகும்.

பல்லவி அல்லது உழைப்பு ஒலி *** (labour - cry), உழைப்பவன் தனது உழைப்புக்குத் தனது சக்தியைப் பிரயோகிக்கும் தருணத்தில் எழுப்பும் ஒரு பொருளற்ற ஒலியாகும். அது மாற்றம் ஏதுமின்றி திரும்பத் திரும்ப ஒலிக்கப்படுகிறது. அது அடிப்படையில், இதர உடலியக்கங்களுடன் சேர்ந்து இயங்கும் குரலுறுப்புகளின் தன்னிச்சைச் செயலேயன்றி வேறல்ல. ஆனால் மனிதனின் உழைப்பிற்கான உடலியக்கங்களை ஒரே காலத்தில் நிகழச் செய்யும் ஒரு உணர்வுபூர்வமான நோக்கத்தை அது கொண்டிருக்கிறது. உழைப்புப்பாட்டின் எளிமையான வடிவங்கள் இரண்டு அல்லது மூன்று ஓரசைச் சொற்களைக் கொண்டுள்ளன. படகு செலுத்தப்படுகையில் படகோட்டிகளின் தலைவன் தனது கட்டுப்பாட்டின் கீழுள்ள படகோட்டிகளிடம் உரக்கச் சொல்லும் 'O-up' என்பது இரண்டு ஓரசைச் சொற்களுள்ள பல்லவிக்கொரு எடுத்துக்காட்டாகும். இங்கு 'O' என்னும் முதல் ஓரசைச் சொல் துடுப்பை வலிப்பதற்குப் படகோட்டிகளை ஆயத்தப்படுத்தும் சமிக்கை யாகும். 'up' என்னும் இரண்டாவது ஓரசைச் சொல் துடுப்பை வலிக்கும்போது எழுப்பப்படும் ஒலியாகும். வோல்கா நதிக்கரை யோரம் பாடப்படும் படகுப்பாட்டில் 'e-uh-nyem' என்னும் மூன்று ஓரசைச் சொற்கள் உள்ளன. இது மூன்று ஓரசைச் சொற்கள் உள்ள தொழிற் பாட்டிற்கான எடுத்துக்காட்டாகும். இங்கு மூன்றாவது ஓரசைச் சொல் (nyem) துடுப்பு வலித்து முடிந்ததும், மீண்டும் அச்செயலைச் செய்யும் முன்-தசை நரம்புகளைத் தளரச் செய்வதைக் (relaxation) குறிக்கிறது.

ஒரு உழைப்பு ஒலி முடிந்து அடுத்த உழைப்பு ஒலி ஒலிப்பதற்கு இடையில் பாடப்படும் விருத்தி தெளிவான பொருளுடையதும் மாறி மாறி வரும் வரிகளை உள்ளடக்கியதுமாகும். தென்னாப் பிரிக்காவில் கல்லுடைக்கும் தொழிலாளர்கள் பாட்டில் காணப்படுவதுபோல, தாங்கள் செய்யும் வேலை குறித்த அவர்களது அனுபவ ரீதியான நிலைப்பாட்டை இவ்வகை வரிகள் வெளிப்படுத்துகின்றன:

---

* இதனை மடக்கு உறுப்பு என்றும் கூறுவர்
** விருத்தி' என்பது தொழிற் பாட்டில் பாடுபவரின் கற்பனைக்கேற்ப மாறுகின்ற வரிகளாகும். முன்னேற்பாடின்றி நிகழ்த்தும் இசையின் ஒரு பகுதி.
*** உழைப்புப் பாட்டு, உழைப்பு ஒலி, ஓரசைச் சொற்கள், பல்லவி, விருத்தி ஆகியவற்றுக்கு ஜார்ஜ் தாம்ஸன் தரும் எடுத்துக்காட்டுகள் அப்படியே இங்குத் தரப்படுகின்றன. ஏனெனில் மேற்சொன்னவற்றைத் தமிழாக்கத்தில் கொண்டுவர முடியாது.

They treat us badly, e-he!
They are hard on us, e-he!
They drink their coffee, e-he!
And give us none, e-he!*

இங்கு பல்லவியாக (refrain) உள்ள உழைப்பு ஒலி முழுவதையும் (அதாவது e-he) எடுத்துக்கொண்டால், அதற்கும் விருத்திக்குமுள்ள தொடர்பு உழைப்பு ஒலியில் உள்ள முதல் ஓரசைச் சொல்லுக்கும் (e) இரண்டாவது ஓரசைச் சொல்லுக்குமிடையே (he) உள்ள உறவைப் போன்றதுதான். உழைப்பிலிருந்து உழைப்பு ஒலி தோன்றியதைப் போல உழைப்பு ஒலியிலிருந்து பாட்டு (song) உருவாகியுள்ளது.

உழைப்பு இயக்கத்திலிருந்து பிரிக்கப்பட்டதன் காரணமாக முழு வளர்ச்சியடைந்த பாட்டு, உழைப்புப் பாட்டிலிருந்து மாறுபடுகிறது. வளர்ச்சியடைந்த பாட்டு குரலம்சம், உடலியக்கம் ஆகிய இரண்டையும் கொண்டுள்ளது. உழைப்பு இயக்கத்தில் பயன்படுத்தும் கருவிக்குப் பதிலாக முழு வளர்ச்சியடைந்துள்ள பாட்டில் இசைக் கருவி இடம் வகிக்கிறது. ஆனால் இங்கு குரலம்சமே மேலோங்கியுள்ளதுடன் இசைக்கருவி இல்லாமல் அதைத்

---

* இதன் தமிழாக்கம்:
அவர்கள் நம்மை மோசமாக நடத்துகிறார்கள், ஏ-ஹே!
அவர்கள் நம்மைக் கொடுமைப்படுத்துகிறார்கள் -ஏ-ஹே!
அவர்கள் தங்கள் காப்பியைக் குடிக்கிறார்கள், ஏ-ஹே!
நமக்கு ஒன்றும் தருவதில்லை, ஏ-ஹே!

தமிழகத்தில் உள்ள நடவுப்பாட்டொன்றை மேற்சொன்ன தென்னாப்பிரிக்கப் பாட்டுடன் ஒப்பிடலாம்:
தாளு நெல்லு ஒங்களுக்கு சாமி
தங்குன கருக்கா எங்களுக்கா?

போரு நெல்லு ஒங்களுக்கு சாமி
பொரிஞ்ச கருக்கா எங்களுக்கா?

ஒட்டட நெல்லு ஒங்களுக்கு சாமி
ஓடுன கருக்கா எங்களுக்கா?

சேறு நெல்லு ஒங்களுக்கு சாமி
செவந்த கருக்கா எங்களுக்கு?

(முனைவர் ஆறு.இராமநாதன், நாட்டுப்புறப் பாடல் களஞ்சியம், மெய்யப்பன் தமிழாய்வகம், சிதம்பரம்)

தனியாகவும் பயன்படுத்தலாம். முறையான பாட்டு என்பதே தொழிற்பாட்டிலிருந்துதான் வளர்ச்சியடைந்தது என்பதனை அதன் அமைப்பே நிரூபிக்கிறது. இந்த வளர்ச்சியில் இரண்டு முதன்மை யான போக்குகள் உள்ளன.

முதல் போக்கில் விருத்திகள் ஈற்றுச் சொற்கள் ஒத்திசைக்கும் இரட்டை வரிகளாக (rhymed pairs) அமைகின்றன. உழைப்பு இயக்கத்துடன் இன்னும் தொடர்புடைய பல்லவிகளோ விரி வாக்கப்பட்டு பொருளுடையவையாகின்றன. இதற்கு எடுத்துக்காட் டாக மாலுமிகள் பாட்டொன்று (sea-shanty) கீழே தரப்பட்டுள்ளது:

Louis was the king of France afore the Revolution
Away, haul away, boys, haul away together!
Louis had his head cut off, which spoilt his constitution,
Away, haul away, boys, haul away together! *

உழைப்பு இயக்கத்திலிருந்து விடுபட்ட பல்லவி வெறும் வடிவரீதியானதாக மாறி முத்தாய்ப்பாக (cadence) அமைகிறது:

Why does your brand sae drop wi blude
Edward, Edward?
Why does your brand sae drop wi blude
And why sae sad gang ye, O?
O. I hae kill'd my hawk sae gude
Mither, Mither,
O, I hae kill'd my hawk sae gude
And I had nae mair but he. O **

---

* இதன் தமிழாக்கம்:
புரட்சிக்கு முன் லூயி பிரான்சின் மன்னன்
கயிறை இழுத்துக் கட்டுங்கள், தோழர்களே, இழுத்துக் கட்டுங்கள்
துண்டிக்கப்பட்டது அவன் தலை, சீர்குலைந்தது அவனது ஆட்சி
கயிறை இழுத்துக் கட்டுங்கள், தோழர்களே, இழுத்துக்கட்டுங்கள்
Constitution என்னும் சொல் உடலமைப்பு, அரசமைப்பு ஆகிய இரு பொருள்களைக் கொண்டிருப்பது கவனிக்கத்தக்கது. sea-shanty என்பது 19 ஆம் நூற்றாண்டில் மாலுமிகளால் பாடப்பட்ட பாட்டுவகையாகும். பெரும்பாலும் கப்பலிலுள்ள (பாய்மரக்) கயிறுகளை இழுத்துக் கட்டும்போது பாடப்படுவதாகும்.
** ஜார்ஜ் தாம்ஸன் எடுத்துக் கூறும் இந்த ஸ்காட்லாந்துப் பாடலின் தமிழக்கம்:
உன் வாளிலிருந்து ரத்தம் சொட்டுவது ஏன்
எட்வர்ட் எட்வர்ட்
உன் வாளிலிருந்து ரத்தம் சொட்டுவது ஏன்
நீ சோகமாய் இருப்பது ஏன்? →

இதிலிருந்து நாம் நாலடிப்பா (quatrain) என்கிற, ஆங்கிலத்தில் நமக்கு மிகவும் பழக்கப்பட்ட செய்யுள் வடிவத்திற்கு வருகிறோம். ஈற்றுச் சொற்கள் ஒத்திசைக்கும் இரட்டை வரிகள் (rhymed couplets) இரண்டு சேர்ந்து நாலடிப்பா (செய்யுள்) ஆகிறது. உழைப்புப் பாட்டிலிருந்த பல்லவியின் எச்சமே ஈற்றுச் சொற்கள் ஒத்திசைக்கும் இரட்டை வரிகள் ஆகும்:

> There liv'd a lass in yonder dale,
>   And down in yonder glen O,
> And Kathrine Jaffrey was her name
>   Well known by many men O *

கி.பி. ஒன்பதாம் நூற்றாண்டைச் சேர்ந்த சீனப் பாடல் மற்றொரு எடுத்துக்காட்டு:

> A thousand miles from home
>   At court these twenty years
> One phrase from that old tune
>   Draws forth your tears **

இவ்வகைச் செய்யுள் வடிவங்கள் உலகம் முழுவதிலும் உள்ளன.

> எனது கழுகை நான் கொன்றுவிட்டேன்
>   ஐயோ ஐயோ
> எனது கழுகை நான் கொன்றுவிட்டேன்
>   அதைத் தவிர வேறு கழுகு எனக்கு ஏதும் இல்லை.

* தாம்ஸன் எடுத்துக்கூறும் இந்த ஸ்காட்லாந்துப் பாடலிலும் dale - name, glen O - men - O ஆகியனவற்றில் முடிபவை ஈற்றுச் சொற்கள் ஒத்திசைக்கும் இரட்டை வரிகளாகும். இப்பாடலின் தமிழாக்கம்:

> அப்பால் இருந்த பள்ளத்தாக்கில் வாழ்ந்தாள்
> அந்தக் குறும் பள்ளத்தாக்கில் வாழ்ந்தாள் அவள்
> கேத்ரீன் ஜாஃப்ரே என்பது அவள் பெயர்
> ஆண்கள் பலருக்கு நன்கு தெரிந்தவள் அவள்

** சீனப் பாடலின் இந்த ஆங்கில மொழியாக்கத்தில் home-tune, years-tears என முடிபவை ஒலியியபுடைய ஈற்றுச் சொற்கள்.

இப்பாட்டின் தமிழாக்கம்:

> வீட்டிலிருந்து ஆயிரம் மைல்களுக்கு அப்பால்
> அரசவையில் இந்த இருபதாண்டுகள்
> அந்தப் பழைய ராகத்தின் ஒரு சுரக்கோர்வை
> உனது கண்ணீரை வரவழைக்கும்

இசையென்ற வகையில் நாலடிப்பாவைப் பகுத்தாய்வு செய்தோமானால், அதை ஒரு இசைவாக்கியம் என்று கூறலாம். இந்த இசை வாக்கியம் இரண்டு சுரக் கோர்வைகளைக் (phrases) கொண்டதாகும். இந்த சுரக் கோர்வைகள் ஒவ்வொன்றும் இரண்டு சுரச்சித்திரங்களைக் (figures) கொண்டுள்ளன. இரண்டு சுரக் கோர்வைகளில் ஒன்று அறிவிப்பாகவும் (announcement), மற்றொன்று விடையாகவும் (responsion) அமைகிறது. முதல் சுரக் கோர்வை இரண்டாவது சுரக் கோர்வைக்கு இட்டுச் செல்கிறது. இரண்டாவது சுரக் கோர்வை முதல் சுரக்கோர்வையைப் பின் தொடர்கிறது. இவையிரண்டும் சேர்ந்து ஒரு வடிவ முழுமையை உருவாக்குகின்றன. இந்த வடிவ முழுமை தொழிற் பாட்டில் உள்ள பல்லவி, விருத்தி ஆகிய இரண்டு அம்சங்களுக்கு இருந்த செயற்பாட்டு ஒற்றுமையிலிருந்து விளைந்ததாகும். இதைத்தான் இசையியலாளர்கள் A-B என்னும் பைனரி (இருபகுதி) வடிவம் (இரண்டு பகுதிகளாகப் பிரிக்கப்பட்ட இசை வடிவம் - binary form) என்று கூறுகின்றனர்.*

பாட்டின் வளர்ச்சியிலுள்ள இரண்டாவது போக்கை எடுத்துக்கொண்டால் மூன்று பல்லவிகள் இருப்பதையும் விருத்திகள் முதலாவது, இரண்டாவது பல்லவிகளை அடுத்து வருவதையும் காணலாம்:

A Lowlands, lowlands, lowlands, lowlands, lowlands, low
B Our captain was a bully man,
A Lowlands, lowlands, lowlands, lowlands, lowlands, low
B He gave us bread as hard as brass
A Lowlands, lowlands, lowlands, lowlands, lowlands, low**

---

* பைனரி வடிவம் (binary form): என்பது இரு இசைப் பகுதிகளால் ஆன சிறு வடிவம். முதற்பகுதியின் பதில் போல் ஒலிக்கிறது இரண்டாவது பகுதி.
** இதன் தமிழாக்கம்:
A தாழ் நிலப்பகுதிகள், தாழ்நிலப்பகுதிகள், தாழ்நிலப்பகுதிகள், தாழ்
B நமது கப்பற் தலைவன் ஒரு மூர்க்கன்
A தாழ் நிலப்பகுதிகள், தாழ் நிலப்பகுதிகள், தாழ்நிலப்பகுதிகள், தாழ்
B நமக்கு அவன் தந்தான் பித்தளை போன்ற ரொட்டியை
A தாழ் நிலப்பகுதிகள், தாழ் நிலப்பகுதிகள், தாழ் நிலப்பகுதிகள், தாழ்

ஜார்ஜ் தாம்ஸன் இங்கு எடுத்துக்காட்டாகத் தரும் இந்த ஸ்காட்லாந்துப் பாட்டில் lowlands எனச் சொல்லப்படுவது பொதுவாக கடல் மட்டத்திற்குத் தாழ்வாக உள்ள நிலப்பகுதிகளை -எடுத்துக்காட்டாக நெதர்லாந்தைக் - குறிப்பதாக இருந்தாலும், ஸ்காட்லாந்தைப் பொருத்த வரை அதன் மலைப்பகுதிகளுக்குத் தென்கிழக்கில் உள்ள நிலப்பகுதிகளையே குறிக்கும்.

இந்த மாலுமி பாட்டில் பைனரி (இரு பகுதி) வடிவத்தி லிருந்து டெர்னரி (முப்பகுதி வடிவம் - ternary form - மூன்று பகுதி களுடைய இசை வடிவம்) தோன்றுவதைக் காணலாம். இறுதியில் உழைப்பிலிருந்து பாட்டு பிரித்தெடுக்கப்பட்ட பின் தொழிற் பாட்டில் விருத்திக்கும் பல்லவிக்கும் அதனதன் செயல்பாட்டில் இருந்த வேறுபாடு மறைந்து முழு வளர்ச்சியடைந்த பாட்டில் விருத்திக்கும் பல்லவிக்குமுள்ள வேறுபாடு வெறும் வடிவரீதியான வேறுபாடாக மாறுகிறது. இதன் காரணமாக முழு வளர்ச்சியடைந்த டெர்னரி (முப்பிரிவு வடிவம் - terniary form), அதாவது A-B-A என்னும் வடிவம் நமக்குக் கிடைக்கிறது: *

A O Charlie is my darling, my darling, my darling
    Charlie is my darling, the young Chevalier
B T'was on a sunday morning right early in the year
    That Charlie came to our town, the young Chevalier
A O Charlie is my darling, my darling, my darling, my darling
    Charlie is my darling, the young Chevalier **

இவ்விதமாக, இலக்கணரீதியான வாக்கியத்தின் இருவகை களான இரு சொல் வாக்கியம், முச்சொல் வாக்கியம் ஆகியன முறையே பைனரி (இரு பகுதி) வடிவம், டெர்னரி - (முப்பகுதி) வடிவம் ஆகிய இசை வாக்கியங்களை ஒத்தவையாக உள்ளன. இலக்கணரீதியான வாக்கியம், இசை வாக்கியம் என்னும் இரு வகையான வாக்கியங்கள் உழைப்பு இயக்கத்தின் இரண்டு அம்சங் களான புறநிலை அல்லது அறிதல் அம்சம் (objective or congnitive aspect), அகநிலை அல்லது உணர்ச்சி சார்ந்த வெளிப்பாட்டு அம்சம் (subjective or affective aspect) ஆகியவற்றுக்கு ஒத்தவையாக உள்ளன. இலக்கணரீதியான வாக்கியம் தர்க்க விதி அடிப் படையிலும் இசை வாக்கியம் சந்த அடிப்படையிலும் ஒழுங்கமைக்கப்பட்டுள்ளன.

---

* டெர்னரி வடிவம் (ternary form: என்பது மூன்று இசைப் பகுதி களுடையது). மூன்றாம் பகுதி முதல் பகுதியின் மறு பிரதிபோலிருக்கும். முதல் பகுதிக்கு இணையான முக்கியத்துவம் உடையதாக இருக்கும்.
** இந்தப் பாடலின் தமிழாக்கம்:
A ஓ சார்லி என் கண்ணாளன், என் கண்ணாளன், என் கண்ணாளன்
    சார்லி என் கண்ணாளன், மயக்கும் அந்த வீரன்
B ஆண்டின் துவக்கத்தில் ஒரு ஞாயிறு காலையில்
    அந்த சார்லி நம் நகரத்திற்கு வந்தான், மயக்கும் அந்த வீரன்
A ஓ சார்லி, என் கண்ணாளன், என் கண்ணாளன், என் கண்ணாளன்
    சார்லி என் கண்ணாளன், மயக்கும் அந்த இளம் வீரன்

அத்தியாயம் IV

ஆதி அறிவு

1.புலனறிவும் பகுத்தறிவும்

சமூதாய நடைமுறைதான் அறிவுக்கான அடிப்படை என்று இயங்கியல் பொருள்முதல்வாதம் கருதுகிறது:

> புற உலகம் பற்றிய மனிதனின் அறிவு உண்மையானதா இல்லையா என்பதற்கான அளவுகோல் அவனது சமுதாய நடைமுறை மட்டுமே ஆகும் என்று மார்க்சியவாதிகள் கருதுகின்றனர். உண்மையில் நடைபெறுவது என்னவென்றால் பொருளுற்பத்தி, வர்க்கப் போராட்டம் அல்லது அறிவியல் ஆராய்ச்சி போன்ற சமூக நடைமுறையினூடாக அவன் எதிர் பார்த்த விளைவுகளை அடையும் போதுதான் அவனது அறிவு சரியானது என்பது மெய்ப்பிக்கப்படுகிறது. மனிதன் தனது செயலில் வெற்றியடைய வேண்டுமெனில், அதாவது அவன் எதிர்பார்க்கும் விளைவுகளை அடைய வேண்டுமெனில் அவனது கருத்துகள் புற யதார்த்த உலகின் விதிகளுடன் ஒத்திசைந்திருக்க வேண்டும். இல்லையென்றால் நடைமுறையில் அவன் தோல்வியடைவான் (MSW 1.296, cf.LCW 14.109).

புற உலகை மாற்றுதல் என்கிற உணர்வுபூர்வமான குறிக்கோளோடு அவன் தனது சமூக நடைமுறையைக் கடைப் பிடிக்கையில் முயற்சிகள், தோல்விகள் ஆகியவற்றின் வழியாக அப்புற உலகின் விதிகளைப் படிப்படியாக அறிந்து கொள்கிறான். முதலில் அவனது அறிவு பொருட்களின் புறத்தோற்றங்களைப் பற்றிய அறிவாக மட்டுமே இருக்கிறது. இது புலனறிவுக் கட்டமாகும் (perceptual knowledge). ஆயினும் தொடர்ந்த சமூக நடைமுறை மூலமாக அவன் பொருட்களின் அடிப்படை இயல்பை, அவற்றின் உட்சாரத்தை ஊடுருவிப் பார்க்கிறான். இது பகுத்தறிவு அல்லது தர்க்க அறிவுக் கட்டமாகும் (rational or logical knowledge). புலனுணர்ச்சிகளை அடிப்படையாகக் கொண்ட புலனறிவி லிருந்து, முழுமையாக வளர்ச்சியடைந்த கருத்துகளை (concepts)

அடிப்படையாகக் கொண்ட பகுத்தறிவுக்கு வளர்ச்சியடைவது அறிதலின் (cognition) வளர்ச்சியிலுள்ள ஒரு தீர்மானகரமான கட்டமாகும்:

> சமூக நடைமுறை தொடர்கையில் மனிதனின் புலனுணர்ச்சி களையும் மனப்பதிவுகளையும் தோற்றுவித்த விஷயங்கள் திரும்பத் திரும்பச் செய்யப்படுகின்றன. இதன் காரணமாக மனிதனின் மூளையில் நிகழும் அறிவு இயக்கத்தில் ஒரு திடீர் மாற்றம் (பாய்ச்சல்) ஏற்பட்டு கருத்துகள் (concepts) உருவாக்கப்படுகின்றன. கருத்துகள் பொருட்களின் புலப்பாடு களையோ அவற்றின் தனித்தனிக் கூறுகளையோ மட்டும் குறிப்பன அல்ல. மாறாக அவை பொருட்களின் உட்சாரத்தை, அவற்றின் ஒட்டுமொத்த முழுமையை, உள் உறவுகளை வெளிப்படுத்துபவையாகும். கருத்துகளுக்கும் புலனறிவுக்கு மிடையே அளவுவகை வேறுபாடு மட்டுமல்ல, பண்பு வகை வேறுபாடும் உள்ளது (MSW 1, 298).

பகுத்தாய்தல், தொகுத்தாய்தல் என்கிற இயக்கத்தின் வழியாக புலனறிவு பகுத்தறிவாக வளர்ச்சியடைகிறது. இந்த இயக்கத்தில் நாம் புலன்களுக்குப் புலப்பட்டவற்றிலிருந்து அவற்றின் உட்சாரத்தையும், குறிப்பானதிலிருந்து பொதுவானதை யும் சுருக்கியெடுத்து அவற்றைத் தர்க்கரீதியான வகைத்தினைகளை (logical categories) அடிப்படையாகக் கொண்ட ஒரு கோட் பாட்டமைப்புக்குள் ஒழுங்குபடுத்துகிறோம்:

> ஒரு பொருளை அதன் அம்சங்கள் அனைத்தையும் சேர்த்து ஒட்டுமொத்தமாகப் பிரதிபலிக்க, அதனுடைய உட்சாரத்தை பிரதிபலிக்க, அதில் பொதிந்துள்ள விதிகளைப் பிரதிபலிக்க, புலன் அறிவுகளால் பெறப்படும் ஏராளமான விவரங்களில் சக்கையைத் தள்ளிவிட்டு சாரமானதை மட்டும் தெரிவு செய்து, பொய்யானதை அகற்றிவிட்டு உண்மையானதை மட்டும் வைத்துக் கொண்டு, ஒன்றிலிருந்து மற்றொன்றுக்கும், வெளிப்புறத்திலிருந்து உட்புறத்துக்கும் சென்று, கருத்துகளும் கோட்பாடுகளுமடங்கிய ஒரு அமைப்பை உருவாக்கிக் கொள்வது இன்றியமையாதது. அதாவது புலனறிவிலிருந்து பகுத்தறிவுக்கு ஒரு பாய்ச்சலை ஏற்படுத்துவது இன்றியமை யாதது (MSW 1.303)

நாம் முன்பு அறிந்திராத அல்லது மேலோட்டமாக மட்டுமே அறிந்துள்ள ஒரு செயலுக்கு நமது அறிவை விரிவுபடுத்துகையில் புலனறிவு பகுத்தறிவாக வளர்ச்சியடைவதை நம்மிடத்திலேகூடக் காணலாம். இதைக் குழந்தைகளிடமும் காணலாம். குழந்தைகள்

பேசக் கற்றுக் கொள்கையிலேயே எளிய கருத்துகளை உருவாக்கத் தொடங்கிவிடுகின்றன. ஆனால் குழந்தை பருவ வளர்ச்சியடைந்த பிறகே பெருட்களிடையே உள்ள தர்க்கரீதியான உறவுகளைப் புரிந்து கொள்வது உள்ளிட்ட கருத்தாக்கச் சிந்தனையை (conceptual thinking) அடையப் பெறுகிறது. பேசவும் சிந்திக்கவும் கற்றுக்கொள்ளும் இயக்கம்தான் பெரியவர்களால் திரட்டப்பட்ட அறிவைக் குழந்தை உள்வாங்கிக்கொள்வதற்கான சாதனமாகும். எனவே அது படிப் படியாக அடையும் அறிவுத்திறன் சமுதாயத்தின் பண்பாட்டு வளர்ச்சியின் அளவைச் சார்ந்துள்ளது. குழந்தையின் சிந்தனையைப் போன்றதே ஆதிச் சிந்தனை (primitive thought) என்று கூறுவது சரி யானதே. ஏனெனில் அது முழுக்க முழுக்கப் புலனுணர்வு மட்டத்தி லேயே இயங்குகிறது. நாகரிகமடைந்த சமுதாய மக்களின் சிந்தனைக்கு மாறாக அது புலன்களால் உணரப்படும் அறிவாக, அவரவர் உணரும் பட்டறிவாக, புலனறிவால் பெறப்பட்ட விவரங் களிலுள்ள பொது அம்சங்களை, அவற்றின் சாரத்தைப் பிரித் தெடுத்துப் பார்க்கும் ஆற்றல் குறைந்ததாக உள்ளது. இது யதார்த் தத்தை அறிவு அளவில் இல்லாமல் உணர்ச்சிவெளிப் பாட்டளவில் மட்டும் அணுகும் திறனைப் பிரதிபலிப்பதால் சமூக நடைமுறை களின் பரிணாம வளர்ச்சியில் கீழ் நிலையைச் சார்ந்ததாக இருக்கிறது.

ஆதிச்சிந்தனையின் இந்தக் கூறுகளை இந்த அத்தியாயத்தில் ஆராய்வோம். அவை நாகரிக வளர்ச்சிக் கட்டத்தின் தன்மையைப் புரிந்துகொள்ள உதவும்.

2. தொடர்புபடுத்திப் பார்க்கும் சிந்தனை முறை (Associative Complex)

குழந்தையின் உள இயல்புக்கும் ஆதி மனிதர்களின் உள இயல்புக்குமிடையே குறிப்பிடத்தக்க ஒற்றுமைகள் இருப்பது பொதுவாக ஏற்றுக்கொள்ளப்பட்டுள்ள உண்மையாகும். நாகரிக சமுதாயக் குழந்தை பேசவும் சிந்திக்கவும் கற்றுக் கொள்கையில் அது பெறும் வளர்ச்சி இயக்கத்தின் பண்புக்கூறுகளிற் பல ஆதி மக்களின் அறிவுவளர்ச்சித் தரத்தை ஒத்தவையாக உள்ளன என்பதை சமூக மானிடவியல் (Social Anthropology) எடுத்துக்காட்டுகிறது. இதே போன்ற மேலும் சில சான்றுகளை வரலாற்று மொழியியலும் (historical linguisistics) வழங்குகிறது. மொழி, அதைப் பேசுகின்ற மக்களின் சமூக உறவுகளைவிட மிக மெதுவாகவே மாற்றமடைகிறது.

இதன் காரணமாக அது தனது கட்டமைப்பில் தொல் எச்சங்களைப் (fossils) போன்ற காலவழக்கொழிந்த வடிவங்களையும் வைத்துக் கொண்டிருப்பதைக் காணலாம். இவை ஆதிச் சிந்தனை முறைகள் எவ்வாறு இருந்தன என்பதைச் சுட்டிக்காட்ட உதவுகின்றன.

இப்போது நாம் 'தொடர்புபடுத்திப் பார்க்கும் சிந்தனை முறை'யை (Associative Complex) ஆராய்வோம். இந்த நிகழ்ச்சிப் போக்கை முதன் முதலாகக் கண்டறிந்தவர் பாவ்லோவைப் பின்பற்றியவரான வைகோட்ஸ்கி (Vygotski) என்கிற உளவியல் அறிஞராவார். இந்த சிந்தனைமுறை குழந்தைகளின் மன வளர்ச்சியில் காணப்படும் ஒரு முக்கியக் கட்டம். நமது குறிக்கோள் இரண்டு விஷயங்களை எடுத்துக்காட்டுவதாகும். முதலாவதாக இந்தச் சிந்தனை முறை ஆங்கிலத்திலும் பிற மொழிகளிலும் ஆண் - பெண் என்கிற பால் தொடர்பான (gender) வகைத்திணைகளுக்கும் (Categories) இதுபோன்ற பிற வகைத்தினைகளுக்கும் அடிப்படை யாக அமைந்துள்ளது. இரண்டாவதாக, இச்சிந்தனை முறை இன்றளவும் தொல்குடி மக்களிடம் நிலவிவரும் நிலைமைகளைக் கொண்டு அதன் தோற்றத்தை நம்மால் இனங்காண முடியும்.

தனது மன வளர்ச்சியின் தொடக்கக் கட்டங்களில் குழந்தை பல பொருட்களைத் தொடர்புபடுத்தித் தொகுப்பாகப் பார்க்கிறது. 'தொகுப்பு' (complex) என்பது சமூக நடைமுறையின்போது குழந்தையின் மனத்தில் ஒன்றுக்கொன்று இறுக்கமான தொடர்புகள் கொண்டிருக்காத பொருட்களின் தொகுப்பாகும். முதலில் இந்தத் தொகுப்பு முற்றிலும் குழந்தையின் புலன் உணர்வுகள் மேலோட்ட மாகச் செயல்படுவதன் அடிப்படையில் அமைகிறது. எனவே அந்தத் தொகுப்புக்கு நிலையான, திட்டவட்டமான தன்மை கிடை யாது. எனினும் தொடர்ந்த சமூக நடைமுறையின் மூலம் குழந்தை பொருட்களுக்கிடையே புற நிலையான, யதார்த்தமான உறவுகள் இருப்பதைப் புரிந்துகொள்ளத் தொடங்குகிறது. இவை அந்தக் குழந்தை புலன்களால் உணரக்கூடியதையும் பொருட்கள் எவ்வாறு பயன்படுத்தப்படுகின்றன என்பதையும் சார்ந்தவை; தர்க்கரீதியான, வரையறுக்கப்பட்ட முறையிலான உறவுகள் அல்ல. எடுத்துக் காட்டாக உணவு மேஜையின் மேல் உள்ள கத்திகள், முள்கரண்டி கள், கரண்டிகள் ஆகியவற்றை ஒன்றுக்கொன்று தொடர்புள்ள பொருட்களின் தொகுப்பாகக் குழந்தை அமைத்துப் பார்க்கிறது. இத்தகைய தொகுப்பை ஒன்றுக்கொன்று தொடர்புடைய பொருட் களின் 'குடும்பம்' என்று கருதலாம்:

ஒரு குடும்பப்பெயர் - பெட்ரோவ் என்கிற குடும்பப் பெயர் குழந்தையின் தொகுப்புகளுக்கு மிகவும் ஒத்திருக்கும்

வகையில் தனிநபர்களை உள்ளடக்கியிருக்கிறது. பொருட்களைத் தொடர்புபடுத்தித் தொகுப்பாகச் சிந்திக்கும் கட்டத்தில் குழந்தை அவற்றைக் குடும்பப் பெயராகப் பார்க்கிறது. அது தனித்தனிப் பொருட்களை வெவ்வேறான ஆனால் ஒன்றுக்கொன்று தொடர்புடைய 'குடும்பங்களாக'த் தொகுத்துப் பார்க்கிறது.

ஒரு தொகுப்பின் தனித்தனிப் பாகங்களுக்கிடையிலான பிணைப்புகள் தூலமானவையும் யதார்த்தமானவையுமேயன்றி அருவமானவையும் தர்க்கரீதியானவையும் அல்ல. ஒரு தனி நபர் பெட்ரோவ் குடும்பத்தைச் சார்ந்தவர் என்பதை அவருக்கும் இந்தக் குடும்பப் பெயரைக் கொண்டுள்ள பிறருக்குமிடையிலான தர்க்கரீதியான உறவின் அடிப்படையில் நாம் எப்படி வகைப்படுத்துவதில்லையோ அதைப் போன்றதுதான் மேற்சொன்னதுமாகும். கண்கூடாகப் பார்க்கப்படும் விவரங்கள் தான் இந்த விஷயத்தை நமக்குத் தெளிவுபடுத்துகின்றன. (Vygotsky, *Thoughts and Language,* 1962, p.61)

பொருட்களை ஒன்றுக்கொன்று தொடர்புபடுத்திச் சிந்திக்கும் முறைக்கு எடுத்துக்காட்டாக மட்டுமே குடும்பம் இங்கு குறிப்பிடப்பட்டது. எனினும் குடும்பத் தொகுப்பு என்பதன் மூல வடிவம் குலக்குறியுடைய குலம் (totemic clan) என்பதுதான். உண்மையில் அதுதான் இத்தகைய தொகுப்புகள் அனைத்திற்குமான மூலமுன்மாதிரியாக (prototype) இருந்தது என்பதையும் நம்மால் காட்ட முடியும்.

3. சொல் வகைகள்

முதலாவதாக, நாம் உளவியலிலிருந்து மொழியியலுக்கு வருவோம். 'தொகுப்புகளாகச் சிந்தித்துப் பார்த்தல்' என்னும் செயல்பாடே குறிப்பிட்ட வகைத்திணைகளுக்கு அடிப்படையாக இருந்தது என்பதைக் காணலாம்.

உலகின் அனைத்துப் பகுதிகளிலுமுள்ள மொழிகளுக்குமுள்ள ஒரு பொது அம்சம், **இலக்கணச் சொல்வகைகள்** (grammatical classes) ஆகும். ஒவ்வொரு பெயர்ச்சொல்லும் இரண்டு அல்லது இரண்டிற்கும் அதிகமான சொல் வகைகளில் ஏதோவொன்றாக வகைப்படுத்தப்படுகிறது. இந்த சொல் வகைகள் **சொல்லியல் ரீதியாக** (morphologically) ஒன்றுக்கொன்று வேறுபட்டவை.

வகைப்படுத்தலுக்கான அடிப்படை மொழிக்கு மொழி வேறுபடு கின்றது. சில ஆப்பிரிக்க மொழிகளில் பெயர்ச்சொற்கள் உயிருள்ளவை - உயிரற்றவை என்றும் வேறு சில மொழிகளில் பெரியவை - சிறியவை என்றும் வகைப்படுத்தப்படுகின்றன. சீனமொழியில் பெயர்ச்சொற்கள் வகைப்படுத்தப்படும் முறை வித்தியாசமானது. அதைப் பின்பு விளக்குவோம். ஆங்கில மொழிக் குடும்பத்தில் மூன்று வகைகள் உள்ளன. அவற்றை பால் (gender) அடிப்படையில் நாம் ஆண்பால், பெண்பால், பொதுப்பால் என்று கூறுகிறோம்.

இலக்கணத்தில் இப்படி வகைப்படுத்தும் முறைகள் எழுப்பும் பிரச்சனை என்னவென்றால், எண்கள் (numbers), காலம் (tense) ஆகியன போன்ற பிற இலக்கணக் கூறுகளைப் போலன்றி, **அடையாளம் காணக்கூடிய தர்க்கரீதியான தேவை எதற்கும்** இவை பொருந்துவதில்லை என்பதுதான். ஆண்பால், பெண்பால் என்னும் கூறுகளானவை ஏதோவொருவகையில் தெளிவாக மனித குலத்தில் ஆணுக்கும் பெண்ணுக்குமிடையில் உள்ள உடலியல் ரீதியான பால் (sex) வேறுபாட்டுடன் தொடர்புடையதாக உள்ளது. ஆனால் உடல்ரீதியான பால் வேறுபாடு உயிரற்ற பொருட்களை வகைப்படுத்துவதில் நுழைவது ஏன்? எடுத்துக்காட்டாக பிரெஞ்சு மொழியில் பென்சிலை ஆண்பாலாகவும் பேனாவைப் பெண் பாலாகவும் குறிப்பிடுவது ஏன்? இப்படி வேறுபடுத்துவதற்கு தர்க்க ரீதியான அல்லது புற நிலையான அடிப்படை ஏதும் இல்லை. இது ஒரு வழக்கு என்னும் முறையில் அமைந்துவிட்ட ஒன்றுதான்.

இந்த மொழிகளின் வரலாற்றைப் பார்ப்போமேயானால், தொடக்கக் கட்டமொன்றில் ஆண்பால், பெண்பால் என்னும் வகைத் திணைகள் ஆதிச் சிந்தனைக்குப் பிடிபட்ட யதார்த்த உலகை உள்ளது உள்ளபடியே பிரதிபலித்தன என்பதைக் காணலாம். ஆண்பால் என்பது ஆண் உயிர்களுக்கோ அல்லது ஆணின் செயற்பாடுகளைக் கொண்டவையாகக் கருதப்பட்ட பொருட்களுக்கோ ஒதுக்கப் பட்டது. எடுத்துக்காட்டாக மழைக்கு மூலாதாரமான வானமும் நிலங்களை வளப்படுத்தும் (கருவுறச் செய்யும்) ஆறுகளும் ஆண் பாலாகக் கருதப்பட்டன. அதேபோல் பெண் உயிர்களும் பெண்ணின் செயற்பாடுகளைக் கொண்டிருப்பவையாகக் கருதப்பட்ட பொருட் களும் பெண்பாலாக வகைப்படுத்தப்பட்டன. இதற்கு எடுத்துக் காட்டு, பழங்களை ஈனும் மண்ணும் மரமும் ஆகும்.

மரபுக்கொழுந்துகளும் (offsprings - விலங்குக் குட்டிகள், பறவைக் குஞ்சுகள், நாற்றுகள் போன்றவை) குழந்தைகளும் பொதுப்பாலாகக் கருதப்பட்டன. அவை பருவ முதிர்ச்சி

பெறாதவையாதலால் உடலியல்ரீதியான பால் அற்றவையாகக் (sex-less) கருதப்பட்டன. இது, இனத்தில் சிறுமை குறிக்கும் சொற்களின் (diminutives) உருவாக்கத்தில் பொதுப்பால் தொடர்ந்து பயன் படுத்தப்பட்டது ஏன் என்பதைத் தெளிவுபடுத்துகிறது. அதேபோல கனியையும் மரத்தையும் ஒன்றுக்கொன்று வேறுபடுத்திக்காட்ட முறையே பொதுப்பாலும் பெண்பாலும் ஏன் பயன்படுத்தப்படு கின்றன என்பதையும் இது விளக்குகிறது. கிரேக்க மொழியில் 'ஆப்பிள்' (melon) பொதுப்பால்; ஆப்பிள் - மரம் (apple - tree) பெண்பால்.

எனவே பால் (gender) என்னும் வகைத்திணை ஒன்றுட னொன்று தொடர்புள்ள பொருட்களைத் தொகுத்துப் பார்க்கும் சிந்தனை முறையிலிருந்து தோன்றியது என்பதை மேற்சொன்ன வற்றிலிருந்து அறியலாம். இயற்கை நிகழ்ச்சிப் போக்குகள், உடல்ரீதியான பால் வேறுபாட்டின் அடிப்படையில் தொகுப்பு களாகப் பிரிக்கப்பட்டு ஓர் ஒழுங்குமுறைக்குக் கொண்டு வரப்படும் இந்த சிந்தனை முறை ஆதி மனித உணர்வின் ஓர் அம்சமாகும்.

இப்போது பொருட்களை வகைப்படுத்துவதில் சீன இலக்கண முறையைக் காண்போம். குறைந்தபட்சம் மேற் தோற்றத்திலாவது அது ஆங்கில இலக்கண முறையிலிருந்து வேறுபட்டதாக உள்ளது.

ஆங்கிலத்தில் நாம் 'a head of cattle' *(ஆட்டு மந்தை),* 'a length of cloth' *(முழு நீளத் துணி),* 'a piece of chalk' *(சாக்குக் கட்டித் துண்டு)* என்று கூறுகிறோம். இதே போல சீன மொழியில் 'one branch - street' *(ஒரு கிளை - தெரு),* 'one mouth - man' *(ஒரு வாய் - மனிதன்)* எனக் குறிப்பிடுகின்றனர். 'கிளை', 'வாய்' என்னும் சொற்கள் இங்கு வகைப்படுத்துபவையாகப் பயன்படுத்தப்படு கின்றன. இப்படி வகைப்படுத்தப் பயன்படுத்தப்படும் சொற்களின் எண்ணிக்கை ஐம்பதுக்கும் மேற்பட்டு உள்ளன. இவை பெயர்ச் சொற்களை வகைகளாகத் தொகுப்பதற்குப் பயன்படுத்தப்படு கின்றன. பொருட்களிடையே உள்ள மேலோட்டமான ஒத்த தன்மையின் அடிப்படையில் அவை வகைப்படுத்தப்படுகின்றன. எடுத்துக்காட்டாக நீளம் தெளிவாகத் தெரிகின்ற பொருட்களான தெரு, கயிறு, பெஞ்சு, பாம்பு முதலியனவற்றைக் குறிக்கும் பெயர்ச் சொற்களை வகைப்படுத்த 'கிளை' என்னும் சொல் பயன்படுத்தப் படுகிறது. வாய் உள்ள அல்லது வாய் போன்ற திறந்த உறுப்பு உள்ள மனிதன், பன்றி, கிணறு, பானை முதலிய பொருட்களைக் குறிக்கும் பெயர்ச்சொற்களை வகைப்படுத்த 'வாய்' என்னும் சொல் பயன்படுத்தப்படுகிறது. இப்படி வகைப்படுத்தும் முறைக்கான

அடிப்படை தற்போக்கானது (arbitrary) என்றாலும் அது ஒரு உண்மையான நோக்கத்தை நிறைவேற்றுகிறது. சீன மொழியில் ஒரே ஒலியுடைய பல்வேறு சொற்கள் (homophones) ஏராளமாக உள்ளன - ஆங்கில மொழியில் ஒரே ஒலியுடைய 'rain', 'rein', 'reign' என்னும் சொற்கள் இருப்பதைப் போல. ஒரே ஒலியுடைய சொற்களை வேறுபடுத்திக் காட்டுவதற்காக வகைப்படுத்தும் சொற்கள் பயன்படுத்தப்படுகின்றன. எடுத்துக்காட்டாக 'i zo shan' (one (site) mountain)', i jian shan' (one (article) shirt). சீன மொழியில் ஒரே ஒலியுள்ள பல்வேறு சொற்கள் இருப்பது, பொருட்களை வகைப்படுத்துவதற்கு உருவாக்கப்பட்ட முறை சீன மொழியில் பாதுகாக்கப்பட்டு விரிவுபடுத்தப்பட்டதை விளக்கினாலும் அதற்கு அடிப்படை என்ன என்பதை விளக்குவதில்லை. பொருட்களை வகைப்படுத்துவதற்கு அடிப்படையாக உள்ள சிந்தனை முறையை ஆராய்கையில்தான் அது தெளிவாகிறது. தூலமான பொருட்களுக்கிடையே இருப்பதாகப் புலன் உணர்வுகளுக்குத் தென்படக் கூடிய உறவுகள், புலனுணர்வுகளின் அடிப்படையில் மனிதர்கள் தம் அனுபவரீதியாக அவற்றுடன் கொள்ளும் உறவுகள் ஆகிய வற்றின் மூலம் பொருட்கள் பல்வேறு தொகுப்புகளாக வகைப்படுத்தப்படுகின்றன. ஆனால் இப்படிப்பட்ட தொகுப்புகளில் உள்ள பொருட்களிடையே இசைவு இருப்பதில்லை. இது பொருட்களைத் தொகுத்துப் பார்க்கும் முறையின் மிக ஆதி நிலையாகும் (ஆனால் இதன் பொருள் சீன மொழி வளர்ச்சியடையாத ஆதி மொழி என்பதல்ல. மாறாக ஆதி நிலை வெளிப்பாடுகளுடன் ஒரு பண்பட்ட ஊடகமாக, குறிப்பிடத்தக்க வகையில் மிகவும் விரைவாக வளர்ச்சி அடைந்த மொழி என்பதுதான்.)

பொருட்களை சொல் வகைகளாக (வகைத்திணைகளாக) வகைப்படுத்தும் முறைகள் மனிதர்களின் மனத்தில் எப்படித் தோன்றின என்பதை அறிந்து கொண்ட நாம், வகைப்படுத்து வதற்கான அடிப்படையான பால் (sex), அளவு, வடிவம் முதலியவற்றைப் பொருத்தவரை வகைப்படுத்தும் முறைகள் ஏன் பலதரப்பட்டவையாக இருக்கின்றன என்பதைப் புரிந்துகொள் கின்றோம். ஆதிச் சிந்தனையில் காணப்படும் தொகுப்புகள் விரிவான, ஆழமான உறவுகளைக் கொண்டிருக்காததாலேயே, ஒரு குழந்தையின் சிந்தனையிலுள்ள தொகுப்புகளைப்போல், அடிப் படையில் உறுதியற்றவை. அதாவது அவை தர்க்கரீதியான அடிப் படையைக் கொண்டிருக்காதவை. ஆதிச் சிந்தனைக்கும் குழந்தையின் சிந்தனைக்கும் உள்ள பொதுவான அம்சம் பொருட்களை வகைப்படுத்தும் தேவையாகும்:

ஒன்றோடொன்று பின்னிப்பிணைந்துள்ள இயற்கை நிகழ்ச்சிப்போக்குகளை மனிதன் எதிர்கொள்கிறான். இயல் பூக்கங்களின் அடிப்படையில் மட்டுமே செயல்படும் ஆதி மனிதன் தன்னை இயற்கையிடமிருந்து வேறுபடுத்திப் பார்ப்பதில்லை. உணர்வுள்ள மனிதன்தான் தன்னை இயற்கை யிலிருந்து வேறுபடுத்திப் பார்க்கிறான். பொருட்களையும் இயற்கை நிகழ்ச்சிப்போக்குகளையும் இனம் பிரித்துப் பார்க்கும் கட்டங்கள்தாம், அதாவது உலகத்தை அறிந்து கொள்ளும் இயக்கத்திலுள்ள கட்டங்கள்தாம் வகைத் திணை களாகும் (categories). இந்த நிகழ்ச்சிப்போக்குகளை அறிந்து கொள்வதிலும் அவற்றைத்தன் வசப்படுத்துவதிலும் உதவும் குவிமையங்களை இனம்பிரித்துப் பார்ப்பதில் உள்ள பல் வேறு கட்டங்கள்தாம் வகைத்திணைகளாகும் (LCW 38.93)

4. குலக்குறியம் (Totemism)

இதுவரை நாம் ஆராய்ந்த மனவியல், மொழியியல் சான்றுகள் பொருட்களைத் தொகுத்துப் பார்க்கும் சிந்தனை முறை என்பது சிந்தனை வளர்ச்சியிலுள்ள மிகத் தொடக்கக் கட்டம் என்பதைச் சுட்டிக்காட்டுகின்றன. இந்த முடிவை குலக்குறியம் தரும் சான்றுகள் உறுதிப்படுத்துகின்றன. குலக் குறியம் என்பது மனித சமுதாயத்தின் தொடக்கக் கட்டங்களில் இருந்த ஆதி பழங்குடி மக்களுக்கே (primitive tribe) உரிய கருத்துநிலையாகும் (ideology).

மனித சமுதாயத்தின் உருவாக்கத்தில் மையக்கூறாக இருந்தது சிறு நாடோடிக் கூட்டமாகும். ஒரு சில எளிய கருவி களைக் கையாள்வதும் நெருப்பைப் பயன்படுத்துவதும் மட்டுமே இவர்களை மனிதக் குரங்குகளிலிருந்து வேறுபடுத்தின. மனித சமுதாயத்தின் மையக்கூறான இந்த நாடோடிக்கூட்டம் பிரிவுபடு வதன் மூலம் பரிணாம வளர்ச்சி பெற்றது. முதலில் அது புறமண உறவு உடையதும் (exogamus) ஒன்றோடொன்று மண உறவு வைத்துக்கொண்டதுமான இரண்டு சமபாதிகளாக (moities) பிள வுண்டது. ஒரு சமபாதியைச் சார்ந்த ஆண்கள் மற்றொரு சமபாதியைச் சார்ந்த பெண்களை மணம் புரிந்தனர். பிறக்கும் குழந்தைகள் தாயின் சமபாதியைச் சார்ந்தவையாயின. பின்னர் அச்சமபாதிகள் பிளவுண்டு நான்கு குலங்கள் தோன்றின. இவ்வாறு இரண்டு சமபாதிகளும் நான்கு குலங்களுமடங்கிய எளிய பழங்குடி கட்டமைப்புத் (tribal stucture) தோன்றியது.

ஈட்டி உருவாக்கப்பட்டு ஒழுங்கமைக்கப்பட்ட முறையில் வேட்டை ஆடுவதில் வளர்ச்சியேற்பட்டபோதுதான் கடைசிப் பிரிவினையும் ஏற்பட்டது என்று கருதலாம். இதுதான் முதல் உழைப்பின் பிரிவினை (division of labour) ஆகும். இது பால் (sex) அடிப்படையில் ஏற்பட்ட உழைப்பின் பிரிவினையாகும். ஆண்கள் வேட்டைக்குச் சென்றனர். ஆண்களைப் போல அலைந்துதிரிய முடியாதவர்களான பெண்கள் தொடர்ந்து உணவு சேகரிப்பதில் ஈடு பட்டனர். உணவு சேகரித்தல் முன்பு ஆண்கள், பெண்கள் அனை வருடைய வேலையாக இருந்தது. பல்வேறு விலங்குகளை வேட்டையாடுதல் கூட்டுறவு அடிப்படையில் ஒழுங்கமைக்கப் பட்டது. ஒவ்வொரு குலமும் ஒரு குறிப்பிட்ட விலங்கினத்துடனோ அல்லது தாவர இனத்துடனோ தொடர்புபடுத்தப்பட்டிருந்தது. அந்தக் குறிப்பிட்ட விலங்கோ அல்லது தாவரமோ அக் குலத்தின் குலக்குறியாகியது (totem).

உணவுதேடுதலில்தான் குலக்குறித் தொடர்புகளுக்கான அர்த்தமும் தேவையும் இருந்தது. என்றாலும் அவை நீங்கிய பிறகும் கூட அத்தொடர்புகள் பல்வேறு வடிவங்களில் நீடித்து வந்தன. தமக்கென்று தனித்தனியான குலக்குறிகளைக் கொண்ட குலங்களாக பழங்குடி மக்கள் பிரிக்கப்பட்டதுபோல, பழங்குடிமக்களைச் சேர்ந்த ஒவ்வொருவனும் தன்னையும் பிறரையும் அந்தந்தக் குறிப் பிட்ட விலங்குடனோ அல்லது தாவரத்துடனோ அடையாளப் படுத்தியே தனக்கும் பிறருக்குமுள்ள உறவுகளை வரையறுத்தான். (கங்காருவைத் தனது குலக்குறியாகக் கொண்ட ஒரு ஆஸ்திரேலியப் பழங்குடி மனிதனிடம் அவனது புகைப்படமொன்று காட்டப் பட்டது. அதைப் பார்த்ததும் அவன் வியந்து கூறினான்: "அது என்னைப் போலவே இருக்கிறது எனவே அது கங்காருதான்".) இவ்வாறு பொருட்களைத் தொகுத்துப் பார்க்கும் சிந்தனை முறை களுக்கான ஒரு சட்டகத்தை (framework) குலக்குறி அடிப்படையில் அமைந்த குழுக்கள் வழங்கின. குலக்குறியம் என்னும் சமூக வகைப் பாடு பொருட்களைத் தொகுத்துப்பார்க்கும் சிந்தனை வகைப் பாடாக மாறியது.

இவ்வாறு விலங்கு உலகிலிருந்து மனித சமுதாயம் தோன்றிய தொடக்கக் கட்டத்திலேயே குலக்குறியம் என்னும் கருத்துநிலை உருவானதைக் காண்கிறோம். அந்தக் கட்டத்தில் மனிதன் இன்னும் புறநிலைரீதியாகவோ அல்லது அகநிலை ரீதியாகவோ தன்னை இயற்கையிலிருந்து பேறுபடுத்திப் பார்க்க வில்லை. யதார்த்தத்தில் அவன் தனது சகமனிதர்களுடன் கொண் டிருந்த உறவுகள் இயல்பூக்கங்களின் அடிப்படையில் அமையப்

பெற்ற உறவுகளாகவே இருந்தனவேயன்றி சமூக உறவுகளாக இருக்கவில்லை. அகநிலையில் இந்த உறவுகள், இயற்கையுடன் அவனுக்கிருந்த உறவுகளைப் போலவே இருந்தன.

> இயற்கையின் தனித்த இயல்பும் மனிதர்களின் தனித்த இயல்பும் எவ்வாறு தோன்றுகிறது என்றால் இயற்கையுடன் மனிதர்களுக்குள்ள வரம்புக்குட்பட்ட உறவு மனிதர்களிடையே உள்ள வரம்புக்குட்பட்ட உறவைத் தீர்மானிக்கிறது. மனிதர் களிடையே உள்ள வரம்புக்குட்பட்ட உறவு அவர்களுக்கும் இயற்கைக்குமுள்ள வரம்புக்குட்பட்ட உறவைத் தீர்மானிக் கிறது. இதற்கு முக்கியக் காரணம் இயற்கை இன்னும் இக்கட்டத்தில் வரலாற்றுரீதியாக சிறிதும் மாற்றப்பட்டிருக்க வில்லை. மற்றோர் புறம் தன்னைச் சுற்றியுள்ளவர்களுடன் தொடர்பு கொள்ளவேண்டிய அவசியம் பற்றிய மனிதனின் உணர்வுதான் ஒரு சமுதாயத்தில் வாழ்ந்து கொண்டிருப்பதைப் பற்றிய அவனது உணர்வின் தொடக்கமாகும். இந்தத் தொடக்க கட்ட உணர்வு, இக்கட்டத்தைச் சேர்ந்த சமூக வாழ்வைப் போலவே விலங்குத்தன்மை வாய்ந்ததாகவே உள்ளது. (GI . 42)

வாலில்லாக் குரங்கிலிருந்து மனிதன் பரிணாம வளர்ச்சி யடைந்த மாறுதல் கட்டத்தில் உற்பத்தியின் வளர்ச்சியின் மூலம் உருவாகிய முதல் மனித உறவுகள் எனக் கருதத்தக்கவை குறித்த உணர்வின் மூலமாக அமைந்தது பொருட்களை ஒன்றோடொன்று தொடர்புபடுத்திப் பார்க்கும் சிந்தனையாகும். இது குழந்தையின் மனவளர்ச்சியிலும் மொழியின் தொடக்ககாலத்திலும் வெளிப்பட்டன.

5. சடங்கும் தொன்மமும் (Ritual and Myth)

மனிதன் தனது வாழ்க்கைச் செயல்பாட்டைப் பற்றிய உணர்வைக் கொண்டிருக்கிறான். விலங்குகளுக்கு அந்த உணர்வு இல்லை. இதுதான் அவனை விலங்குகளிலிருந்து வேறுபடுத்து கிறது. அவனால் சிந்தனையளவில் தனது செயல்பாட்டிலிருந்து விலகி, அதைப் பற்றிய ஒரு கருத்தை உருவாக்கிக்கொள்ள முடியும். இக்கருத்து உண்மையாகவே மேற்கொள்ளப்படும் யதார்த்தமான செயல்பாட்டிலிருந்து மாறுபட்டதாகும். இதைப் புரிந்துகொண்டால் தான் ஆதிகாலச் சடங்குகளைப் புரிந்துகொள்ள முடியும். சடங்கு இன்னும் ஒரு நடைமுறைதான்; ஆனால் உழைப்பு இயக்கத்தி லிருந்து பிரிக்கப்பட்ட நடைமுறை.

ஆதிகாலச் சடங்கை விளக்குவதற்கு பழங்குடி மக்களிடையே பரவலாகக் காணப்படும் பாவனை நடனத்தை (mimetic dance) எடுத்துக்கொள்ளலாம்.

பாவனை (mimesis) அல்லது உணர்வுபூர்வமாகப் போலச் செய்தல் (conscious imitation) என்பது மனிதன் தனது வாலில்லாக் குரங்கு மூதாதையரிடமிருந்து பெற்ற பண்பாகும். ஆனால் பாவனை (போலச் செய்தல்) என்பது உழைப்பு இயக்கத்திற்கு முன்னதாகவோ அல்லது அதற்குப் பிறகோ உழைப்பு இயக்கத்தைச் செய்வது போல நடித்துக்காட்டும் வகையில் மனிதனால் பண்படுத்தப்பட்டுள்ளது. யதார்த்த வாழ்க்கையில் அவனது செயல்திறனை மேம்படுத்துவதுதான் இந்தப் போலச் செய்தலின் நோக்கமாகும். யதார்த்தமான கூட்டு உழைப்பு இயக்கத்திலுள்ள குரலியக்கங்களும் உடல் அசைவுகளும் தனியாகப் பிரிக்கப்பட்டு பாட்டும் நடனமும் இணைந்ததொரு சுயேச்சையான செயல்பாடாக ஒழுங்கமைக்கப்பட்டு சடங்காக உருவெடுக்கின்றன. இத்தகைய சடங்குச் செயல்பாடுகள் பழங்குடி மக்களிடையே உலகெங்கும் காணப்படுகின்றது.

குறிப்பிட்ட குலத்துக்குரிய குலக்குறி தாவரமாக இருந்தால் அது வளர்வது போலவும் அதை அவர்கள் சேகரிப்பது போலவும் இந்த ஆடல் பாடலில் பாவனை செய்வர். அல்லது குலக்குறி விலங்காக இருந்தால் அதற்கேயுரிய பழக்கவழக்கங்களைப் போலச் செய்து நடிப்பார்கள். சில சமயங்களில் அவற்றைப் பிடிப்பது போலவும் கொல்வது போலவும் நடிப்பார்கள். பின்னாளில் இந்தச் சடங்குகள், குலக்குறிகளில் குடிகொண்டிருப்பதாகக் கருதப்பட்ட தமது முன்னோர்களிடம், உயிருடன் இருக்கும் குல உறுப்பினர் களைப் பாதுகாக்க உதவும்படி வேண்டுகோள் விடுக்கும் சடங்கு களாக மாறின. குழந்தைகள் பருவமெய்தியதும் அவர்களுக்கு வயது வந்தவர்களின் தகுதியைக் கொடுப்பதற்காக நடத்தப்படும் பாவனைச் சடங்கொன்றில் குழந்தைகள் இறப்பது போலவும் பின்னர் மீண்டும் பிறப்பது போலவும் நடித்துக் காட்டப்படுகிறது. குல உறுப்பினர்களின் குடியிருப்புப் பகுதியிலிருந்து சற்றுத் தள்ளியுள்ள ஒரு இடத்தில் இச்சடங்கு நடத்தப்படுவதற்கு முன் குடியிருப்புப் பகுதியிலிருந்து அழுகையும் கண்ணீருமாக குல உறுப்பினர்கள் இந்த இடத்திற்கு வருவர். சடங்கு முடிந்ததும் ஆனந்தமாகக் குடியிருப்புப் பகுதிக்குத் திரும்பிச் செல்வர். பழங்குடி மக்களின் வாழ்க்கை முறையின் மேலும் உயர்ந்த கட்டங் களில், பல்வேறு வகையான இயற்கை நிகழ்ச்சிப் போக்குகளுடன் தொடர்புடைய பாவனை நடனங்கள் காணப்படுகின்றன. பயிர்கள்

வளர்வதற்கு, கோடைகாலத்தைக் கொண்டுவருவதற்கு, இயற்கைச் சீற்றங்களைத் தடுப்பதற்கு, தேய்பிறையை வளர்பிறையாக ஆக்குவதற்கு என நடனங்கள் நிகழ்த்தப்பட்டன.

ஒரு எளிய எடுத்துக்காட்டின் மூலம் பாவனைச் சடங்குக் கான உள்ரீதியான காரணத்தை விளங்கிக் கொள்ளலாம்.

நியூஸிலாந்திலுள்ள மவோரிகள் (Maoris) உருளைக்கிழங்கு நடனம் என்னும் நடனத்தை ஆடுவர். கிழக்குத் திசையிலிருந்து வீசும் காற்றின் காரணமாக உருளைக்கிழங்குப் பயிரின் இளங் குருத்துகள் நாசமடைவதுண்டு. எனவே, உருளைக்கிழங்கு சாகுபடி செய்த மவோரிப் பெண்கள், காற்றும் மழையும் சீறி வருவதைப் போலவும் உருளைக்கிழங்குப் பயிர் முளைவிட்டுப் பூத்து வளர் வதைப் போலவும் பாவனை செய்து நடனமாடுவர். நடனமாடிக் கொண்டிருக்கையில் தங்களது நடிப்பில் காட்டியதைப் போலவே பூத்து வளருமாறு உருளைக்கிழங்குப் பயிருக்கு வேண்டுகோள் விடுப்பர்.

உருளைக்கிழங்குப் பயிரின் வளர்ச்சியை நடித்துக் காட்டு வதன் மூலம் அது வளருமாறு தங்களால் கட்டாயப்படுத்த முடியும் என்று நடனமாடியவர்கள் நம்பினர். இதுதான் ஆதிகால மந்திரத்தின் (primitive magic) அடிப்படையாகும். மந்திரம் என்பது ஆரம்பத்தில் பாவனை நடிப்பேயன்றி வேறல்ல. நடனமாடியவர்கள் இன்னும் புலனறிவு மட்டத்திலேயே இருந்ததால் யதார்த்த உலகம் தமது சித்தத்திற்கு அப்பால் சுயேச்சையான புறநிலை விதிகளுக்குக் கட்டுப்பட்டு இயங்குகிறது என்பதை அறிந்திருக்கவில்லை. ஆயினும் அவர்களது நடனம் வீண்போகவில்லை. உழைப்பு இயக்கத்தில் மனிதன் தான் விரும்பும் விளைவு பற்றிய பிம்பத்தைத் தன் சிந்தனையில் முன்கூட்டியே உருவாக்கிக் கொள்வதைப் போல, பாவனை நடனத்தில் தான் விரும்பும் யதார்த்த நிலையை அதீதக் கற்பனையில் முன்கூட்டியே நிகழ்த்திக் காட்டுகிறான். இந்த நோக்குநிலையிலிருந்து பார்ப்போமேயானால் சடங்கு நடனம் யதார்த்தபூர்வமாகவும் அகநிலைரீதியாகவும் ஆக்கபூர்வமானதாக இருப்பதைப் புரிந்து கொள்வோம்.

மனிதர்களின் அகநிலைரீதியாக அது ஆக்கபூர்வமாக உள்ளது என்பதன் பொருள், செய்ய வேண்டிய உண்மையான வேலை குறித்து நடனமாடுபவர்கள் கொண்டிருக்கும் அணுகு முறையின் மீது அது தாக்கம் ஏற்படுத்துகிறது என்பதாகும். நடனம் பயிரைக் காப்பாற்றும் என நம்பிக்கை கொள்ளும்படி அது அவர்களை உற்சாகப்படுத்துகிறது. அந்த உற்சாகம் பெற்ற அவர்கள் முன்னைக் காட்டிலும் கூடுதலான நம்பிக்கையுடனும் திறனுடனும்

பயிரைக் காத்துப் பேணுவதில் ஈடுபடுகின்றனர். நடனம் யதார்த்தத்தின் மீதான அவர்களது அகநிலைரீதியான அணுகு முறையை மாற்றுவதன் மூலம் யதார்த்தத்தையும் மாற்ற மறைமுக மாக உதவுகிறது. நடனம் புறநிலைரீதியாக ஆக்கபூர்வமாக உள்ளது என்பதன் பொருள், அது உழைப்பு இயக்கத்தோடு தொடர்புடைய தாகவும் அதேசமயம் அதிலிருந்து பிரிக்கப்பட்டதாகவும் இருப்பதால், உழைப்பு இயக்கத்தையே ஒரு இலக்குப் பொருளாகப் (object) பார்க்க உழைப்பாளிகளுக்கு உதவுகிறது. சிந்தனையளவில் உழைப்பு இயக்கத்திலிருந்து விலகியிருக்கும் இந்தச் செயல்பாட்டில் புலனறிவு பகுத்தறிவாகப் படிப்படியாக மாறும் இயக்கத்தின் துவக்க முனையைக் காண்கின்றோம்.

சடங்குச் செயல்பாடு உழைப்பு இயக்கத்திலிருந்து துண்டிக்கப்பட்ட பிறகும் அது உண்மையாகவே மேற்கொள்ளப் படும் வேலையின் வெற்றிக்கு அவசியமானதாகவே இன்னும் கருதப்படுகிறது. ஆனால் இப்போது அது உழைப்பு இயக்கத்தோடு ஒன்றுபடுத்தப்படுவதில்லை. சடங்கு இப்போது குலத்தலைவ னாலோ புரோகிதனாலோ இயக்கப்படுகிறது. சடங்குகளைச் செய்யும் அவனது சேவைகளுக்குக் கைமாறாக உடல் உழைப்புச் செய்வதிலிருந்து அவனுக்கு விலக்குத் தரப்படுகிறது. இதுதான் சமயத்தின் தோற்றத்திற்கான அடிப்படையாகும்

இந்தக் கட்டத்தில் இரண்டுவகையான பாகுபாடுகள் தோன்றுகின்றன. முதலாவதாக, கோட்பாடும் நடைமுறையும் உணர்வுபூர்வமாக வேறுபடுத்தப்படுகின்றன. இது அறிவியல் சிந்தனைக்கு முன்தேவையாகும். இரண்டாவதாக, அதீதக் கற்பனையும் யதார்த்தமும் உணர்வுபூர்வமாக வேறுபடுத்தப்படு கின்றன. இது கலைச் சிந்தனைக்கு முன்தேவையாகும். இப்படி வேறுபடுத்தும் இரண்டு இயக்கங்கள் நாகரிகக் கட்டத்தில் மேலும் வளர்ச்சியடைகின்றன. நாகரிகக் கட்டம் மூளை உழைப்புக்கும் உடல் உழைப்புக்குமிடையிலான பிரிவினையை அடிப்படையாகக் கொண்டுள்ளது. இதற்கிடையே, உழைப்பிலிருந்து பிரிக்கப்பட்ட பாவனை நடனம், பழங்குடி மக்களின் மரபுகளை நினைவுபடுத்தும் ஊடகமாகச் செயல்படும் ஒரு கேளிக்கைச் செயல்பாடாகியது. பாட்டும் நடனமும் இணைந்த இசைக்குழுப் பாடல் (choral ode) தோன்றியது. இது காப்பியம், கதைப்பாடல் (ballad) ஆகியவற்றின் பரிணாம வளர்ச்சியின் தொடக்கமாகும்.

போலச்செய்யும் மந்திரத்திலிருந்து இசையும் கவிதையும் மட்டுமல்ல, ஓவியக்கலையும் சிற்பக்கலையும் கூடக் கிளைத்தன. நமக்குத் தெரிந்துள்ள மிகப் பழைமையான கலை வகைமாதிரிகள் -

பழங்காலக் குகை ஓவியங்களும் சிறு உருவச் சிலைகளும் - மனித இனப்பெருக்கத்தையும் இயற்கையின் வளப்பத்தையும் ஊக்குவிப் பதற்காக நடத்தப்பட்ட மந்திரச் சடங்குகளில் பயன்படுத்தப் பட்டவையாகும். ஆதி மனிதர்களின் சிந்தனையில், குழந்தைகளின் சிந்தனையில் காணப்படுவது போலவே ஒரு பொருளின் பிம்பம் அந்தப் பொருளிலிருந்து பிரிக்கமுடியாததாக இருந்தது. எனவே உயிருள்ள மனிதனுடைய அல்லது விலங்கினுடைய படிமத்தை உருவாக்குகிறவன் தனது சக்திக்கு அந்த மனிதனையோ விலங்கையோ கட்டுப்படுத்தி வைத்திருப்பதாகக் கருதுகிறான். பண்டைக் கிரேக்கத்தில் இந்தக் கலைகள் சடங்கிலிருந்தே முதலில் தோன்றின. மந்திரச் சடங்குகளில் அவை வகித்த பாத்திரத்தின் தடயங்கள் அக்கலைகளில் இன்னும் ஒட்டிக்கொண்டிருக்கின்றன.

6. பேரண்டம் பற்றிய தொன்மங்கள்

பழங்குடி மரபுகள் தொன்மங்கள் வடிவத்தில் அடுத்தடுத்த தலைமுறையினருக்கு எடுத்துச் செல்லப்பட்டன. தொன்மங்கள் ஆரம்ப காலத்தில் சடங்குகளுடன் இணைந்த நிகழ்வுகளான பேச்சும் பாட்டுமாகத்தான் இருந்தன. சடங்கில் இருந்து பிரிக்கப்பட்ட பிறகு தொன்மங்கள் கட்டுக்கோப்புக் கூடியதாகவும் சடங்கைச் சார்ந்திராத புறநிலைத் தன்மையைப் பெற்றதாகவும் ஆகி இடம் (space), காலம் (time) ஆகியன பற்றிய அருவமான கருத்துகள் உருவாக வழிவகுத்தன.

ஆதிச் சிந்தனை இயற்கைக்கு சமூக வாழ்வின் தன்மையை ஏற்றிச் சொன்னது. ஆதியில் தோன்றிய மனிதக் கூட்டம் பிரிந்து பழங்குடி அமைப்பு உருவாயிற்று. அதில் புறமண உறவு மூலம் ஒன்றுக்கொன்று நேரெதிரான சமபாதி அமைப்புகள் (moities) உருவாயின. ஆதிச் சிந்தனை இதே போன்றே பேரண்டத்தைப் பார்த்தது. அதாவது வானமும் (ஆண்) பூமியும் (பெண்) தனித் தனியாகப் பிரிந்து பின்னர் ஒன்றானதே பேரண்டம் என்றும் பகலுக்கும் இரவுக்கும், கோடைக்கும் குளிர்காலத்திற்கும், வாழ்வுக்கும் சாவுக்கும் இடையில் நடக்கும் இடைவிடாத போரின் மூலமே பேரண்டம் இருந்து வருகிறது என்றும் கருதியது. ஆதிச் சிந்தனையின் குலக்குறிய இயல்புக்கு ஏற்றபடியே உலகம் பற்றிய இந்த ஆரம்பகட்டச் சித்திரமும்கூட உலகிற்கு விலங்கு தன்மையைக் கற்பித்தது.

ஆஸ்திரேலியக் கண்டத்திலுள்ள தென் விக்டோரியாப் பகுதிகளைச் சார்ந்த பழங்குடி மக்களின் தொன்மம் கீழ்வருமாறு: கழுகும் காகமும் சேர்ந்து இந்த உலகத்தைப் படைத்தன. ஒன்றோ டொன்று நீண்ட காலம் போர் புரிந்துகொண்டிருந்த பிறகு அவை சமாதானத்திற்கு வந்தன. மக்கள் இரண்டு சமபாதிகளாகப் பிரிக்கப் பட்டு ஒரு சமபாதிக்குக் கழுகின் பெயரும் மற்றொரு சமபாதிக்குக் காகத்தின் பெயரும் வைக்கப்பட்டன. ஆஸ்திரேலியாவின் கீழ் டார்லிங் ஆற்றுப் பகுதியில் உள்ள பழங்குடி மக்களிடம் சற்று மாறுபட்ட தொன்மம் இருந்தது. அதாவது மனிதர்களின் முதல் மூதாதையர்களான கழுகும் காகமும் இரு மனைவிகளுடன் ஆற்றுக்கு வந்தனர். கழுகின் ஆண்மக்கள் காகத்தின் பெண்மக்களை மணம்புரிந்தனர். பிறந்த குழந்தைகள் காகச் சமபாதியைச் சார்ந்தவையாகின. கழுகின் பெண்மக்கள் காகத்தின் ஆண்மக்களை மணம் புரிந்தனர். பிறந்த குழந்தைகள் கழுகுச் சமபாதியைச் சார்ந்தவையாயின. பின்னர் கழுகுச் சமபாதி கங்காருக் குலம், நீர்க்கீரிக் குலம் என்னும் இரு பிரிவுகளாகப் பிரிந்தது. காகச் சமபாதி எமுக்குலம்; வாத்துக் குலம் என்னும் இரு பிரிவுகளாகப் பிரிந்தது. இந்த எடுத்துக்காட்டுகளில் உலகத்தின் தோற்றமும் பழங்குடி மக்களின் கட்டமைப்பின் உருவாக்கமும் ஒரே மாதிரியாகப் பார்க்கப்படுவதைக் காணலாம். இவற்றைப் பொருத்தவரை இயற்கையும் சமுதாயம் ஒன்றே.

நாடோடிகளாகத் திரியும் மக்கள் எந்தவொரு இடத்திலும் பழங்குடி மக்கள் குடியிருப்பு (tribal camp) அமைக்கப்படும் விதம் பழங்குடிக் கட்டமைப்பை ஒத்ததாக இருப்பதைப் பார்க்கலாம். வழக்கமாகவே அவர்களது குடியிருப்புகள் எல்லாம் சேர்ந்து ஒரு வட்ட வடிவமாக அமைந்திருக்கும். அந்த வட்டத்தின் குறுக்கே ஒரு முனையிலிருந்து மற்றொரு முனைக்குச் செல்லும் கோடு (marching line) அதனை இரண்டு அரை வட்டங்களாகப் பிரிக்கும். இந்த அரை வட்டங்கள் ஒவ்வொன்றும் இரண்டு கால் வட்டங்களாகப் பிரிக்கப்பட்டிருக்கும். அதாவது அரைவட்டங்களி லுள்ள குடியிருப்புகள் பழங்குடிக் கட்டமைப்பிலுள்ள சமபாதி களுக்கும் கால் வட்டங்களிலுள்ள குடியிருப்புகள் சமபாதியிலுள்ள குலங்களுக்கும் ஒத்தவையாக இருக்கும். புறமண முறை வழக்கத்தில் இருப்பதை வெளிப்படுத்தும் வழிகளிலொன்று வட்டத்தின் எதிர்ப்பக்கத்திலிருந்துதான் பெண் எடுக்க வேண்டும் என்று கூறுவதாகும். ஒவ்வொரு கால்வட்டப் பகுதிக்கும் ஒதுக்கப் படும் குலக்குறிய உயிரினங்கள் (தாவரங்கள் அல்லது விலங்குகள்) அந்தந்தப் பகுதியிலுள்ள குலங்களுக்கு ஒதுக்கப்பட்டவையாக

இருப்பதால் குடியிருப்பு முகாம் அமைக்கப்பட்டிருக்கும் விதம் அந்த பழங்குடி மக்கள் வாழும் இயற்கை உலகின் ஒழுங்கமைப்பைக் காட்டும் வரைபடமாகவே காட்சியளிக்கிறது.

குலக்குறி உயிரினங்களை மனிதன் எந்த யதார்த்தமான நிலைமைகளில் பார்க்கின்றானோ அவற்றின் அடிப்படையில் அந்த உயிரினங்களை அனுபவரீதியாகத் தொகுத்துப் பார்க்கும் முறை ஆஸ்திரேலியப் பழங்குடி மக்களிடம் காணப்படுகிறது. மரங்கள், அவற்றில் கூடு கட்டும் பறவைகளுடனும் நீர்வாழ் தாவரங்கள் நீர்க்கோழிகள், மீன்கள் ஆகியவற்றுடனும் தொடர்புபடுத்தப்படு கின்றன. ஆஸ்திரேலியப் பழங்குடி மக்களைக் காட்டிலும் மிகவும் முன்னேறியிருந்த அமெரிக்க இந்தியப் பழங்குடி மக்களிடையே முக்கியத்துவம் வாய்ந்த இரண்டு வளர்ச்சிப்போக்குகளைக் காண்கிறோம்.

முதலாவதாக, குலக்குறிய உயிரினங்கள், புறநிலையில், இயற்கையில் அவற்றுக்கிடையிலான உறவுகளின் அடிப்படையில் வகைப்படுத்தப்படுகின்றன. எடுத்துக்காட்டாக மொஹிகன் (Mohigens) பழங்குடி மக்கள் ஓநாய், ஆமை, வான்கோழி என்னும் மூன்று கூட்டங்களாகப் (phratries) பிரிக்கப்பட்டிருந்தனர். (கூட்டம் என்பது தனியொரு குலத்தில் ஏற்பட்ட பிரிவினையால் உருவான குலங்களின் தொகுப்பு ஆகும்.) இந்தக் கூட்டங்கள் கீழ்க்காணும் பதினோரு குலங்களாகப் பிரிக்கப்பட்டிருந்தன: (1)ஓநாய், கரடி, நாய், நீர்க்கீரி; (2) குட்டி ஆமை, சேற்று ஆமை, பெரிய ஆமை, மஞ்சள் விலாங்கு; (3) வான்கோழி, கொக்கு, கோழிக்குஞ்சு.

இரண்டாவதாக, குலக்குறி அடிப்படையில் பழங்குடி மக்களை வகைப்படுத்தும் முறை சிதையத் தொடங்குவதையும் காண்கிறோம். மிஸ்ஸௌரி ஆற்றுப் பகுதியிலுள்ள போன்கா மக்கள் (Ponkas), இரண்டு சமபாதிகளையும் நான்கு கூட்டங்களையும் எட்டுக் குலங்களையுமுடைய பழங்குடியினராவர். அவர்களது குடியிருப்பு முகாம் வட்டமாக அமைந்திருக்கும். நுழைவாயில் வழக்கமாக மேற்குப் பகுதியிலேயே இருக்கும். நுழைவாயிலுக்கு இடப்புறமாக உள்ள முதல் கால் வட்டத்தில் நெருப்புக் கூட்டமும் அதன் பின்புறத்தில் இருந்த இரண்டாவது கால் வட்டத்தில் காற்றுக் கூட்டமும் இருந்தன. நுழைவாயிலுக்கு வலப்புறமாக இருந்த மூன்றாவது கால்வட்டத்தில் நீர்க்கீரிக் கூட்டமும் அதற்குப் பின்புறமிருந்த நான்காவது கால் வட்டத்தில் பூமிக் கூட்டமும் இருந்தன. ஒவ்வொரு குலமும் பல்வேறு விலங்குகளுடன் தொடர்புபடுத்தப்பட்டிருந்தது என்றாலும் இந்த விலங்குகளை ஒன்றோடொன்று சேர்த்துப் பார்க்கத் தர்க்கரீதியான

அடிப்படை ஏதும் இல்லை. போன்கா பழங்குடி மக்களைப் பொருத்தவரை குலங்கள் மட்டுமே குலக்குறிகளைக் கொண்டு அடையாளப்படுத்தப்படுகின்றன. குலங்களுக்கு மேலான மட்டங்களில் (கூட்டங்கள், சமபாதிகள்) குலக்குறிகளுக்குப் பதிலாக நாற்பெரும் இயற்கைச் சக்திகள் (four natural elements) என்னும் அருவமான கருத்து இடம் பெற்றது.

புதிய மெக்சிகோவைச் சார்ந்த ஜுனி (Zuni) மக்கள் ஏழு கிராமக் குடியிருப்புகளாக அல்லது ஏழு கூட்டங்களாகப் பிரிக்கப்பட்டிருந்தனர். ஏழாவது கூட்டத்தைத் தவிர பிற கூட்டங்கள் ஒவ்வொன்றும் மூன்று குலங்களைக் கொண்டிருந்தன. ஏழாவது கூட்டத்தில் ஒரே ஒரு குலம் மட்டுமே இருந்தது. இந்தப் பத்தொன்பது குலங்களின் பெயர்கள் கீழ்வருமாறு: (1) வட திசையில், கொக்கு, சதுப்பு நிலக்கோழி, மஞ்சள் மரம்; (2)தென்திசையில், புகையிலை, மக்காச்சோளம், வளைக் கரடி; (3) கிழக்குத் திசையில், கறுப்பு மான், மான், வான்கோழி; (4) மேற்குத் திசையில் கரடி, கயோட்விலங்கு, வசந்தகால மூலிகை; (5) உச்சத்தில் சூரியன், வானம், கழுகு; (6) கீழ் எல்லையில் நீர், நச்சுப்பாம்பு, தவளை; (7) மையத்தில் பெருங்கிளி.

வடதிசை காற்று, குளிர்காலம், போர் ஆகியவற்றுடனும்; தென்திசை நெருப்பு, கோடைகாலம், உழவு ஆகியவற்றுடனும்; கிழக்குத் திசை உறைபனி, இலையுதிர்காலம், மந்திரம் ஆகிய வற்றுடனும்; மேற்குத் திசை நீர், வசந்தகாலம், அமைதி ஆகிய வற்றுடனும் தொடர்புபடுத்தப்பட்டிருந்தன. வடதிசை மஞ்சள் நிறமாகவும் தெற்கு சிகப்பு நிறமாகவும் கிழக்கு வெள்ளை நிறமாகவும் மேற்கு நீல நிறமாகவும் கருதப்பட்டன. இந்த பழங்குடி மக்களில் முன்பு ஆறு கூட்டங்களும் அதற்கும் முன்பு நான்கே நான்கு கூட்டங்களும் மட்டுமே இருந்தன. ஜுனி மக்களிடையே நிலவி வந்த தொன்மத்தின்படி உலகத்தின் தோற்றத்தின்போது மனித இனத்திடம் ஒரு மந்திரவாதி இரண்டு ஜோடி முட்டைகளைக் கொடுத்தான். ஒரு ஜோடி முட்டைகள் வானம் போல் நீல நிறத்திலும் மற்றொரு ஜோடி முட்டைகள் மண்ணைப்போல் சிவப்பாகவும் இருந்தன. சில மனிதர்கள் நீல நிற முட்டைகளையும் மற்றவர்கள் சிவப்பு நிற முட்டைகளையும் எடுத்துக் கொண்டனர். நீல நிற முட்டைகளைப் பொரித்த காகம் குளிர் நிறைந்த வட திசைக்குப் பறந்து சென்றுவிட்டது. சிவப்பு முட்டைகளைப் பொரித்த பெருங்கிளி வெதுவெதுப்பான தென்திசைக்குச் சென்று விட்டது. பழங்குடி இவ்வாறு இரு சமபாதிகளாகப் பிரிக்கப் பட்டிருந்தது. ஒன்று வடக்கு, குளிர்காலம் ஆகியவற்றையும்

மற்றொன்று தெற்கு, கோடைகாலம் ஆகியவற்றையும் உள்ளடக்கி யிருந்தது. காலம், இடம் ஆகியனவற்றை இந்த இரண்டு குலங்கள் மட்டுமே முழுமையாக ஆக்கிரமித்திருந்ததாகக் கருதப்பட்டது. இங்கும்கூட குலங்கள் குலக்குறிகளைத் தக்க வைத்துக் கொண்டுள்ளன. ஆனால் குலங்களை விடப் பெரிய அமைப்புகள் (சமபாதிகள், கூட்டங்கள்) எதிரெதிரானவற்றின் ஜோடிகளாக ஒழுங்கமைக்கப்பட்டுள்ளன. இந்த ஜோடிகள் உட்பொருள் (substance), பண்பு, வெளி, காலம் என்கிற தர்க்கரீதியான வகைத்திணை களைக் குறிப்பதாக அமைந்திருந்தன.

இக்கருத்துகள் மெக்சிகோவிலுள்ள மாயா இன மக்களாலும் (Mayas) அஸ்டெக் இன மக்களாலும் (Aztecs) மேலும் வளர்க்கப் பட்டன. அவர்களோடு ஏற்பட்டிருந்த பண்பாட்டுத் தொடர்புகளின் காரணமாக அவர்களது அமைப்புமுறையின் சில அம்சங்களை ஜூனிக்கள் பெற்றிருக்கலாம். சூரியனின் இயக்கத்தை அடிப்படை யாகக் கொண்டு காலத்தை கணிக்கும் முறை (solar calendar) மெக்சியர்களிடம் இருந்தது. அது மெக்சியப் பழங்குடி மக்கள் தலைவர்களால் பழங்குடியில் நிலவிய கருத்துச் சட்டகத்திற்குள் உருவாக்கப்பட்ட முறையாகும். ஒவ்வொன்றும் இருபது நாட்களைக் கொண்ட பதினெட்டு மாதங்களாக ஆண்டு பிரிக்கப் பட்டது. நான்கு வாரங்களைக் கொண்டது மாதம். ஐந்து நாட்களைக் கொண்டது வாரம். வாரத்தின் முதல் நாளுக்கு நான்கு அடையாளக் குறிகளான முயல், சக்கிமுக்கிக்கல், வீடு, மூங்கில் ஆகிய ஏதோ வொன்றின் பெயர் சூட்டப்பட்டது. இந்தக் குறிகள் காலத்தைப் பிரிவினை செய்யும் முறையை ஒழுங்குக்குட்படுத்தின. அக்குறி களுக்கு வேறு பயன்பாடுகளும் இருந்தன. வடக்கு, கறுப்பு, குளிர்காலம், காற்று ஆகியவற்றுடன் முயலும்; தெற்கு, நீலம், கோடைகாலம், நெருப்பு ஆகியவற்றுடன் சக்கிமுக்கிக்கல்லும்; கிழக்கு, வெள்ளை, இலையுதிர்காலம், பூமி ஆகியவற்றுடன் வீடும்; மேற்கு, சிவப்பு, வசந்தகாலம், நீர் ஆகியவற்றுடன் மூங்கிலும் தொடர்புபடுத்தப்பட்டன. இந்த நாற்றிசை முனைகள் (four cardinal points) தவிர மையம், உச்சி, தாழ்வெல்லை (nadir) ஆகிய முனைகளும் உள்ளன. நான்கு குறிகளின் மூலம் காலச் சுழற்சி ஒழுங்குமுறைக்குட்படுத்தப்பட்டதுபோல பேரண்டச் சுழற்சி (cosmic cycle) நான்கு யுகங்களைக் கொண்டதாகவும் சுழற்சியின் முடிவில் உலகம் அழிக்கப்பட்டு மீண்டும் படைக்கப்படுவதாகவும் கருதப்பட்டது. இரண்டு சுழற்சிகளுமே வடக்குக்கும் தெற்குக்கும், கிழக்கிற்கும் மேற்குக்கும், வெப்பத்திற்கும் குளிருக்கும், இரவுக்கும் பகலுக்குமிடையே நடக்கும் இடைவிடாத போரின் காரணமாக

ஏற்படுவதாகக் கருதப்பட்டது. இந்தப் போர் போட்டிக் குழுக் களைச் சார்ந்த போர்வீரர்கள் பங்கேற்கும் சடங்கில் நடித்துக் காட்டப்பட்டது.

இப்போது நாம் நாகரிகத்தின் நுழைவாயிலில் இருக் கின்றோம். மேற்சொன்ன நாற்றிசை முனைகள் பழங்குடி அமைப்புக்குரியவை என்றால், ஏறுவரிசையில் உள்ள மற்ற மூன்று முனைகள் பழங்குடிச் சமூதாயத்தில் மேல் - கீழ் என்னும் படிநிலைகள் ஏற்பட்டதைக் (hierarchical) குறிக்கின்றன. மெக்சிய உலகம் மூன்று மட்டங்களாகப் பிரிக்கப்பட்டிருந்தது. கடவுள்களின் மேல் உலகம்; வாழ்ந்து கொண்டிருப்பவர்களின் நடு உலகம்; இறந்து போனவர்களின் கீழ் உலகம்; ஏறுவரிசையும் கிடைநிலை வரிசையும் ஒன்றையொன்று சந்திக்கும் ஐந்தாவது முனை அல்லது மையம் பழங்குடித்தலைவன் அல்லது அரசனின் அதிகாரத்தைக் குறித்தது. பழங்குடித்தலைவன் அல்லது அரசனின் பணி கடவுள் களுக்கும் மனிதர்களுக்குமிடையிலான உறவுகளை வடிவமைப் பதாகும்.

மெக்சிய முறையை பேரண்டம் பற்றிய ஆதிச் சமுதாயத்தி லிருந்த கோட்பாடுகளுடன் ஒப்பிடுகையில் மேலே தரப்பட்ட விளக்கம் மிக வலுவாக உறுதிப்படுத்தப்படுகிறது. எகிப்தில் அரசனால் ஒழுங்குமுறைக்கு உட்படுத்தப்பட்ட நான்கு - முனை அமைப்பைக் காண்கிறோம். கிரேக்கத்திலும்கூட நாற்பெரும் இயற்கைச் சக்திகள், நான்கு பருவங்கள், நான்கு ரசங்கள் (four humours) போன்ற கருத்துகளுக்கு அடிப்படையாக உள்ள நான்கு - முனை அமைப்பு இருந்தது. சீனாவிலும் இந்தியாவிலும் அரசனால் ஒழுங்குமுறைக்குட்படுத்தப்பட்ட ஐந்து - முனை அமைப்பு இருந்தது. இங்கு அரசன் மைய முனையில் வாழந்தான். பாபிலோனியாவில் முதலில் ஒரு நான்கு - முனை முறை இருந்தது. பின்னர் அது ஏழு -முனை அமைப்பாக வளர்ச்சி பெற்றது. இங்கும் மைய முனை அரசனுக்கு ஒதுக்கப்பட்டது. அவன் வானத்திற்கும் பூமிக்குமிடையிலான தொடர்பாளனாக இருந்தான். இங்கிலாந்திற்கு மிக அருகிலுள்ள நாட்டிலிருந்து ஒரு எடுத்துக்காட்டைக் கூறலாம். பண்டைக்கால அயர்லாந்தில் வட, தென், கீழ், மேல் திசைகளில் இருந்த நான்கு நவீன மாநிலங்கள் தவிர ஐந்தாவது மாநில மொன்றும் இருந்தது. அது மியாத்தின் மாநிலம் (ஐரிஷ் மொழியில் மிதெ என்றால் மையம் என்று பொருள்) என்றழைக்கப்பட்டது. அது அயர்லாந்தின் மாமன்னனின் தலைநகரமான தாரா என்பதை உள்ளடக்கியிருந்தது.

ஆதி மனிதன், அவனது சமூக உறவுகள் என்னும் சட்டகத்திற்குள்ளேதான் (framework) பேரண்டம் பற்றிய தனது கருத்தோட்டங்களை (conceptions) உருவாக்கினான் என்பதை மேற்கண்ட ஆய்வுகள் காட்டுகின்றன. ஏடறியா வரலாற்றுக் காலகட்டம் முழுவதிலும் இக்கருத்தாக்கங்கள், சமுதாயத்தைப் போலவே படிப்படியாகவும் தொடர்ச்சியாகவும் வளர்ச்சி பெற்றுவந்தன. ஆனால் பழங்குடிச் சமுதாயம் சிதைந்தவுடன் அந்தக் கருத்தாக்கங்கள் பண்புவகை மாற்றமடையும் கட்டத்தில் நுழைந்தன. இது புலனறிவு பகுத்தறிவாக வளர்ச்சியடைவதைக் குறித்தது. நவீன அறிவியலுக்கான அடிப்படைகளை உருவாக்கியது. அறிவு வளர்ச்சியில் ஏற்பட்ட இந்த ஆழமான மாற்றம், சமுதாயத்தில் ஏற்பட்ட ஆழமான மாற்றத்தின் வெளிப்பாடாகும். மூளை உழைப்புக்கும் உடல் உழைப்புக்குமிடையில் ஏற்பட்ட பிரிவினை, சமுதாயத்தில் ஏற்பட்ட வர்க்கப் பிரிவினை, அரசின் தோற்றம் ஆகியனதான் இந்த மாற்றமாகும்.

அத்தியாயம் V

இயற்கைத் தத்துவம்

1. கோட்பாடும் நடைமுறையும்

அறிவின் வளர்ச்சி என்பது ஓர் இயங்கியல் நிகழ்முறை என்றும் அது மூன்று அடுத்தடுத்த கட்டங்களினூடாக சுழல்வட்டம் போல் நடக்கும் இயக்கம் என்றும் மார்க்ஸியம் - லெனினியம் கருதுகிறது. முதல் கட்டம் புலனறிவுக் கட்டமாகும்:

> அறிதல் நிகழ்முறையிலுள்ள முதல் கட்டம் புற உலகிலுள்ள பொருட்களுடன் தொடர்பு கொள்வதாகும். இது புலனறிவுக் கட்டம். அறிவு அனுபவங்களிலிருந்து தொடங்குகிறது. பொருள்முதல்வாத அறிவுக் கோட்பாடு என்பது இதுதான் (MSW 1.302).

இரண்டாவது கட்டம் பகுத்தறிவுக் கட்டமாகும்:

> புலனறிவால் பெறப்பட்ட விவரங்களை ஒழுங்குவரிசைப் படுத்தியும் அவற்றை மீண்டும் கட்டமைத்தும் ஒருங் கிணைத்தும் பார்ப்பதே இரண்டாவது கட்டமாகும். அதாவது கருத்துக்களை உருவாக்குதல், மதிப்பிடுதல், உய்த்துணர்தல் என்னும் கட்டம்... பகுத்தறிவு புலனறிவைச் சார்ந்திருக்கிறது. புலனறிவு பகுத்தறிவாக வளர்க்கப்படவேண்டியுள்ளது. இது தான் அறிவு பற்றிய இயங்கியல் பொருள்முதல்வாதக் கோட் பாடாகும் (MSW 1.304).

மூன்றாவது கட்டம் கோட்பாட்டிலிருந்து மீண்டும் நடைமுறைக்கு வருவதாகும்:

> அறிவு நடைமுறையிலிருந்து தொடங்குகிறது. கோட்பாட்டு அறிவு நடைமுறையின் மூலமாகப் பெறப்படுகிறது. பின்னர் அது நடைமுறைக்கே திரும்பிச் சென்றாக வேண்டும்... இதுவே கோட்பாட்டைப் பரிசோதித்துப் பார்த்து அதை வளர்க்கும் நிகழ்முறையாகும். அறிதல் முழுவதையும் தொடர்ந்து செய்வதற்கான நிகழ்முறை இதுதான்.
> (MSW 1.302, cf.LCW 38.171)

நடைமுறை, கோட்பாடு என்னும் எதிர்மறைகளின் இயங்கியல் இயக்கத்தின் மூலம்தான், மென்மேலும் உயர்ந்து செல்லும் கட்டங்களில் தன்னை இடைவிடாது புதுப்பித்துக் கொள்ளும் இந்த இயக்கத்தின் மூலம்தான், மனிதனால் அவனது உணர்வில் பிரதிபலிக்கப்படுவதும் இடைவிடாது மாற்றமடைந்து கொண்டிருப்பவையுமான புறவுலகின் நிகழ்ச்சிப்போக்குகளைப் புரிந்துகொள்ளவும் அவற்றைத் தன் கட்டுப்பாட்டிற்குள் கொண்டு வரவும் முடியும்:

> புற உலகின் இயங்கியல் இயக்கங்கள் அனைத்தும் மனித அறிவில் விரைவாகவோ அல்லது காலந்தாழ்த்தியோ பிரதிபலிக்கப்படுகின்றன. சமுதாய நடைமுறையில் விஷயங் களின் தோற்றம், வளர்ச்சி, மறைவு என்னும் இயக்கம் முடிவற்றவையாக இருப்பதுபோல, மனிதனின் அறிவிலும் தோற்றம், வளர்ச்சி, மறைவு என்னும் இயக்கம் இருக்கிறது. குறிப்பிட்ட கருத்துகள், கோட்பாடுகள், திட்டங்கள் அல்லது செயல்திட்டங்கள் ஆகியவற்றுக்கு ஏற்ப புறநிலை யதார்த் தத்தை மாற்றும் மனிதனின் நடைமுறை முன்னேற முன்னேற, புறநிலை யதார்த்தம் பற்றிய அவனது அறிவு மென்மேலும் ஆழமாகிறது. புற யதார்த்த உலகில் மாற்றம் என்னும் இயக்கம் முடிவற்றதாக இருப்பதுபோலவே, நடைமுறையின் மூலம் மனிதன் உண்மையை அறிந்து கொள்ளும் இயக்கமும் முடிவற்றதாக உள்ளது (MSW 1.306-7, cf.LCW 38.195.)

வரலாற்றுரீதியாகப் பார்த்தால், முந்தைய அத்தியாயத்தில் நாம் விளக்கியதுபோல, சமுதாயத்தில் வர்க்கப் பிரிவினை ஏற்பட்ட போதே புலனறிவு பகுத்தறிவாக வளர்ச்சியடையும் மாற்றமும் ஏற்பட்டது. உடலுழைப்பிலிருந்து விடுபட்ட ஒரு ஆளும் வர்க்கம் தோன்றியதன் மூலமாகத்தான் கோட்பாட்டு அறிவின் வளர்ச்சி சாத்தியமாயிற்று; அதே வேளை, அந்த ஆளும் வர்க்கம் தன்னை நிலைநிறுத்திக்கொண்டதும் செயல்பாட்டுத் தளத்திலிருந்து விலகிப் போய் விடுவதால் அறிவு தொடர்ந்து வளர்ச்சியடைவதற்குத் தடையாக மாறியது. மனித அறிவின் இயங்கியல், வர்க்கப் போராட்டத்தின் இயங்கியலைப் பிரதிபலிக்கிறது.

2. உடல் உழைப்பும் மூளை உழைப்பும்

அண்மைக் கிழக்கு நாடுகளிலிருந்த பண்டையச் சமுதாயத்தின் வரலாற்றை இரண்டு முதன்மையான சகாப்தங்களாகப் பிரிக்கலாம்.

அதாவது, வெண்கலக் காலமாகவும் இரும்புக் காலமாகவும்; கடன் அடிமைகள் (debt-slaves) இருந்த காலமாகவும் அடிமைகளை உடைமைகளாகக் கொண்டிருந்த காலமாகவும்; எகிப்திலும் மெசபடோமியாவிலும் அரசனே புரோகிதனாகவும் இருந்து ஆட்சி புரிந்த காலமாகவும் கிரேக்க-ரோமானிய நகர-அரசுகள் தோன்றிய காலமாகவும் பிரிக்கலாம். முதலாவது சகாப்தத்தில் நிலவிய முதன்மை முரண்பாடு நில உடைமையாளர்களுக்கும் உழவர்களுக்குமிடையிலிருந்த முரண்பாடாகும்; இரண்டாவது சகாப்தத்திலிருந்த முதன்மை முரண்பாடு அடிமை - உடைமையாளர்களுக்கும் அடிமைகளுக்குமிடையிலிருந்த முரண்பாடாகும்.

பரந்த அளவிலான நீர்ப்பாசன வசதியைக் கண்டிருந்த முதலாவது சகாப்தத்தின் தொடக்கத்தில் கி.பி.பதினேழாம் நூற்றாண்டுக்கு முந்திய வரலாற்றின் எந்தவொரு காலகட்டத்திலும் இருந்ததைவிட அதிகமான தொழில்நுட்பக் கண்டுபிடிப்புகள் தோன்றின. அந்தச் சமுதாயத்தில் உடல் உழைப்புக்கும் மூளை உழைப்புக்குமிடையே ஏற்பட்ட புதிய பிரிவினைதான் இந்தத் தொழில்நுட்பக் கண்டுபிடிப்புகளைச் சாத்தியமாக்கியது. உற்பத்தியைத் திட்டமிட்டு ஒழுங்கமைப்பு செய்த பழங்குடித் தலைவர்களும் (Chiefs) புரோகிதர்களும் (priests) மூளை உழைப்பாளிகள்; கைவினைஞர்களும் உழவர்களும் உடல் உழைப்பாளிகள். காலப்போக்கில் இந்த உழைப்பின் பிரிவினை இறுகிப் போய் சமுதாயம் கீழ்க்காணும் வர்க்கங்களாகப் பிரிந்தது: அரசனின் தலைமையில் இருந்த நில உடைமையாளர்கள்; வெகுமக்களான உழவர்களும் வினைஞர்களும். இவர்கள் தவிர கணிசமான அளவுக்கு அடிமைகளும் இருந்தனர். போர்களில் தோற்கடிக்கப் பட்டுக் கைதிகளாகப் பிடிக்கப்பட்டவர்களும், கொடுக்கப்பட்ட கடன்களுக்காக அடிமைகளாக்கப்பட்டவர்களும்தான் இவர்கள். வாணிபம் வளர்ச்சியடைந்ததன் காரணமாக வாணிப வர்க்கம் என்ற ஒரு புதிய வர்க்கமும் தோன்றியது. சரக்கு உற்பத்தியை மேலும் வளர்ச்சியடையச் செய்வது அவர்களது நலன்களுக்கு உகந்ததாக இருந்தது. ஆனால் இந்த வளர்ச்சியைத் தடுத்து நிறுத்தியது (நிலவுடமை) ஆளும் வர்க்கம். நீர்ப்பாசனத்தின் மீது தனக்கிருந்த கட்டுப்பாட்டின் காரணமாகத் தூக்கியெறியப்படமுடியாத அளவிற்கு சக்தி வாய்ந்ததாக இருந்தது அந்த ஆளும் வர்க்கம். உற்பத்திச் சக்திகள் தொடர்ந்து வளர்ச்சியடைவதற்குத் தடையாக இருந்தன உற்பத்தி உறவுகள். இதன் விளைவாக தொழில்நுட்ப வளர்ச்சியில் பெரும் சரிவு ஏற்பட்டு, கோட்பாட்டுக்கும் நடைமுறைக்கு மிடையில் ஆழமான பிளவுகள் ஏற்பட்டன; நிலைநிறுத்தபட்டு

விட்ட வர்க்க சமூக அமைப்பிற்கு தார்மீக ஒப்புதல் வழங்கி அதற்கு நியாயம் கற்பிக்கும் கடவுள், மதம் பற்றிய கருத்துகளும் கோட்பாடுகளும் உருவாக்கப்பட்டன.

இந்தப் பின்னணியில்தான் எகிப்திய, மெசபடோமிய சமுதாயங்களின் பண்பாட்டுச் சாதனைகளை நாம் மதிப்பிட வேண்டும்.

இந்த சகாப்தத்தின் தொடக்கத்தில் ஏற்பட்ட தொழில்நுட்பக் கண்டுபிடிப்புகளில் குறிப்பிடத்தக்கவை சக்கரம், கப்பற்பாய் (sail), எழுத்துக் கலை, கணிதவியல் ஆகியனவாகும்.

சக்கரமும் கப்பற்பாயும் போக்குவரத்தில் ஒரு புரட்சிகரமான மாற்றத்தை ஏற்படுத்தி சரக்கு உற்பத்தியை ஊக்குவித்தன. சரக்குகளின் பரிவர்த்தனை பெருமளவில் அதிகரிப்பதற்கும் பொறியியல், கட்டிடக் கலை, வானவியல் ஆகியவற்றின் வளர்ச்சிக்கும் கணிதவியலும் எழுத்துக் கலையும் பயன்பட்டன.

சக்கரத்தையும் கப்பற்பாயையும் கண்டுபிடித்தவர்கள்தாம் தொழில், அறிவியல் ஆகியவற்றின் வரலாற்றின் முன்னோடிகளாவர். அவர்களது அறிவு கோட்பாடு, நடைமுறை ஆகியவற்றின் ஒருங்கிணைப்பில் எழுந்த உண்மையான அறிவாகும். ஆனால் இது ஒரு குறிப்பிட்ட உழைப்பு அல்லது கைவினையில் மட்டுமே பயன்படுத்தப்பட்டது. எனவே இது அருவக் கருத்துகளை உருவாக்கும் சிந்தனையில் பொதுவான முன்னேற்றத்தை உருவாக்கவில்லை. ஆயினும் இத்தகைய வரம்புக்கு கணிதவியலும் எழுத்துக் கலையும் உட்படவில்லை.

எழுத்துக் கலையின் கண்டுபிடிப்பு, பேச்சின் பரிணாம வளர்ச்சியில் ஏற்பட்ட ஒரு புதிய கட்டமாகும். எழுதப்பட்ட பேச்சு என்பது வாய்மொழிப் பேச்சைப் போல அப்போதைக்கப்போது தன்னியல்பாக வெளிப்படுவதல்ல. மாறாக, முன்தயாரிப்போடு செய்யப்படுவதும் அந்தந்த நேரத்தில் பேசவேண்டிய உடனடித் தேவையிலிருந்து விடுபட்டு நிதானமாகச் சிந்தித்துக் கருத்துகளைக் கூறுவதற்குப் பயன்படுவதாயும் உள்ளது. எழுதப்பட்ட பேச்சு, வாய்ப்பேச்சுப் போல வாய், காது ஆகிய புலன்சார்ந்த அம்சத்தைக் கொண்டதல்ல. அந்தப் புலன் சார்ந்த அம்சத்திலிருந்து பிரித்து எடுக்கப்பட்டு ஒரு உயர்ந்த மட்டத்திலான அருவத் தன்மையைப் பெறுகிறது. எழுத்துமுறை கண்டுபிடிக்கப்பட்டதற்குப் பிறகுதான் மனிதன், பேச்சு என்பது அதற்கே உரிய விதிகளுக்குக் கட்டுப்பட்டு இயங்கும் ஒரு புற யதார்த்தமாக இருப்பதை உணர்ந்தான். பின்னர் அந்த விதிகளை இலக்கண விதிகளாக முறைப்படுத்தத்

தொடங்கினான். எழுத்தறிவு பேச்சுசார்ந்த கலைகளுக்குப் புதிய தன்மையை வழங்கியதுடன் அறிவியல் பகுத்தாய்வுக்கான இன்றியமையாத சாதனமாகவும் அமைந்தது.

கணிதவியல், சமுதாயத்தில் ஏற்பட்ட இன்னும் பெரிய முன்னேற்றத்தைக் குறிக்கிறது. பேச்சு முற்றிலுமாக நீக்கப்பட்ட ஒரு சிந்தனைச் சாதனமே கணிதவியல். புலனறிவால் பெறப்பட்ட விவரங்களைப் பொதுமைப்படுத்திக் கருத்துகளை உருவாக்க மனிதனுக்குப் பேச்சு உதவுவதுபோல கணிதவியலாளன் பேச்சின் மூலமாகப் பொதுமைப்படுத்தப்பட்ட விஷயங்களையே பொதுமைப்படுத்தி அவற்றை மேலும் உயர்ந்ததொரு அருவ நிலைக்கு எடுத்துச் செல்கின்றான். கணிதவியல் சிந்தனையில் நிகழ்ச்சிப்போக்குகளின் பண்புவகை அம்சங்கள் முழுக்க முழுக்க அளவுரீதியானவையாக வெளிப்படுத்தப்படுகின்றன.

இந்த சாதனைகளில் உள்ள ஆக்கபூர்வமான பகுதிதான் மேற்சொன்னவையாகும். அவற்றின் எதிர்மறைப் பகுதி என்னவென்றால், இத்தகைய கண்டுபிடிப்புகளுக்கு முதலில் இருந்த தூண்டுவிசை முழுவதும் தீர்ந்துபோனபின், புதிய கண்டுபிடிப்பு களின் எண்ணிக்கை மிகவும் குறைந்துவந்ததோடு மட்டுமின்றி, ஏற்கனவே உருவாக்கப்பட்ட கண்டுபிடிப்புளிற் சில சாதாரணமாக யோசித்தாலே கைகூடிவரக்கூடிய வகைகளிலும்கூட செம்மைப் படுத்தப்படவில்லை; அல்லது அவை உற்பத்திக்குத் தொடர் பில்லாத வகைகளில் பயன்படுத்தப்பட்டன.

இக்காலகட்டத்தைச் சார்ந்த கைவினைஞர்கள் வண்டிச் சக்கரம், குயவனின் சக்கரம், தண்ணீர் இறைக்கும் சக்கரம் ஆகியவற்றைக் கண்டுபிடித்தனர். ஆனால் சக்கரம் உள்ள கலப்பை கண்டுபிடிக்கப்படவில்லை. இக்காலகட்டத்தில் கண்டுபிடிக்கப் பட்டிருந்த பாய்மரப் படகின் அளவு வரம்புக்குட்பட்டதாக இருந்தது. அதனைச் செலுத்தும் துடுப்புகளையே அது சார்ந்திருந்ததால், அது செல்லும் வேகம் வரம்புக்குட்பட்டதாகவே இருந்தது. மத்திய காலங்கள் (middle ages) வரை சக்கரமுள்ள கலப்பையும் படகின் பின்புறம் இயங்கும் சுக்கானும் (sterm-post rudder) கண்டுபிடிக்கப்படவில்லை.

எழுத்துக் கலையும் ஒருசிலருக்கு மட்டுமே உரிய கைவினையாக இருந்ததால் வரிவடிவங்கள் (scripts) தேவையற்ற முறையில் சிக்கலானவையாக இருந்தன. ஃபோனீஸியர்களும் கிரேக்கர்களும்தான் எழுத்துக்களின் அகரவரிசையைக் (alphabets) கண்டுபிடித்தனர். வானத்திலுள்ளவற்றை நீண்டகாலம் முறையாகக் கூர்ந்து கவனித்து தாங்கள் கண்டறிந்தவற்றைப் பதிவு செய்து

வந்ததன் காரணமாக பாபிலோனிய புரோகிதர்களால் சூரிய கிரகணம் எப்போது வரும் என்பதை முன்கூட்டியே சொல்ல முடிந்தது. ஆனால் அவர்களோ சோதிடம் என்னும் போலி அறிவியலைப் பரப்புவதற்கே தங்களது அறிவைப் பயன்படுத்தினர். கடைசியில் கிரேக்கத் தத்துவவாதிகள்தான் வானவியலை சோதிடத்திலிருந்து விடுவித்தனர்.

இந்த சகாப்தத்தைச் சேர்ந்த புரோகிதர்கள் எந்த அளவிற்குப் ஆதி நடத்தை முறைகளைப் பேணி வளர்த்தனர் என்பதையும் எந்த நோக்கத்திற்காக அதைச் செய்தனர் என்பதையும் எகிப்திய அரசர்கள் பங்கேற்ற சடங்கிலிருந்து தெரிந்துகொள்ளலாம்.

பழங்குடித் தலைவர்களால் முன்பு அனுபவித்துவந்த சிறப்புரிமைகளை சுவீகரித்த அரசன், அரசு யந்திரத்தின் அச்சாணியாக விளங்கினான். அவன் மூலமாகத்தான் ஆளும் வர்க்கம் மக்களின் மனங்கள் மீதான தமது கட்டுப்பாட்டினைத் தக்க வைத்துக் கொண்டிருந்தது. அவன்தான் கடவுள் என்றும், ஒவ்வொரு ஆண்டும் சடங்கினூடாக உலகத்தை மீண்டும் மீண்டும் படைக்கிறான் என்றும் இயற்கையிலும் சமுதாயத்திலும் உள்ள ஒழுங்கைக் கட்டிக்காக்கும் பொறுப்பு அவனுக்குத்தான் உள்ளது என்றும் இந்த ஆளும் வர்க்கம் மக்களிடம் கூறிவந்தது. எகிப்தில் நடந்து வந்த திருவிழாக்கலொன்றில் முதலில் ஒரு நிலத்திற்கு எல்லை ஏற்படுத்தப்படும். அரசன் கீழ்-எகிப்திய சிவப்புக் கிரீடம் அணிந்து அதில் குறுக்கும் நெடுக்குமாய் நான்கு முறை நடப்பான். ஒவ்வொரு முறையும் திசை காட்டி முட்களைப் பார்த்தபடி ஒவ்வொரு திசையில் நடப்பான். அதன்பின், மேல்-எகிப்திய வெண் கிரீடம் தரித்து இதேபோல நடப்பான். இன்னொரு சடங்கில் அவன் நிலத்தைக் கடந்து செல்வதாகவும் நான்கு திசைகளையும் தொட்டு பெருங்கடலைத் தாண்டி வானத்தின் நான்கு திசைகளுக்கும் செல்வதாகவும் காட்டப்படுவான். மீண்டும் சிவப்புக் கிரீடம் அணிந்து இரண்டு அதிகாரிகளுக்கிடையில் அமர்வான். அவ்விரண்டு அதிகாரிகளும் அரசனின் சர்வவல்லமையைப் பாடுவர். பின்னர் அவர்கள் ஒவ்வொருவரும் மற்றவரின் இடத்திற்கு மாறிச் சென்றமர்ந்து மீண்டும் அதே பாடலைப் பாடுவர். அதற்குப் பிறகு அவர்களில் ஒருவன் அரசன் முன் நின்றும் மற்றொருவன் அரசனுக்குப் பின் நின்றும் அவனது பெருமைகளைப் பாடுவர். அதன்பிறகு அரசனின் முன் நின்றவன் அரசனின் பின்புறமாகவும் அரசனின் பின்புறம் இருந்தவன் முன்புறமாகவும் நின்று அவனது புகழ் பாடுவர். அதாவது ஒவ்வொரு அதிகாரியும் நான்கு திசைகளில் சென்று அரசனின் புகழ் பாடுவதாக சடங்கு அமைகிறது. அதற்குப் பிறகு அரசன் வெண்கிரீடம் தரித்து

ஹோரஸ் (Horas), சேத் (Seth) என்னும் கடவுள்களின் புனிதக் கோவில்களுக்கு ஊர்வலமாகச் செல்வான். அங்கே புரோகிதன் ஒருவன் அரசனுக்கு வில்லும் அம்புகளும் தருவான். வில்லை நாணேற்றி அம்புகளை நான்கு திசைகளிலும் எய்த பின்னர் நான்கு முறை அரசன் தன் அரியணையில் அமர்வான். இதன் வாயிலாக உலகம் முழுவதையும் ஆட்சிபுரியும் தனது உரிமையை நிலை நிறுத்துவான்.

எனவே இக்காலத்திய ஆளும் வர்க்கத்தில் நாம் இரண்டு அம்சங்களைக் காண்கின்றோம். ஒரு புறம் தொழில்நுட்ப அறிவில் குறிப்பிடத்தக்க சாதனைகள் உள்ளன. மற்றொரு புறம் பழைய தொன்மங்களும் சடங்கு முறைகளும் வர்க்க ஆட்சியின் கருவியாகப் பயன்படுத்தப்படுகின்றன. ஓர் அம்சம் அறிவியல் சார்ந்ததாகவும் மற்றொன்று சமயம் சார்ந்ததாகவும் இருக்கிறது.

3. அந்நியமாதல்

பழங்குடித் தலைவர்களும் புரோகிதர்களும் உடல் உழைப்பிலிருந்து விலக்குப் பெற்றதால், உடல் உழைப்பாளர்கள் மட்டுமே உற்பத்தியில் ஈடுபட்டனர். தமது உபரி உற்பத்தியைக் கப்பமாக பழங்குடித் தலைவர்களிடமும் புரோகிதர்களிடமும் ஒப்படைத்தனர். போர்களில் தோற்கடிக்கப்பட்டவர்களிடமிருந்து கப்பம் பெற்ற இடங்களைத் தவிர, பிற அனைத்து இடங்களிலும் இத்தகைய மாற்றம் படிப்படியாகவே ஏற்பட்டது. பழங்குடித் தலைவர்களும் புரோகிதர்களும் சமூகப் பொதுக் களஞ்சியங்களின் புரவலர்களாக சமுதாயத்தால் ஏற்றுக்கொள்ளப்பட்டிருந்தனர். உபரி உற்பத்தி என்பது உற்பத்தியாளர்களால் பொதுக் களஞ்சியத்திற்கு வழங்கப்பட வேண்டிய பங்களிப்பு என நீண்டகாலமாகவே கருதப் பட்டுவந்தது. இத்தகைய கருத்தினை பழங்குடித் தலைவர்களும் புரோகிதர்களும் ஊக்குவித்து வந்தனர். இவர்கள் சமுதாயத்தில் எவ்வித மாற்றமும் ஏற்படவில்லை எனப் பாசாங்கு செய்து கொண்டே மாற்றத்தை வலுப்படுத்தி அதன் பயன்களை நன்கு துய்த்து வந்தனர். இதன் விளைவாக உழைப்பு அந்நியமாக்கப் பட்டது. உழைப்பாளி தனது உற்பத்திப் பொருளை மட்டுமின்றி தனது உழைப்புச் செயலையே பிறரிடம் ஒப்படைத்துவிடுகிறான். அதாவது மனித சாரத்தை உருவாக்கிய உழைப்புச் செயலையே பிறருக்குத் தந்துவிடுகின்றான். மனிதனுக்கே உரிய இயல்பாக உள்ள

உற்பத்திச் செயல் இப்போது அவனுக்குச் சொந்தமானதாக இருப்பதில்லை. அவனிடம் இப்போது எஞ்சுவதெல்லாம் அவனுக்கும் விலங்குகளுக்கும் பொதுவானவையாக இருப்பவை தான். "விலங்குக்குள்ளது மனிதனுக்குள்ளதாகவும் மனிதனுக் குள்ளது விலங்குக்குள்ளதாகவும் மாறுகிறது" (EPM 73). * இப்போது அவனைப் பொருத்தவரை உழைப்பு "வாழ்க்கையின் முதன்மை யான தேவையாக இருப்பதில்லை. மாறாக ஒரு இலக்கை அடை வதற்கான (உயிர் பிழைப்பதற்கான) சாதனமாக மாறிவிடுகிறது." வாழ்க்கை என்பதே வாழ்க்கையை ஓட்டுவதற்கான சாதனமாகத் தோன்றுகிறது" (EPM 75).

அந்நியமாதல் உச்ச நிலையை அடைவது அடிமை முறையில்தான். கட்டுப்பாடற்ற தொழிலாளிக்கும் அடிமை உழைப்பாளிக்கும் உள்ள வேறுபாடு என்னவென்றால், அடிமை தனது உழைப்பை மட்டுமின்றி தனது உடலையே அந்நியமாக்கு கிறான். அவனது உழைப்பு, உடல் ஆகிய இரண்டுமே பிறருடை யவையாகின்றன. எனவே அவை, ஒரு கர்த்தா (subject) என்கிற வகையில் அவன் எதிர்கொள்ள வேண்டிய புற யதார்த்தத்தின் பகுதியாகின்றன. புற யதார்த்தத்தை மறுப்பதன் மூலமே கர்த்தா தன்னை வெளிப்படுத்திக்கொள்கின்றான். உடலுக்கும் ஆன்மா வுக்கும் கற்பனையான எதிரெதிர்த்தன்மையைக் கற்பிப்பதன் மூலமே இப்படிச் செய்கிறான். மனித சாரம் என்பது, அழியக்கூடிய பகுதி என்றும் அழியா தெய்வீகப் பகுதி என்றும் தானே இரண்டாகப் பிளவுபடுவதாகக் கருதப்படுகிறது. ஆள்பவனாகவும் ஆண்டையாகவும் இருப்பதற்கு ஆன்மாவுக்குத்தான் உரிமைகள் இருப்பதாகவும், ஆனால் இந்த வாழ்க்கையில் அது தற்காலிகமாக உடலில் கட்டுண்டு கிடப்பதாகவும், இனி வரப்போகும் வாழ்க்கையில் அது விடுதலை பெறும் என்றும் கருதப்பட்டது. ஆன்மா பற்றிய இத்தகைய மறைஞானக் கோட்பாடுகள்

---

* மார்க்ஸ் கூறுகிறார்: "உழைப்பாளி, தனது விலங்குச் செயல்களில் மட்டுமே - உண்ணுதல், பருகுதல், இனப்பெருக்கம் செய்தல் அல்லது அதிக அளவு போனால் வீட்டில் வாழ்தல், ஆடையணிதல் முதலியவற்றில் மட்டுமே - தான் சுதந்திரச் செயல்பாடு உள்ளனவாகக் கருதுகிறான். தனது மானிடச் செயல்களிலோ தான் ஒரு விலங்காக மட்டுமே இருப்பதாகக் கருதுகிறான். விலங்குக்குள்ளது மனிதனுக்குள்ளதாகவும் மனிதனுக் குள்ளது விலங்குக்குள்ளதாகவும் மாறுகிறது. நிச்சயமாக, உண்ணுதல், பருகுதல், இனப்பெருக்கம் செய்தல் ஆகியன மானிடச் செயல்களேதான். ஆனால் மற்றெல்லா மானிடச் செயல்களிலிருந்தும் இவற்றை மட்டும் பிரித்தெடுத்து, அவற்றையே ஒரு குறிக்கோளாக, இறுதிக் குறிக்கோளாக மாற்றினால், அவை விலங்குச் செயல்களாகவே அமையும்" (EPM, 73).

தொன்மைக் கிரேக்கத்தில் ஓர்ஃபிக் (Orphic), பித்தகோரஸியச் சிந்தனையாளர்களால் கற்பிக்கப்பட்டு வந்தன.

யதார்த்தத்தைத் தலைகீழாகப் புரட்டும் இத்தகைய மறைஞானக் கோட்பாடுகள்தான் சமயங்கள் அனைத்திற்குமான மூலவேராகும்:

> மனிதன் என்று சொல்கையில் மனிதனின் உலகம், அரசு, சமுதாயம் என்பதாகும். இந்த அரசு, இந்த சமுதாயம் சமயத்தை, தலைகீழாக்கப்பட்ட உலக உணர்வை உருவாக்குகிறது. அதற்குக் காரணம் அவையே தலைகீழான உலகமாக இருப்பதுதான்... சமயம் என்பது இந்தத் தலைகீழ் உலகம் பற்றிய பொதுவான கோட்பாடு; அதனுடைய அறிவுக் களஞ்சியத் தொகுப்பு; ஜனரஞ்சக வடிவங்களினூடாக வெளிப்படும் அதன் தர்க்க நெறி விளக்கம்; அதன் ஆன்மீகத்தின் உச்சம்; அதன் உற்சாகம்; அதற்கான தார்மீக ஒப்புதல்; அதனை முழுமையடையச் செய்வது; அதனை நியாயப்படுத்தவும் தேற்றவும் உதவும் உலகுதழுவிய விளக்கம்; சமயம் என்பது மனித சாரத்தை அதிகற்பனையில் எய்துவதாகும்; ஏனென்றால் மனித சாரத்தை யதார்த்தத்தில் எய்ய முடிவதில்லை... ...சமயத்தில் வெளிப்படுத்தப்படும் அவலம் ஒரு பக்கம் உண்மையிலேயே நிலவும் அவலத்தின் வெளிப்பாடாகும்; மற்றொரு பக்கம் இந்த உண்மையான அவலத்திற்கு எதிரான எதிர்ப்புக் குரலுமாகும். சமயம் என்பது ஒடுக்கப்பட்ட சீவனின் பெருமூச்சு; இதயமற்ற உலகிற்கு ஓர் இதயக் கனிவு; சத்தற்ற வாழ்வில் ஒரு சத்து; அது மக்களுக்கு வாய்த்த ஓர் அபின். (OR 41.)

சமயத்தின் வரலாற்றில் இரு போக்குகளைக் காணலாம். ஒன்று அதிகாரம் சார்ந்தது.; மற்றொன்று மக்கள் சார்ந்தது. அதிகாரம் சார்ந்த சமயக் கோட்பாட்டுமுறை அரசின் கட்டுப்பாட்டுக்குள் வந்து வர்க்கச் சுரண்டலை நியாயப்படுத்துவதற்குப் பயன்பட்டது. வெகுமக்களிடையே தன்னியல்பாகத் தோன்றும் மக்கள் சார்பான சமயக் கோட்பாட்டு முறை சுரண்டலுக்குட்பட்ட மக்களுக்கு ஆறுதல் தருவதுடன் அந்தச் சுரண்டலை எதிர்த்துக் குரல் எழுப்பவும் செய்கிறது. வர்க்கப் போராட்டம் வளர்ச்சியடைகையில் இந்த இரண்டு போக்குகளும் ஒன்றுடனொன்று ஊடாடுகின்றன. ஒரு புதிய வர்க்கம் அதிகாரத்தைக் கைப்பற்றியதும் அதனுடன் தொடர்புடைய சமயக் கோட்பாட்டுமுறை அதிகாரம் சார்ந்ததாகி வெகுமக்கள் சார்ந்த தன்மையை இழக்கிறது. இரு போக்குகளுமே அடிப்படையில் கருத்துமுதல்வாதத் தன்மை கொண்டவைதான்.

ஆயினும் அதிகாரம் சார்ந்த சமயக் கோட்பாட்டுமுறை இயங்கா வியல் தன்மையைக் கொண்டிருக்க, வெகுமக்கள் சார்ந்த சமயக் கோட்பாட்டுமுறையோ ஒரு மறைஞான வடிவத்தில் சிற்றறிவுக்குட் பட்ட இயங்கியல் உணர்வைப் பேணிப் பாதுகாக்கிறது.

4. இயங்காவியலும் இயங்கியலும்

மனித சமுதாயம் அரசு இல்லாத பழங்குடி அமைப்பி லிருந்து அரசு உள்ள சமுதாய நிலைக்கு மாறிய நிகழ்முறை அண்மைக் கிழக்கு நாடுகளைப் பார்க்க கிரேக்க நாட்டில் மிகவும் பிந்தியே ஏற்பட்டது. கிரேக்கத்தில் இந்த மாற்றத்திற்கான அடிப் படையாகத் தொடக்கத்திலிருந்தே இருந்து வந்தது இரும்பின் பயன்பாடாகும். இரும்பைப் பயன்படுத்தியதன் விளைவாக சரக்கு உற்பத்தி மிகத் துரிதமாக வளர்ச்சியடைந்து அரசாங்க நாணய முறை (coinage) தோன்ற வழிவகுத்தது. மத்தியதரைக் கடல்பகுதி நாடு களின் மூலைமுடுக்குகளிலெல்லாம் காலனிய விரிவாக்கம் ஊடுருவி அடிமை வாணிபம் தழைத்தோங்கச் செய்தது. மனிதனே இப்போது பரிவர்த்தனை - மதிப்புப் பெற்று சந்தையில் வாங்கவும் விற்கவும்படக் கூடிய ஒரு சரக்காகி விடுகிறான். இந்த வளர்ச்சி களுக்குத் தூண்டுகோலாக இருந்த வாணிபர்கள், கைவினைஞர் களினதும் உழவர்களினதும் ஆதரவுடன் நிலவுடைமை உயர்குழு வினரின் (landed arsitocracy) ஆட்சியைத் தூக்கியெறிந்து ஜனநாயக ஆட்சியை நிறுவினர். அடிமைகளுக்கு சுதந்திரம் இல்லாத இந்தத் தொன்மைக்கால ஜனநாயகம் சிறிது காலமே நீடித்தது. மார்க்ஸ் கூறியது போல "உற்பத்திக்கு அடிமை முறையே முழு முனைப் புடன் பயன்படுத்தப்பட்டதால்" (C 1.334) அடிமை-உடைமையாளர் என்னும் வகையில் வாணிபர்களும் நிலவுடைமையாளர்களும் ஒன்றிணைந்து ஒரே வர்க்கமாக அமைத்தனர். இவர்கள் உடல் உழைப்பு அனைத்தையும் அடிமைத்தனமானவை என இழிவாகக் கருதினர். எனவே மீண்டுமொருமுறை உற்பத்தி உறவுகள் உற்பத்திச் சாதனங்களின் வளர்ச்சிக்குத் தடையாக மாறின.

பண்டைக்காலக் கிரேக்கத் தத்துவப் போக்குகள் தோன்று வதற்கான நிலைமைகள் இவைதான்.

கிரேக்கத்தின் மிகப் பழங்காலத் தத்துவவாதிகளான தாலெஸ் (Thales), அனாக்ஸிமாண்டெர் (Anaximander) ஆகியோர் மிலேட்டஸைச் சேர்ந்தவர்கள். சிறிய ஆசியாவின் (Asia Minor)

ஈஜியன் (Aegean) கடற்கரைப் பகுதியிலிருந்த மிக வளம்பொருந்திய நகர-அரசுகளில் (city-states) ஒன்றுதான் மிலேட்டஸ். அவர்கள் நிலவுடமையாளர்களாக இருந்து வணிகத் தொழிலுக்கு மாறிய வாணிப உயர்குடிக் குடும்பங்களைச் சேர்ந்தவர்கள். பழைய பிரபுக் குலத்தைச் சேர்ந்த அவர்கள், பழங்குடி மரபுகள் பலவற்றை சுவீகரித்திருந்தனர். இவற்றிற் சில அண்மைக் கிழக்கு நாடுகளின் பழமையான நாகரிகங்களுடன் ஏற்பட்ட தொடர்பிலிருந்து கிடைத்தவையாகும். நாம் சென்ற அத்தியாயத்தில் விளக்கியதைப் போன்ற, பேரண்டத்தின் தோற்றம் பற்றிய தொன்மங்களும் இந்த மரபுகளுள் அடங்கும். இவற்றுக்குத் தாலெஸஸும் அனாக்ஸிமாண்டெரும் புதிய விளக்கங்கள் கொடுத்தனர். அதாவது இவை பகுத்தறிவுசார்ந்த கருதுகோள்கள் (rational hypotheses) என்று கூறினர். அவர்களிடம் இருந்த பாபிலோனிய வானவியல் அறிவு, கி.பி.585 ஆம் ஆண்டு மே மாதம் 28 ஆம் நாளில் சூரிய கிரகணம் ஏற்படும் என்று தாலெஸால் முன்கூட்டியே சொல் வதற்குப் பயன்பட்டது. அவர்கள் சமயத்தை வெளிப்படையாக எதிர்க்கவில்லையென்றபோதிலும் அதனைத் தத்துவ அறிவிலிருந்து விலக்கி வைத்தனர். அதாவது, பொருளில் உள்ளார்ந்த அம்சமாக இருப்பதாக அவர்கள் நம்பிய எதேச்சையான இயக்கம் என்பதை ‘தெய்வீகமாக’ எடுத்துக்கொண்டனர்.

பேரண்டத்தின் தோற்றம் பற்றிய அவர்களது கோட் பாடுகள், மெய்யாகக் கொள்ளப்பட்ட மூன்று கூற்றுகளிலிருந்து (premises) தொடங்குகின்றன. முதலாவது, எல்லாவற்றுக்கும் பொதுவானதொரு மூலம் உள்ளது என்பதாகும். அனாக்ஸிமண் டெரால் ‘வரம்பில்லாதது’ (unlimited), அதாவது பிரிக்கமுடியாதது என்று அழைக்கப்பட்ட தனியொரு மூலப் பொருள் பிளந்து பேரண்டம் படிப்படியாகத் தோன்றியது. இரண்டாவது கூற்று, இடைவிடாத நித்தியமான இயக்கம் என்பதாகும். இந்த மூலப் பொருளுக்கு சக்கரம் போலச் சுழன்று வருகிற இயக்கம் உள்ளது. அது சுழன்று வரும்போது அதன் பகுதிகள் சில விளிம்பில் தெறித்து விழுந்தன. அங்கு அவை நெருப்பாலானதொரு வெளிவட்ட மாகவும் காற்றாலான உள்வட்டமாகவும் அமைந்தன. அந்த மூலப் பொருளின் பிற பகுதிகள் மையத்தில் திரண்டு அங்கு நிலமாகவும் நீராகவும் அமைந்து காற்று வட்டத்தைச் சூழ்ந்தன. மூன்றாவது கூற்று, எதிரெதிரானவை ஒன்றுடன் ஒன்று மோதிக்கொள்கின்றன என்பதாகும். இது இடை விடாத போராட்டமாகும். இதில் ஒன்றுக் கொன்று எதிரானவை - சூடானதும் குளிர்ச்சியானதும், ஈரமானதும்

காய்ந்துபோனதும், இலேசானதும் கனமானதும் - ஒன்றையொன்று ஆக்கிரமிக்கின்றன. இதன் விளைவாக, அவை எந்த பிரிக்கப்படமுடியாத மூலப் பொருளிலிருந்து தோன்றினவோ அதே மூலப் பொருளுக்குள் குறிப்பிட்ட இடைவெளிகளுக்குப் பின் மீண்டும் உள்ளிழுத்துக் கொள்ளப்படுகின்றன. இந்தப் போராட்டமே பருவகால மாற்றங்களுக்கு அடிப்படையாக இருக்கிறது. இது தவிர, பேரண்டச் சுழற்சியொன்றும் (cycle) உள்ளது. இந்தச் சுழற்சியின்போது பேரண்டம் குறிப்பிட்ட இடை வெளிகளுக்குப் பின் அழிக்கப்படுகிறது.

பேரண்டம் பற்றி உள்ளுணர்வாகப் பெறப்பட்ட இக் கருத்தோட்டத்தைக் கீழ்க்கண்டவாறு விளக்குகிறார் ஏங்கெல்ஸ்:

> இயற்கையையோ அல்லது மனிதகுலத்தின் வரலாற்றையோ நாம் சிந்தித்துப் பார்க்கையில் நமக்கு முதலில் கிடைப்பது முடிவின்றிப் பின்னிப்பிணைந்துள்ள தொடர்புகளையும் எதிரெதிர் வினைபாடுகளையும் காட்டும் சித்திரம்தான். இவற்றில் எதுவுமே அப்படியே, அங்கேயே முன்பிருந்த படியே இருப்பதில்லை. மாறாக எல்லாமே இயங்கிக் கொண்டும், மாற்றமடைந்துகொண்டும், தோன்றியெழுந்து கொண்டும், மறைந்துகொண்டும் இருக்கின்றன. உலகைப் பற்றிய இந்த ஆதிநிலையான, பக்குவப்படாத, ஆனால் உள்ளியல்பில் பிழையற்ற கருத்தோட்டம் பண்டைக் கிரேக்கத் தத்துவத்திற்குரியது. இக்கருத்தோட்டத்தை முதன் முதலில் தெளிவாக முறைப்படுத்திக் கூறியவர் ஹெராக்ளிடஸ்: அதாவது, ஒவ்வொன்றும் அதுவாகவும் அது அல்லாததாகவும் இருக்கிறது. ஏனெனில் எல்லாமே இடை விடாது இயங்குகின்றன, இடைவிடாது மாற்றமடைந்து கொண்டிருக்கின்றன, இடைவிடாது தோன்றியெழுந்து கொண்டும் மறைந்துகொண்டும் இருக்கின்றன. (AD 26-27)

ஹெராக்ளிடஸ் என்னும் தத்துவவாதியின் கோட்பாடு களைக் காணும் முன், மற்றொரு தத்துவச் சிந்தனையை - மிலேடஸைச் சேர்ந்த மேற்சொன்ன தத்துவவாதிகளுக்கு நேரெதி ரான தத்துவச் சிந்தனையை - ஆராய்வோம்.

பித்தகோரஸ் (Pythagoras) ஒரு கைவினைஞரின் மகன். தென் இத்தாலியிலிருந்த ஒரு கிரேக்கக் காலனிக்குப் புலம்பெயர்ந்த அவர், அங்கு நிலவுடைமை உயர்குடியினருக்கும் விவசாயி வர்க்கத்தி னருக்கும் இடைப்பட்ட புதிய வணிக வர்க்கத்தின் நலன்களைக் காக்கும் அரசியல் கட்சியொன்றை நிறுவினார். அவரும் அவரது

சீடர்களும் அரசாங்க நாணய முறையை வளர்ப்பதில் மும்முரமாக ஈடுபட்டனர். வர்த்தகத் தேவைகளுக்கும் அப்பாற்பட்டு எண்கள் பற்றிய ஆய்வில் முதன்முதலாக ஈடுபட்டவர்கள் அவர்கள்தாம் என்று சொல்லப்படுகிறது. அவரது அரசியல் கட்சி ஒரு சமயக் குழு வாகவும் (religious sect) இருந்தது. ஓர்ஃபிஸம் (Orphism) என்னும் கோட்பாட்டினை ஒத்த ஒரு மறைஞானக் கோட்பாடு கற்பிக்கப் பட்டவர்களே அதில் உறுப்பினர்களாகச் சேர்க்கப்பட்டனர்.

பித்தகோரஸூம் அவரது சீடர்களும் எல்லாவற்றுக்குமான மூலப் பொருளை 'எண்' (Number) எனக் கொண்டனர். அவர்களைப் பொருத்தவரை அது ஒற்றை-இரட்டை, வரம்புக்குட்பட்டது - வரம்புக்குட்படாதது, நன்மை - தீமை, வெளிச்சம் - இருட்டு என்பன போன்ற வரிசை வரிசையான எதிரெதிர் விஷயங்களாகப் பிளவுபட்டது. இந்த எதிரெதிரானவற்றுக்கிடையிலான மோதல், அவை ஒன்றையொன்று ஊடுருவுவதன் மூலம் தீர்க்கப்பட்டு அதன் விளைவாக எதிரெதிரானவை ஒன்றுகலக்கின்றன. இதுதான் முரண்பட்டவை (எதிரெதிரானவை) இரண்டும் இவற்றின் நடுவு நிலையில் (mean) ஒன்று கலக்கும் என்னும் பித்தகோரஸ் கோட் பாடாகும். இக் கோட்பாடு, கணிதவியல், இசையியல், வான வியலில், மருந்தியல், அரசியல் ஆகியவற்றில் பயன்படுத்தப் பட்டது. இவ்வாறாக, அரசியலில் நிலப்பிரபுக்குலத்தினருக்கும் உழவர் வர்க்கத்திற்குமிடையிலான முரண்பாடு, புதிய நடுத்தர வர்க்கத்தின் ஆட்சியாகிய ஜனநாயகத்தின் மூலம் தீர்க்கப்பட்டது.

எல்லாவற்றுக்குமான மூலப் பொருளை 'எண்'ணாகக் கண்ட பித்தகோரஸ் பொருள்தன்மையான பேரண்டத்திற்கு பொருள் தன்மையற்ற ஒரு மூலத்தைக் கற்பித்தார். அது ஒரு கருத்தினம், ஒரு கருத்து என்பதற்கு மேல் வேறேதுமல்ல. நடுவு நிலையில் எதிரெதி ரானவற்றின் மோதல் ஓய்ந்துவிடுகிறது என்று மறைமுகமாகக் கூறி ஒன்றுகலத்தல் பற்றிய தனது கோட்பாட்டில் எதிரெதிரானவற்றுக் கிடையிலான மோதலுக்கு ஒரு வரம்பு விதித்தார். இத்தகைய சிந்தனைப் போக்குகள் கருத்துமுதல்வாதத்திற்கு இட்டுச் சென்றன. ஜனநாயக இயக்கம் தனது உச்சக் கட்டத்தைக் கடந்த பிறகு, பித்தகோரஸியத் தத்துவம் பழமைபேண் சக்தியாகியது. ஒன்று கலத்தல் பற்றிய கோட்பாடு வர்க்க சமரசத்திற்கான சூத்திரமாகப் பயன்படும் வகையில் விளக்கம் தரப்பட்டது.

மிலெட்டஸ் நகருக்கு அண்மையில் இருந்த எஃபிசெஸ் (Ephesus) என்னும் நகரத்திலிருந்த பழமையான உயர்குடி வர்க்கத்தில் பிறந்தவர் ஹெராக்ளிடஸ். அவரது நகரத்தில்

ஜனநாயகம் ஏற்கனவே வீழ்ச்சியடைந்திருந்தது. அவரது நிலைப் பாடு புதிய சகாப்தத்திற்குரியதாக இருந்தது. அந்த சகாப்தத்திலிருந்த முதன்மை முரண்பாடு அடிமை - உடைமையாளர்களுக்கும் அடிமை களுக்குமிடையே இருந்த முரண்பாடாகும். கிரேக்க ஜனநாயகத்தின் கடுமையான எதிரியாக இருந்த அவர், ஒன்று கலத்தல் கோட் பாட்டுக்கு எதிராக மோதல் (tension) கோட்பாடு என்பதனை முன் வைத்தார். அதாவது பொருட்கள் இடைவிடாது மோதிக்கொண்டும் இயங்கிக்கொண்டும் மாற்றமடைந்து கொண்டும் இருக்கின்றன என்பதுதான் அக் கோட்பாடாகும். எல்லாப் பொருட்களுமே இடைவிடாது மாற்றமடைந்து கொண்டிருக்கின்றன; ஒவ்வொன்றும் அதுவாகவும் அது அல்லாததாகவும் இருக்கின்றது. உலகத்திற்கு ஆதியோ அந்தமோ இல்லை. அது காலத்திற்கு அப்பாற்பட்டது; தன்னைத்தானே ஒழுங்குமுறைக்குட்படுத்தக்கூடியது. நாற்பெரும் இயற்கைச் சக்திகளும் (four elements) அடுத்தடுத்து ஒன்று மற்றொன்றாக மாற்றப்படுகின்றன. இவை ஒவ்வொன்றிலும் மாற்றமடையும் பகுதிகளின் அளவு பரிவர்த்தனை விகிதமொன்றால் தீர்மானிக்கப்படுகிறது. இந்த அடிப்படையில் தொடர்ச்சியான சுழற்சிகள் (cycles) -பகலும் இரவும், கோடைகாலமும் குளிர் காலமும், வாழ்வும் சாவும் போன்றவை - ஏற்படுகின்றன. ஒரு பேரண்டச் சுழற்சியும் நிகழ்கிறது. இதில் பேரண்டம் நெருப்பாலும் நீராலும் மாறி மாறி அழிக்கப்படுகின்றது. பொருள் இடைவிடாது மாற்றமடைதல், தன்னைத்தானே ஒழுங்குமுறைக்குட்படுத்திக் கொள்ளும் சுழற்சி ஆகியன பற்றிய இக்கருத்தோட்டத்தில் நெருப்புக்குச் சிறப்பிடம் கொடுக்கப்பட்டுள்ளது. நெருப்புக்கும் பொருளின் இதர வடிவங்களுக்குமுள்ள உறவு பணத்திற்கும் இதர சரக்குகளுக்கும் உள்ள உறவை ஒத்ததுதான். உலகப் பொதுவான சமப்பொருள் (universal equivalent) என்னும் வகையில் பணம் இதர சரக்குகளுடன் கொண்டுள்ள உறவை ஒத்ததுதான்: “நெருப்புக்கும் இதர பொருட்களுக்குமுள்ள உறவு பணத்துக்கும் இதர சரக்கு களுக்குமுள்ள உறவை ஒத்ததுதான். தங்கத்திற்கு மற்ற சரக்குகளும் மற்ற சரக்குகளுக்குத் தங்கமும் பரிவர்த்தனை செய்யப்படுவதைப் போல நெருப்புக்கு மற்ற பொருட்களும் மற்ற பொருட்களுக்கு நெருப்பும் பரிவர்த்தனை செய்யப்படுகின்றன” (என்கிறார் ஹெராக்ளிடஸ்).

ஹெராக்ளிடஸின் ‘சாசுவதமான நெருப்பு’ பற்றிய தனது மதிப்புரையில் லெனின், அது “இயங்கியல் பொருள்முதல்வாதக் கோட்பாடுகளைப் பற்றிய மிகச் சிறப்பான விளக்கம்” (LCW 38.349.) எனக் குறிப்பிட்டார்.

5. கருத்துமுதல்வாதமும் இயங்காவியலும்

பண்டைய கிரேக்கத் தத்துவத்தின் ஆதிப் பொருள் முதல்வாதம் ஹெராக்ளிடஸின் படைப்புகளில் தனது முழுமை யான, இறுதியான வெளிப்பாட்டைப் பெற்றது. எனினும் இதே காரணத்தினால்தான் அந்தப் பொருள்முதல்வாதத்தின் எதிர்மறையும் அவரது தத்துவத்திற்குள்ளாகவே கருக்கொண்டிருந்தது. 'எப்போதும் மாற்றமடைந்து கொண்டிருக்கும், ஆனால் என்றும் சாசுவதமாக இருக்கும் நெருப்பு' என அவர் கூறியது ஒரு அருவமான கருத்தாகும். (abstraction). ஆனால் அது, தொடர்ந்தும் தவறாமலும் மாற்றங்கள் அடைவதால் எந்த ஓர் மாற்றமும் நிகழ்ந்ததாகக் கொண்டு அதனை விளக்க வேண்டிய தேவையில்லை என்னும் மறுப்புரைக்கு வழி கோலியது. பித்தகோரஸின் சீடரும் அவரிடமிருந்து பிரிந்து சென்றவருமான பார்மெனிடெஸ் (Parmenides) என்பார் இந்த மறுப்புரையை முன்வைத்தார்.

இயக்கம், மாற்றம், மோதல், பொருட்கள் தோன்றுவதும் மறைவதும் என்பதெல்லாம் புலன்களுக்குத் தென்படும் மாயத் தோற்றங்களே என்று அவர் அடித்துக் கூறினார். இருப்பது (being) - அதனை அவர் 'ஒன்று' என அழைத்தார் - இயக்கமற்றது, மாற்ற மற்றது, காலத்திற்கப்பாற்பட்டது, முரண்பாடுகளிலிருந்து விடு பட்டது என்றும் அதனைப் புலனுணர்ச்சிகளால் அல்ல, சிந்தனை யால் மட்டுமே அறிந்துகொள்ள முடியும் என்றும் பார்மெனிடெஸ் கூறினார். 'தூய உண்மைப் பொருள்' (pure being) பற்றிய இந்த இயங்காவியல் கோட்பாட்டை முன்வைத்ததன் மூலம், இயக்கம், மாற்றம் ஆகியவற்றின் யதார்த்தத்தை ஐயத்திற்கிடமின்றி அனு மானித்துக்கொண்டிருந்த முந்திய தத்துவவாதிகள் அனைவருக்கும் நேரடியான சவாலாக விளங்கினார். பொருளுக்கும் மனத்திற்கு முள்ள உண்மையான உறவைத் தலைகீழாக்கிய அவரது தத்துவம், பணப் பொருளாதாரத்தின் வளர்ச்சியின் காரணமாக சமூக உறவுகள் மனிதனின் புரிதலுக்குப் பிடிபடாமல் போன நிலைமை இருந்த ஒரு சமுதாயத்தின் 'பொய்மையான உணர்வை' ஒரு அதீத வடிவத்தில் வெளிப்படுத்தியது எனலாம்.

பார்மெனிடெஸும் எலியாடிக்குகள் (Eleatics) என்று அழைக்கப்பட்ட அவரது ஆதரவாளர்களும் தத்துவ உலகில் ஒரு நெருக்கடியைத் தோற்றுவித்தனர். இந்த நெருக்கடி ஏற்படுத்திய, நீண்டகாலம் நடைபெற்ற சர்ச்சைக்குப் பிறகு, பொருள்முதல்வாதத் திற்கும் கருத்துமுதல்வாதத்திற்குமிடையே ஒரு பகிரங்கமான மோதல் ஏற்பட்டது.

பொருள்முதல்வாதத்தின் பக்கம் வழக்காடிய அனாக்ஸகோரஸ் (Anaxagoras) எண்ணிலடங்காத 'விதைகளால்' (Seeds) உலகம் உருவாக்கப்பட்டுள்ளது என்றும் ஒவ்வொரு 'விதை'யும் தனக்கு நேரெதிரானவை அனைத்தையும் பல்வேறு அளவுகளில் தனக்குள்ளேயே கொண்டிருக்கிறது என்றும் கூறினார். மேலும், பிற 'விதைகள்' அனைத்தையும் விட நுட்பமானதும் தூய்மையானதுமான 'மனம்' என்னும் 'விதை' உள்ளதாகவும் அது மற்ற 'விதை'களில் ஊடுருவியும் அவற்றை ஒன்றோடொன்று கலந்தும் அவற்றை சலித்தெடுத்தும் ஒரு நிகழ்முறையை உருவாக்கு கிறது என்றும் அந்த நிகழ்முறையைத்தான் மனிதர்கள் பொருட் களின் தோற்றம், மறைவு எனத் தவறாக விளக்குகிறார்கள் என்றும் கூறினார். இது எலியாடிக்குகள் உருவாக்கியிருந்த தர்க்கவாதப் படுகுழிக்குள்* விழாமல், புலன்களுக்குப் பிடிபடும் உலகத்தின் நிதர்சனத்தை மெய்ப்பித்துக் காட்டுவதற்கான ஒரு முயற்சியாகும். ஆனால் பார்மெனிடெஸ் கூறிய 'ஒன்று' என்பதன் தன்மைகளை அனாக்ஸகோரஸ் கூறும் 'விதைகள்' பெற்றிருந்தால்தான் அவற்றை யதார்த்தமானவை எனக் கருதமுடியும் என்று எலியாடிக்குகள் பதிலளித்தனர். இதுதான் அணுக் கொள்கையின் துவக்க முனை யாகும். எலியாடிக்குகளின் வார்த்தைகளை அப்படியே எடுத்துக் கொண்ட லியுஸிப்பஸ் (Leucippus) (இவர் டெமாக்ரிடஸ் (Democritus), எபிகூரஸ் (Epicurus) ஆகியோரின் முன்னோடியா வார்) பிளக்கமுடியாதவையும் அழிக்கமுடியாதவையுமான எண்ணிலடங்கா அணுக்கள் இருக்கின்றன என்றும் அவை வெளியினூடே (space) இயங்கியும் ஒன்றுடனொன்று மோதியும் ஒன்றுடனொன்று இணைந்தும் மனிதர்கள் உள்ளிட்ட உலகத்தை உருவாக்குகின்றன என்றும் கூறினார். இந்தக் கோட்பாடுதான் பல நூற்றாண்டுகளுக்குப் பின்னர் நவீன இயற்பியலுக்கான கோட் பாட்டுச் சட்டகத்தை வழங்கக்கூடிய பேறினைப் பெற்றது.

இதற்கிடையே பித்தகோரஸ், பார்மெனிடெஸ் ஆகியோரின் கோட்பாடுகளை அடியொற்றிச் சென்ற பிளாட்டோ (Plato - கி.மு. 428-348) 'கருத்துகள் பற்றிய கோட்பாட்'டினை (Theory of Ideas) முன்வைத்தார். பொருண்மை உலகம் (meterial world) என்பது இருக்கத்தான் செய்கிறது என்றும் ஆனால் அது 'பொருண்மை உலகம் என்னும் கருத்தின்' குறைபாடான நகல்தான் என்றும்

---

* பேரண்டம் அனைத்தும் அசைவற்ற நிலையில்தான் இருக்கிறது; அது அசைகிறது, இயங்குகிறது என்பதெல்லாம் நமது புலன்கள் உண்டாக்குகிற ஒரு பிரமை என்பதுதான் எலியாடிக்குகளின் தத்துவமாகும்.

இக்கோட்பாடு கூறியது. பொருண்மை உலகம் என்னும் கருத்தின் குறைபாடான நகல் இடைவிடாத இயக்கத்தில் இருப்பதால் அதனை முழுமையாக அறிந்துகொள்ள முடியாது. உண்மையான அறிவு என்பது கருத்துக்களின் உலகம் பற்றிய அறிவுதான். கருத்துகளின் உலகம் இயக்கமற்றது, மாற்றத்துக்குட்படாதது, தெய்வீகமானது - இவை பிளாட்டோவின் கருத்துகளாகும். தத்து வார்த்தக் கருத்துமுதல்வாதத்தின் தந்தை என அனைவராலும் ஏற்றுக்கொள்ளப்பட்டவர்தான் பிளாட்டோ. மனத்திற்கும் பொருளுக்கும், ஆன்மாவுக்கும் இயற்கைக்கும் இடையிலுள்ள உறவு குறித்து பொருள்முதல்வாதிகளுடன் விவாதத்தில் ஈடுபட்ட பிளாட்டோ எழுப்பிய கேள்விதான் அன்று முதல் இன்றுவரை தத்துவத்தில் மேலோங்கி நிற்கிறது:

இந்தக் கேள்விக்குத் தத்துவவாதிகள் வழங்கிய விடைகள் அவர்களை இரு பெரும் முகாம்களைச் சேர்ந்தவர்களாகப் பிரித்தன. இயற்கையைவிட ஆன்மா முதன்மையானது என்று கூறியவர்கள் கருத்துமுதல்வாத முகாமைச் சேர்ந்தவர் களாயினர். இவர்கள், இறுதிப் பரிசீலனையில், உலகம் கடவுளால் படைக்கப்பட்டது என்னும் கருத்தை ஏதோவொரு வடிவத்தில் ஏற்றுக்கொண்டவர்களேயாவர். இந்த முகாமைச் சேர்ந்த தத்துவவாதிகளின் விளக்கத்தில், எடுத்துக்காட்டாக ஹெகெலின் தத்துவத்தில் உலகத்தின் படைப்பு குறித்த விளக்கம் கிறிஸ்துவம் கூறும் விளக்கத்தைவிடச் சிக்கலான தாகவும் எளிதில் ஏற்றுக்கொள்ள முடியாததாகவும் நம்பத்தகாததாகவும் உள்ளது. இயற்கைதான் முதன்மை யானது எனக் கருதிய மற்றவர்களெல்லாம் பொருள்முதல் வாதத்தின் பல்வேறு சிந்தனைப் பிரிவுகளைச் சேர்ந்தவர் களாவர். (ME 3.346, cf. LCW 14.99)

இந்தப் பழங்காலக் கிரேக்கத் தத்துவவாதிகளின் தத்துவச் சிந்தனைகள் அறிவியல்தன்மை வாய்ந்தவையா? 'ஆம்' என்று உறுதியாகச் சொல்லலாம். ஏனெனில் மூட நம்பிக்கையிலிருந்தும் வறட்டுக்கோட்பாட்டிலிருந்தும் விடுபட்ட, உலகம் பற்றிய ஒரு அறிவுபூர்வமான விளக்கத்தைக் கொடுப்பதற்கான ஒரு உணர்வுபூர்வ மான முயற்சியே அத் தத்துவச் சிந்தனைகள். இவ்வகையில் அவை பாபிலோனிய, எகிப்தியச் சிந்தனையிலிருந்து மிகவும் முன்னேறி யிருந்தன. மற்றோர் புறமோ, அவை கிட்டத்தட்ட வெறும் ஊகத்தின் அடிப்படையிலேயே முழுக்க முழுக்க உருவாக்கப் பட்டவையாகும். பொருட்களையும் நிகழ்ச்சிப்போக்குகளையும் கூர்ந்து கவனித்தல், ஆராய்ச்சி ஆகியவற்றில் அவை அக்கறை

கொண்டிருக்கவில்லை. இக் காரணத்தாலேயே அவை அறிவியல் என்றல்ல, இயற்கைத் தத்துவம் என்றே அழைக்கப்படுகின்றன.

பிளாட்டோ மறைந்து சில ஆண்டுகளுக்குள்ளாகவே மாஸிடோனைச் (Macedon) சேர்ந்த அலெக்ஸாண்டெர் கிரேக்க நகர - அரசுகளை வென்றான். போர்களில் அவன் ஈட்டிய பிரமிக்கத்தக்க வெற்றிகள், அண்மைக் கிழக்கு நாடுகள் அனைத்தையும் கிரேக்க வாணிபத்திற்குத் திறந்துவிட்டன. அதனைத் தொடர்ந்து புதியதொரு பொருளாதார, பண்பாட்டு வளர்ச்சி தழைத்தது. ஹெல்லெனியக் காலம் (Hellenistic Period) என்றழைக்கப்பட்ட இக் காலம் ரோமானியர்களின் படையெடுப்பால் முடிவுக்கு வந்தது. ரோமானியர்களின் ஆட்சியின் கீழ், தமது இராணுவ வலிமையை அதன் இறுதி எல்லை வரை கொண்டு சென்றிருந்த பழமையான அடிமைச் சமுதாய அரசு தேக்க நிலை, நசிவு ஆகியவற்றின் இறுதிக் கட்டத்தை எட்டியிருந்தது.

ஹெல்லெனியக் காலத்தில் புகழ்மிக்கவராக இருந்த தத்துவவாதி அரிஸ்டாட்டில் (கி.மு. 384-322) ஆவார். எபிகூரஸை விடுத்துப் பார்த்தால், அவர்தான் பெரும் தத்துவவாதிகள் வரிசையில் கடைசியாக வருபவர். அரிஸ்டாட்டில்தான் முதலாவது பெரும் அறிவியலாளருமாவார். தத்துவவாதி என்னும் வகையில் அவரொரு கருத்துமுதல்வாதி. வடிவமும் இயக்கமும் இல்லாதிருந்த பொருளுக்கு வடிவத்தையும் இயக்கத்தையும் தந்து அதற்கு முதல் இயக்கத்தைத் தந்த (First Mover) ஒரு மூல கர்த்தாவில் நம்பிக்கை கொண்டிருந்தவர். உடலுக்கும் ஆன்மாவுக்கும், பொருளுக்கும் மனத்துக்கும் இடையே உள்ள உறவு அடிமைக்கும் அவனது ஆண்டைக்குமிடையே உள்ள உறவு போன்றது என அவர் கருதினார். தனது கண்ணெதிரிலேயே நசிந்து அழிந்து கொண் டிருந்ததும் அடிமை - உழைப்பின் மீது எழுப்பப்பட்டிருந்ததுமான கிரேக்க நகர - அரசு மட்டுமே நாகரிக மாந்தருக்கு உகந்த ஒரே ஒரு சமூக அமைப்பு (social organisation) என்றும் அவர் கருதினார். ஆயினும், இந்தக் கருத்துமுதல்வாதச் சட்டகத்திற்குள்ளேயே அவர் பல அம்சங்களில் ஒரு பொருள்முதல்வாதியாகவும் விளங்கினார். பிளாட்டோ கருதியதற்கு மாறாக, அரிஸ்டாட்டில் 'அ' என்பது 'ஆ' அல்ல என்றாலும் 'அ' என்பது 'ஆ' வாக மாறுவதற்கான உள்ளுறையாற்றல்களைக் கொண்டிருக்கலாம் என்றும் நிதர்சனமாக நாம் காணும் வீடுகள்தான் உள்ளனவேயன்றி (பிளாட்டோ கூறியதைப் போல) 'வீடு' என்ற அருவமான விஷயம் (கருத்து) ஏதும் இல்லை என்றும் கூறினார். அதாவது, ஒரு பொருளைப் பற்றிய கருத்து அந்தப் பொருள் மனித மனத்தில் ஏற்படுத்தும்

பிம்பம் என்றும் அது நிதர்சனமாக நிலவும் பொருளைக் குறிக்கிறது என்றும் கூறினார். அறிவியலாளர் என்னும் வகையில் அவர் உயிரியல், விலங்கியல், தாவரவியல், பொருளாதாரம், அரசியல், வரலாறு, இலக்கியம், தர்க்கவியல் ஆகியவற்றில் முறையான ஆராய்ச்சிகளை மேற்கொண்டார். விலங்கியல் தொடர்பான அவரது ஆய்வுக் கட்டுரைகளில் அவரும் அவரது மாணாக்கர்களும் திரட்டிய மாதிரிகளின் (specimens) அடிப்படையில் நூற்றுக்கணக்கான உயிரினங்களை வகைப்படுத்தினார். பணம் பற்றிய அவரது பகுத்தாய்வைப் போன்று பண்டைக்காலத்தில் வேறு யாரும் செய்த தில்லை. அவரைப் பற்றி மார்க்ஸ் கீழ்க்காணுமாறு வர்ணிக்கிறார்:

> சிந்தனையின் வடிவங்கள், சமுதாயத்தின் வடிவங்கள், இயற்கையின் வடிவங்கள் என இந்த அளவுக்குப் பல்வேறு வடிவங்களை முதன்முதலில் பகுத்தாய்வு செய்த மாபெரும் சிந்தனையாளர். அவர் பகுத்தாய்வு செய்த வடிவங்களில் மதிப்பின் வடிவமும் (form of value) அடங்கும். (C 1.59)

கிரேக்க-ரோமானியக் காலத்தில் இயற்கைத் தத்துவம் முடிவுக்கு வந்தது. அக்காலத்திய தத்துவவாதிகள் சமுதாயத்திலும் இயற்கையிலும் அன்றிருந்த நிலையை ஏற்றுக் கொண்டு தமது கவனத்தை அறவியலின்பால் (ethics) திருப்பினர். அறவியல் என அவர்கள் புரிந்துகொண்டது உடலுழைப்பின்றி ஓய்வில் சுகித்திருக்கும் மனிதர்களுக்குத் தேவைப்படும் சுய - கட்டுப் பாட்டைத்தான். இத்தகைய மனிதர்களின் பொருள்வகைத் தேவைகளை அடிமைகள் நிறைவு செய்தனர். தமது சொந்த நண்பர் களைத் தவிர மற்ற அனைவரின் துன்பதுயரங்களைப் பற்றிக் கவலைப்படாமல் அறிவுத் தேடல்களுக்குத் தமது அமைதியான வாழ்வை அர்ப்பணித்துக் கொள்ளத் தேவைப்படும் சுய - கட்டுப் பாடுதான் அது. எதிர்காலத்தின் மீது எந்த நம்பிக்கையுமற்ற ஒரு வர்க்கத்தின் கண்ணோட்டம்தான் அந்த அறவியல்.

முதன்முதலில் கிறிஸ்துவத்தைத் தழுவியவர்கள் அடிமை களாக்கப்படாத ஏழைகளும் அடிமைகளும்தான். அவர்கள் கிறிஸ்துவின் பரலோக சாம்ராச்சியத்தில் தமக்கு விமோசனம் கிடைக்கும் என நம்பிக்கை வைத்திருந்தனர். பிற்காலத்தில் அரசே கிறிஸ்துவ மதத்தை அதிகாரப்பூர்வமாகத் தழுவிய பின், அந்தப் புதிய சமய நெறியானது அனைத்தையும் தழுவிய ஓர் இறையியல் கோட்பாட்டு அமைப்பாக (theological system) செய்யப்பட்டது. அந்த இறையியலில் பொருள் கருத்துக்கும், உடல் ஆன்மாவுக்கும், அறிவு நம்பிக்கைக்கும் கீழ்ப்பட்டவையாகச் செய்யப்பட்டன.

ஆனால் எந்த சமுதாய அமைப்பைப் பாதுகாப்பதற்காக இந்தக் கருத்துகள் உருவாக்கப்பட்டனவோ அந்த சமுதாய அமைப்பைப் போலவே இந்தக் கருத்துகளின் அமைப்பும் சாசுவதமாக நீடிக்க வில்லை. ஏற்கனவே பதின்மூன்றாம் நூற்றாண்டில், கிறிஸ்துவத் திருச்சபையின் நெஞ்சிற்குள்ளாகவே பூர்ஷ்வாப் பொருள்முதல் வாதத்தின் முதல் அதிர்வுகள் உணரப்பட்டன:

> பொருள்முதல்வாதம் மகா பிரிட்டனின் இயல்பான வாரிசாகும். ஏற்கனவே டன் ஸ்காட்டஸ் (Dun Scotus) எனும் பள்ளி ஆசிரியர், பொருளால் சிந்திக்க இயலுமா எனும் கேள்வியை எழுப்பி வந்தார். இந்த அதிசயத்தை நிகழ்த்து வதற்காக அவர் இறையியலில் தஞ்சம் புகுந்தார். அதாவது இறையியல் பொருள்முதல்வாதத்தைப் போதிக்கும்படி செய்தார். (HF 172)

அத்தியாயம் VI
மந்திரத்திலிருந்து கலை வரை

1. தொன்மங்களும் கலையும்

தொன்மங்களைப் (mythology) புனையும் சிந்தனை ஆதி மனிதர்களுக்கே உரிய சிந்தனை முறையாகும். அது புலனறிவு சார்ந்ததும் அகவயமானதும் நெகிழ்ந்து கொடுக்கக்கூடியதுமாகும். ஆகாய விமானமொன்றை முதன் முதலாகப் பார்க்கும் சில பழங்குடி மக்களின் தொன்மங்களில் ஒரு பெரிய வெண்பறவை தோன்றுகிறது. இது குழந்தையின் சிந்தனையில் காணப்படுவதைப் போல் 'பொருட்களைத் தொடர்புபடுத்திப் பார்க்கும்' முறையாகும். நாம் ஏற்கனவே பார்த்ததைப் போல வர்க்க சமுதாயத்தில் ஒரு புறம் அது பகுத்தறிவு மற்றும் அறிவியல் சிந்தனைக்கும் மற்றோர் புறம் சமய வறட்டுக் கோட்பாட்டிற்கும் இடம் கொடுத்தது. இவற்றோடு சேர்ந்து, அழகியல் சிந்தனையும் தோன்றியது. இதில் தொன்மம் கலைக்கான மூலப் பொருளாக மாறியது. எழுதி முடிக்கப் பெறாத சில குறிப்புகளில் தொன்மங்களுக்கும் கலைக்குமுள்ள தொடர்பு பற்றி மார்க்ஸ் கூறுகிறார்:

> கிரேக்கத் தொன்மங்கள் கிரேக்கக் கலையின் ஆதாரக் களஞ்சியமாக மட்டுமின்றி அதற்கு அடிப்படையாகவும் இருப்பது நமக்குத் தெரியும். தொன்மக் கதைகள் அனைத்தும் இயற்கைச் சக்திகளை முழுக்க முழுக்கக் கற்பனையிலேயே கீழ்ப்படுத்தியும் கட்டுப்படுத்தியும் அவற்றை மாற்றியமைக் கின்றன. எனவே இச்சக்திகள் மீது யதார்த்தமான கட்டுப்பாடு ஏற்பட்டவுடன் அது மறைந்துவிடுகிறது... கிரேக்கக் கலை கிரேக்கத் தொன்மங்களைப் பற்றிய முன்னறிவை உள்ளடக்கி யுள்ளது. அதாவது மக்கள் இயற்கையிலும் சமுதாயத்திலும் காணப்படும் நிகழ்ச்சிப்போக்குகளைத் தாங்கள் என்ன செய்கிறோம் என்பதை அறியாமலேயே கலாபூர்வமான விதத்தில் தங்கள் கற்பனையினுள் கிரகித்துக் கொண்டிருந் திருக்கிறார்கள். (GR 110)

மார்க்ஸின் குறிப்புரைக்கு மா சேதுங் கீழ்க்காணும் விளக்கம் தந்தார்:

தொன்மங்களில் (குழந்தைகளுக்கான கதைகளிலும் கூடத்தான்) சித்திரிக்கப்படும் எண்ணற்ற மாற்றங்கள் மக்களை மகிழ்விக்கின்றன. அதற்குக் காரணம் இயற்கைச் சக்திகள் மீது மனிதன் வெற்றிகொள்வதைப் பற்றிய கற்பனைச் சித்திரங்களாக அவை இருப்பதுதான். மார்க்ஸ் கூறியதைப் போல மிகச் சிறந்த தொன்மங்களுக்கு 'நிரந்தரக் கவர்ச்சி' உள்ளது. ஆனால் தொன்மங்கள் குறிப்பிட்ட நிலைமைகளில் நிலவும் யதார்த்தமான, பொருண்மையான முரண்பாடுகளை அடிப்படையாகக் கொண்டு உருவாக்கப் பட்டவை அல்ல. எனவே அவை யதார்த்தத்தை அறிவியல் ரீதியாகப் பிரதிபலிப்பதில்லை. அதாவது தொன்மங்களிலும் குழந்தைகளுக்கான கதைகளிலும் காணப்படும் முரண்பட்ட எதிரெதிர்க் கூறுகளுக்கிடையே கற்பனையான ஒற்றுமைதான் உள்ளதேயன்றி தூலமான ஒற்றுமையல்ல (MSW 1.341)

தொன்மம் 'முழுக்க முழுக்கக் கற்பனையிலேயே இயங்கு கிறது.' அது தீர்ப்பதாகச் சொல்லப்படும் முரண்பாடுகள் யதார்த்த மானவையல்ல. ஆதிச் சமுதாயத்தில் சடங்குக்கு இணையாக வரும் பாட்டும் பேச்சுமே பின்னர் தொன்மங்களாக வளர்ச்சிபெற்றன (என்பதை முந்திய அத்தியாயமொன்றில் பார்த்தோம்). அச்சமுதாயத்தில் தொன்மங்களுக்கு மந்திர ஆற்றல் இருப்பதாகக் கருதப்பட்டது. அதாவது சொல்லில் ஆணையிடுவதன் மூலம் யதார்த்தத்தைக் கட்டுப்படுத்த முடியும் என்று நம்பப்பட்டது. ஆனால் இது ஒரு மாயைதான். ஒன்றைச் செய்வதுபோல நடிக்கும், பாவனை செய்யும் செயல் குழந்தையின் செய்கை போன்றதுதான். இங்கு அதீதக் கற்பனையானது (fantasy) யதார்த்தம் எனத் தவறாகக் கொள்ளப்படுகிறது. பின்னர், வர்க்க சமுதாயத்தில் தொன்மங்கள் கலையாக (எடுத்துக்காட்டாக நாடகமாக) மாற்றமடையும்போது, மாயையும் தொடர்ந்து இருக்கத்தான் செய்கிறது. ஆனால் கலையில் அது வாழ்க்கையைக் காட்டுவதாகச் செய்யப்படுகிறது. அதாவது நாடகத்தைப் பார்ப்பவர்கள் அது ஒரு மாயை என்பதை உணர்ந்திருக் கிறார்கள். கலை என்பது உணர்வுபூர்வமாகவே ஒன்றைப் போலவே செய்வதாகும். அதாவது மாய உலகைப் படைப்பதாகும். எனவே கலைஞன் தனது கலைப்படைப்புக்குத் தேவையான விஷயங் களைப் புலனறிவிலிருந்து பெற்றுக்கொண்ட போதிலும் அவனது சிந்தனை மேலும் உயர்ந்த தளத்தில் இயங்குகிறது. தனது சக மாந்தரைக் கற்பனைகள் நிரம்பிய ஒரு உலகத்திற்கு அழைத்துச்

செல்வதுதான் கலைஞனின் செயல்பாடாகும். அங்கே அவர்கள் தங்கள் உணர்ச்சிப் பெருக்குக்கு ஒரு வடிகால் மட்டுமின்றி நிதர்சன வாழ்க்கையில் காணப்படும் யதார்த்தத்துடனான போராட்டத்தை எதிர்கொள்ளப் புதிய தெம்பினையும் பெறுகின்றனர்.

தொன்மத்தில் இயற்கை நிகழ்ச்சிப் போக்குகளும் சமூக நிகழ்ச்சிப் போக்குகளும் மக்களால் இயல்பாகவே ஒருவகையில் கலாபூர்வமாக கிரகித்துக் கொள்ளப்படுகின்றன. கதை சொல்வதில் திறமை மிக்கவர்களால் தலைமுறை தலைமுறையாக மீண்டும் மீண்டும் சொல்லப்படும் கதைகள் இடைவிடாமல் மறு உருவாக்கம் பெறுகின்றன. இவை உணர்வுபூர்வமான கலை என்னும் மட்டத்திற்கு வராவிட்டாலும் இயல்பாகவே முழுநிறைவு பெற்ற நிலையை அடைகின்றன. முழு நிறைவு பெற்ற கதைகள் பாடப்படும் நிகழ்ச்சிகளில் அவற்றைக் கேட்பவர்கள் மெய்மறந்து விடுகின்றனர். கதையைத் தன் விருப்பம்போல் அப்போதைக்கப் போது விருத்தி செய்துகொள்ளும் பாடகனோ கேட்பவர்கள் காட்டும் உற்சாகத்தால் உந்தப்பட்டுத் தன்னையே விஞ்சக்கூடியவ னாகிறான். ரஷ்யக் கதைப்பாடல் நிகழ்ச்சியொன்றைப் பற்றிய கீழ்க்காணும் வர்ணனையைக் காண்போம்:

> உட்கா இருமினான். அனைவரும் மௌனமாயினர். அவன் தன் தலையைப் பின்புறமாகச் சாய்த்துப் புன்னகையுடன் சுற்றிவர நோட்டமிட்டான். கதையைக் கேட்க வந்தவர்கள் காத்திருப்பதில் பொறுமையிழந்து, ஆர்வத்துடன் இருப் பதைப் பார்த்ததும் உடனடியாகப் பாடத் தொடங்கினான். வயதான அந்தப் பாடகனின் முகம் மெல்ல மெல்ல மாறியது. அதில் வெளிப்பட்ட தந்திரம் அனைத்தும் மறைந்து குழந்தையைப் போன்றதாக, கள்ளங்கபடற்றதாக மாறியது. உள் உந்துதல் அளிக்கப்பட்ட ஏதோவொன்று அதில் தோன்றியது. புறாப் போன்ற கண்கள் அகலத் திறந்து ஒளிரத் தொடங்கின. இரண்டு சிறு கண்ணீர்த் துளிகள் அவற்றில் மினுமினுத்தன. அவனது கருத்த கன்னங்களின் கருமையை மறைத்து சிவப்பு பரவியது. உணர்ச்சிவசத்தால் அவனது தொண்டை சிலிர்த்தது. முரோம் நகரத்தைச் சேர்ந்த இலியா முப்பதாண்டுகளாக அசையாது உட்கார்ந்திருந்ததைப் பற்றி அவன் பாடியபோது இலியாவின் துயரத்தில் அவனும் மூழ்கிப்போனான். சோலொவெய் என்னும் கொள்ளைக் காரனை இலியா வென்றதைப் பாடுகையில் இலியாவோடு சேர்ந்து அவனும் மகிழ்ச்சியில் நனைந்தான். அங்கு குழுமியிருந்தோர் அனைவரும் கதைப்பாடலின் நாயகனோடு

ஒன்றிப்போயினர். அவர்களிலொருவன் ஒரு சமயம் வியப்புக் குரல் எழுப்பினான். வேறொரு சமயம் மற்றொருவனின் சிரிப்பு அந்த அறை முழுவதையும் நிறைத்தது. ஒருவனது கண்களிலிருந்து கண்ணீர் வழிந்தது. தன்னை அறியாமலேயே அவன் தனது இமைகளிலிருந்து அதைத் துடைத்தெறிந்தான். பாடல் பாடப்படுவது நிற்கும் வரை அவர்கள் எல்லாரும் கண் இமை கொட்டாது அப்படியே உட்கார்ந்திருந்தனர். இந்த ஒரே சீரான ஆனால் அற்புதமான, மென்மையான ராகத்தின் சுரம் ஒவ்வொன்றையும் அவர்கள் ரசித்து மகிழ்ந்தனர் (மேற்கோளாக இடம் பெற்றுள்ள நூல்: H.M. and N.K. Chadwick, The Growth of Literature, 3.240.1)

பாடகன் உள் உந்துதல் பெற்றிருந்தான். அவனது பாடலைக் கேட்டவர்கள் மந்திரத்திற்குக் கட்டுண்டவர்கள் போலிருந்தனர். உள் உந்துதல் பெற்றவன் என்று நாம் ஒரு கவிஞனைப் பற்றிப் பேசுகையில் அது வெறும் வார்த்தைதான். ஆனால் ஆதிகால மக்களிடையே அது முழு அர்த்தத்துடன் விளங்கியது. Inspiration (உள் உந்துதல்) என்னும் சொல்லின் பொருள், கடவுளின் மூச்சால் நிரப்பப்பட்டிருத்தல், சக மனிதர்களைத் தனது கவிதையின் மந்திர சக்திக்குக் கட்டுண்டு கிடக்கும்படி செய்யும் சிறப்புப் பேறினைப் பெற்றிருத்தல் என்பதாகும்.

நாம் இந்த அத்தியாயத்தில் கூறுவன கோட்பாட்டளவில் பொதுவாகக் கலைகள் அனைத்திற்கும் பொருந்தும். எனினும் நாம் எடுத்துக்கொண்ட விஷயத்தை நம்மால் கையாளக்கூடிய எல்லைக்குள் கொண்டுவரும் பொருட்டுக் கவிதைக்கலையில் மட்டும் நமது கவனத்தை ஒருமுகப்படுத்துவோம். முதலாவதாக கவிதை புனைவதற்கான உள் உந்துதலுக்கான சமூக அடிப் படையையும் உளவியல் அடிப்படையையும் நாம் விவாதிப்போம். பின்னர் சாதாரணப் பேச்சுடன் ஒப்பிட்டு கவிதை மொழியின் இயல்பை ஆராய்வோம். இறுதியாக, மூன்றாம் அத்தியாயத்தில் நாம் ஏற்கனவே தொட்டுச் சென்ற பிரச்சினைக்கு, கவிதையின் வடிவம் பற்றிய பிரச்சினைக்குத் திரும்புவோம்.

2. கவிதைக்கான உள் உந்துதல்

வர்க்கமற்ற சமுதாயத்திலும் வர்க்க சமுதாயத்தின் தொடக்கக் கட்டங்களிலும் தீர்க்கதரிசியைப் போலவோ அல்லது புரோகிதனைப் போலவோ எல்லா இடங்களிலும் கவிஞனும்

மக்களால் போற்றி வணங்கப்படக்கூடியவனாக இருந்தான். அவனது வாழ்த்துக்களுக்கும் சாபங்களுக்கும் ஒரு தனி ஆற்றல் இருப்பதாகவும் அது ஆவியுலகத்துடன் அவனுக்கிருந்த நெருக்கத்தின் காரணமாகக் கிடைக்கப்பெற்றது என்றும் கருதப்பட்டது. உட்கா (Utka) என்னும் பாடகன் தனது பாடலை அப்போதைக்கப்போது விருத்தி செய்துகொள்வதைப் போல, கவிஞன் தனது கவிதையைக் கேட்பதற்குக் குழுமியுள்ளோரிடம் எவ்வித முன் தயாரிப்புமின்றி கவிதையைப் புனைந்துகாட்டுகிறான். கவிதையை உருவாக்கும் சொற்கள் அவனுடையவை அல்ல; மாறாக அவன் மூலமாகப் பேசும் ஒரு கடவுளின் அல்லது ஆவியின் சொற்கள்தான் என்று கருதும் வகையில் அவனிடம் உணர்வு பூர்வமான முயற்சி ஏதும் இல்லாமல் வார்த்தைகள் அவனிடமிருந்து வருகின்றன. ஒரே வார்த்தையில் சொல்வதென்றால் அவன் 'ஆட்கொள்ளப்படுகிறான்'.

மனித சமுதாயம் பழங்குடி அமைப்பிலிருந்து அரசு உள்ள சமுதாயமாக மாற்றமடைந்தபோது ஆதி மனித உணர்வு சமூக அழுத்தங்களுக்கும் (social stresses) நெருக்கடிகளுக்கும் உட்பட்டது. இந்த அழுத்தங்கள் மன நோய் (hysteria), காக்காய் வலிப்பு (epilepsy), பிளவுண்ட ஆளுமை (schizophrenia) ஆகிய வற்றுடன் ஒப்பிடத்தக்க பல்வேறு மனநோய்களாக வெளிப்பட்டன. உணர்வுபூர்வமான கட்டுப்பாட்டை இழக்கவைக்கும் இந்த மன நோய்கள், ஒரு கடவுளோ அல்லது ஆவியோ மனிதனின் உடலில் புகுந்து அவனை ஆட்கொண்டுவிட்டது என்னும் நம்பிக்கை தோன்ற வழி வகுத்தன. இதுதான் 'enthusiasm' *(மனக் கிளர்ச்சி)* என்னும் ஆங்கிலச் சொல்லின் நேரடியான பொருளாகும். அது மனிதர்கள் ஆட்கொள்ளப்படும் நிகழ்ச்சிப்போக்கைத்தான் முதலில் குறித்தது. மந்திரவாதியால் நோயாளி குணப்படுத்தப் பட்டான். அந்த மந்திரவாதி சூனியக்கார மருத்துவன் (shaman), மருந்து-மனிதன் (medicine-man), பில்லிசூனியக்காரன் (witch doctor) அல்லது யோகி எனப் பல பெயர்களில் அழைக்கப்பட்டான். மந்திரச் சடங்கின் மூலம் அவன், பாதிக்கப்பட்டவரின் உடலில் புகுந்துள்ள ஆவியை விரட்டியடிப்பான். இந்தச் சடங்கில் அவன் ஆவியின் பெயரைச் சொல்லி கடைசியில் அது யாரைப் பிடித்திருக்கிறதோ அவனை விட்டுவிடுமாறு கட்டாயப்படுத்துவான்.

இந்த மந்திரவாதிகள் இரகசியக் குழுக்களாக இயங்கினர். பிரத்தியேகச் சடங்கின் மூலம் அனுமதிக்கப்பட்டவர்களே இந்தக் குழுக்களில் சேர்த்துக் கொள்ளப்பட்டனர். ஏதோவொரு மனப்பிறழ்வுக்கு ஆளாகும் இயல்பு கொண்டிருந்தவர்களிடை

யிருந்தே இப்படி அனுமதிக்கப்பட்டவர்கள் தெரிந்தெடுக்கப் பட்டனர். சில குழுக்கள் வினைஞர்களையே - எடுத்துகாட்டாக கொல்லர்கள் போன்றவர்களையே - கொண்டிருந்தன. இந்தக் வினைஞர்களின் தொழில் ரகசியங்கள், குழுவிற்குப் புறமிருந்தவர் களிடமிருந்து காப்பாற்றப்பட்டன. பொதுவாகவே இக்குழுக் களிடம் ஒரு மறைஞானத் தன்மை இருந்தது. இது முந்திய அத்தியாயத்தில் நாம் விவரித்த வெகுஜன மதங்களின் செயல்பாடுகளில் இருந்த மறைஞானத் தன்மையை ஒத்ததாகும். இந்தக் குழுக்கள் நடத்திய சடங்குகள் காமக் களியாட்டமும் (orgi-astic) களிவெறியாட்டமும் (ecstatic) கொண்டவையாகும். இக் குழுக்களின் உறுப்பினர்கள் தமது தலைவர்களின் சொற்களின் தாக்கத்துக்குட்பட்டு தங்களிடமே பல்வேறு வகையான தாறுமாறான நடத்தைகளைத் தூண்டிவிட்டுக் கொள்வார்கள். இதன் பொருட்டு அவர்கள் பல சமயங்களில் போதைப் பொருட்களை உட்கொள்வதுமுண்டு. இவற்றில் உயிருள்ள விலங்குகளைத் துண்டு துண்டாகப் பிய்த்தெறிவதும் தங்களில் ஒருவரைக் கண்ட துண்டமாக வெட்டிப் போடுவதும் அடங்கும். இந்தச் சடங்கு முடிந்த பின் எளிதில் விளங்கிக்கொள்ள முடியாததும் தெய்வம் சார்ந்ததுமான விருந்தொன்று நடக்கும். பாதாள உலகிற்குச் செல்வதாகவோ அல்லது விண்ணுலகிற்குச் செல்வதாகவோ பாவனை செய்வர். தத்தாரிய இனத்தினரின் (Tatars) பில்லி சூனியச் சடங்கு நிகழ்ச்சிகள் பற்றிய ஒரு சித்திரிப்பு இவ்வாறு அமைகிறது:

> ச ங்குகளில் கையாளப்படும் விஷயங்கள் எல்லாமே சமயம் சார்ந்தவையாகும். அவை, சூனிய மந்திரவாதி சில சமயம் பாதாள உலகம் மற்றும் இறந்தவர்களின் கடவுளான எர்லிக் கானின் உலகத்திற்கு மேற்கொள்ளும் பயணத்தையும் வேறு சமயங்களில் ஒன்றின்மேல் ஒன்று அடுக்கப்பட்ட சொர்க்கத்தின் தளங்களுக்கும், ஏன், எல்லாவற்றிலும் மிக உயர்ந்த சொர்க்கத்திற்கும் மேற்கொள்ளும் பயணத்தையும் சித்திரிக்கின்றன (H.M. and N.K.Chadwick, The Growth of Literature, 1932-40, 3.199).

இவ்வகையான சடங்கு அடிப்படையில் ஆதிகால மந்திரத்தின் மிகைப்படுத்தப்பட்ட வடிவத்தையே குறிக்கிறது. அது சமுதாய வளர்ச்சியின் இந்தக் கட்டத்தில் முழு நேரத்தொழி லாகியது. பாவனை செய்யும் தொழிலாக இருப்பதால் அது இயல்பி லேயே நாடகத்தன்மை வாய்ந்ததாக இருக்கிறது. பின்னொரு கட்டத்தில், மேலும் அறிவுபூர்வமான மருத்துவ சிகிச்சை முறைகள் வளர்ச்சியடைந்தவுடன், இந்த மந்திரவாதிக் குழுக்கள் தங்களது

ஆதிகாலச் செயற்பாடுகளைக் கைவிட்டு ஓரிடத்திலிருந்து மற்றோரிடத்திற்குப் பயணம் செய்யும் நடிகர்கள் குழுக்களாக மாறினர். அந்தக் குழுக்கள் ஒவ்வொன்றுக்கும் ஒரு தலைவர் இப்போதும் இருக்கத்தான் செய்தார். ஆனால் பார்வையாளர்களுக்கு அந்த சடங்கு நிகழ்ச்சிகளை விளக்குவதுதான் இப்போது அவருடைய பணியாகியது. இவ்வாறுதான் முன்னாள் மந்திரவாதி கவிஞன் - நடிகனாக மாறினான். நாடகத்தின் தோற்றம் இவ்வாறுதான் ஏற்பட்டது.

பண்டைய கிரேக்க நாடகத்தின் மூலம் சடங்குகள்தான் என்பதைத் தெளிவுபடுத்திக் கொள்ள முடியும். எடுத்துக்காட்டாக ஈஸ்டர் பெருநாளுடன் தொடர்புடைய நாடகங்கள் ஏசு கிறிஸ்து அனுபவித்த துன்பங்கள் குறித்த நாடகங்களாகும் (passion play). இதுதான் மேற்கு ஐரோப்பிய நாடகத்தின் கருவாக இருந்தது என்பதையும் நாம் அறிவோம். கீழ்த்திசை நாடுகளின் நாடகத்தின் மூலங்களை இனிமேல்தான் ஆராய்ந்து கண்டுபிடிக்க வேண்டி யுள்ளது. ஆனால் அவற்றின் மூலங்களும் கூட ஆதிகாலச் சடங்குகள் தான் என்பதில் ஐயமில்லை.

இப்போது நாம் தொழிற் பாட்டுக்குத் திரும்புவோம். நூல் நூற்கும் பெண் தொழிலாளி நூல் நூற்றுக் கொண்டே பாடுகிறாள். இது ஏற்கனவே ஏற்றுக்கொள்ளப்பட்ட பழக்கத்தோடு ஒத்துப்போவது மட்டுமல்ல. பாட்டுப்பாடாமல் நூல் நூற்பது அவளுக்குக் கடினமானது. உடல் உழைப்பில் கவனத்தை ஒருமுகப் படுத்துவதற்கு பாட்டு அவளுக்கு உதவுகிறது. பாட்டு நிதர்சனமாகச் செய்வது இதுதான். ஆயினும் அகத்தையும் புறத்தையும் ஒன்றை மற்றொன்றாகக் குழப்பிக்கொள்ளும் ஆதி உணர்வு, பாட்டை நூல் நூற்பவள் நூற்கும் செயல்மீது தனது சித்தத்தைத் திணிப்பதற்கான ஊடகமாகக் கருதுகிறது. அதாவது இங்கு பாட்டு ஒரு மந்திரமாக, உச்சாடனமாக விளங்குகிறது.

உச்சாடனம் என்பது மந்திரங்களின் மூலம் புற உலகில் ஒரு மாற்றத்தை ஏற்படுத்தும் திட்டவட்டமான நோக்கத்திற்காகப் பாடப்படும் பாட்டாகும். இத்தகைய பாட்டுகள் உழைப்பு இயக்கத்தில் மட்டும் பாடப்படுவன அல்ல. மருத்துவ சிகிச்சை யிலும் இத்தகைய பாடல்கள் பாடப்படுவது இயல்பு. த்ரோப்ரியாண்ட் தீவுகளில் பாடப்படும் மருத்துவப் பாட்டு இதற்கு ஒரு எடுத்துக்காட்டாகும்:

It passes, it passes,
The breaking pain in the thighbone passes

The ulceration of the skin passes,
The big black evil of the abdomen passes,
It passes, it passes.*

இந்தப் பாட்டிற்கான பாடுபொருள் கவிதைக்குரியது என்று நம்மால் சொல்ல முடியாது. ஆனால் அதன் வடிவம் கவிதைக் குரியது. இந்த மந்திர உச்சாடன மொழி அதற்கே உரித்தான சந்தமும் தொனி அல்லது சப்தரூபமும் உருவகங்களும் உடையதாக தனித்துவம் மிக்கதாய் உள்ளது. சந்தம், மெட்டு அல்லது இனிய சப்தவடிவம் (melody), உருவகம் அல்லது உருவக அணி (imagery) ஆகிய இந்த மூன்று கூறுகள் பேச்சின் அறிதல் அம்சத்திலிருந்து வேறுபட்ட உணர்ச்சிசார்ந்த வெளிப்பாட்டு அம்சமாக அமைகின்றன. இந்த மூன்று கூறுகளும் சாதாரணப் பேச்சிலும்கூட பேசுபவரின் மனோநிலைக்கு ஏற்பக் கூடுதலாகவோ குறைவாகவோ இருக்கத்தான் செய்கின்றன. உணர்ச்சிசார்ந்த வெளிப்பாட்டு அம்சம் மேலோங்கும்போது சாதாரணப் பேச்சு கவிதையாக மாறுகிறது.

ஆதி மொழிகளை நமது மொழிகளுடன் ஒப்பிடுகையில் முற்சொன்னதைப் போன்ற வேறுபாட்டை நம்மால் காணமுடியும். நாகரிக வளர்ச்சிபெறா நிலையிலுள்ள மனிதர்களின் பேச்சில் சந்தம் மிகுதியாக இருக்கும். அவர்கள் பேசும்போது உடலசைவுகள் நிறைய இருப்பதைப் பார்க்கலாம். அவர்கள் பேசுவது பாடுவது போல் இருக்கும். சில மொழிகளில் உச்சரிப்பு எவ்வளவு இசைத் தன்மையுடனும் பொருளை வெளிப்படுத்துவதற்கு எவ்வளவு முக்கியமானதாகவும் இருக்கும் என்றால், இம்மொழிகளில் பாட்டு புனையப்படும்போது, அதன் மெட்டு பேசப்படும் சொற்களின் இயல்பான இசைத்தன்மையால் முன்கூட்டியே தீர்மானிக்கப் பட்டிருக்கும். இவ்வாறு, நமது மொழிகளில் இருப்பதை விட உணர்ச்சிசார்ந்த வெளிப்பாட்டு அம்சம் ஆதி மொழிகளில் மேலோங்கியிருப்பதைக் காணலாம். அம்மொழிகளின் அறிதல் அம்சம் நமது மொழிகளில் இருப்பதைவிடக் குறைவாகவே வளர்ச்சி பெற்றுள்ளது.

---

* இதன் தமிழாக்கம்:
போகிறது போகிறது
தொடை எலும்பில் குத்தும் வலி போகிறது
தோலிலுள்ள புண் போகிறது
வயிற்றிலுள்ள பெருந்தீமை போகிறது
அது போகிறது போகிறது.

மேற்சொன்ன மூன்று கூறுகளில் முதல் கூறான சந்தம் ஏற்கனவே மூன்றாம் அத்தியாயத்தில் விளக்கப்பட்டுள்ளது. சந்தம் என்பது உழைப்பு இயக்கத்திலிருந்து தோன்றியதே என்பது எடுத்துக் காட்டப்பட்டது. சந்தத்திலிருந்து பிரிக்கப்பட முடியாத மெட்டுக்கும் இது பொருந்தும். மெட்டு என்பது கவிதைகளில் ஒத்திசைக்கும் ஈற்றுச் சொற்கள் (rhyme) என்னும் வடிவத்தில் * நீடிக்கிறது. அதாவது சந்தத்தோடு இணைந்த, மீண்டும் மீண்டும் ஒலிக்கின்ற அசைச்சொல் அல்லது உயிர்ச்சொல்லாக இந்த ஒத்திசை அமைகிறது. ஐரோப்பிய மொழிகள் பெரும்பாலானவற்றில் செய்யுளின் அல்லது ஈரடிப் பாவின் ஈற்றுச் சொற்கள் ஒத்திசையைக் கொண்டுள்ளன. ஆனால் ஐரிஷ் போன்ற மொழிகளில் நாலடிப்பா முழுவதுமே மெட்டு வடிவமாக அமைகிறது. இவற்றில் காணப்படும் சப்தரூபங்கள் எதுகையும் மோனையும் ஆகும்.

மூன்றாவது கூறு உருவக அணியாகும். உருவகம் என்பது தூலமான யதார்த்தம் பற்றிய உயிரோட்டமுள்ள சித்திரிப்பாகும். உருவகம் என்பது ஒரு பொருளை அல்லது இயக்கத்தை (process) வேறொரு பொருள் அல்லது இயக்கத்தின் அடிப்படையில் சித்திரிப்பதன் மூலம் உருவாக்கப்படும் படிமமாகும். ஒரு பொருளை வேறொரு பொருளாகக் காட்டுவது சாதாரணப் பேச்சிலும்கூட இயல்பாகக் காணப்படுகிறது: mouth of the river *(நதியின் வாய்)*; mouth of the cave *(குகையின் வாய்)*; mouth of the jar *(ஜாடியின் வாய்)*; leg of the table *(மேசையின் கால்)*; eye of the needle *(ஊசியின் கண்)*; leaf of the book *(புத்தகத்தின் இதழ்)*; bridge of the violin *(வயலினின் பாலம்)*; bonnet and the boot *(மோட்டார் காரின் குல்லாயும் காலணியும்)*.

இந்த உருவகங்களிற் சில மிகப் பழமையானவை; வேறு சில முற்றிலும் புதியவை. ஒன்றுக்கொன்று முற்றிலும் வேறுபட்டுள்ள பொருட்கள், அவற்றுக்கிடையே தொடர்புடையவையாகக் கருதப்படுகின்றன. இது பொருட்களைத் தொடர்புபடுத்திப் பார்க்கும் சிந்தனை முறைகளிலொன்று. இது எல்லா மொழிகளிலுமே சொற்பொருள் உருவாக்கத்தில் நீடித்து வருகிறது.

சாதாரணப் பேச்சில் இன்னும்கூட உருவகங்கள் பயன்படுத்தப்படுகின்றன. எடுத்துகாட்டாக: the kettle is singing *(கொதிகலன் பாடுகிறது)*; a threadbare excuse *(நொண்டிச்சாக்கு)*; nip the danger in the bud *(ஆபத்தை முளையிலேயே கிள்ளி எறி)*. ஆயினும் இது கவிதை மொழிக்கே உரிய தனிச்சிறப்பான

---

* இதை ஈற்றெதுகை என அழைக்கலாம்.

அம்சமாகும். கவிஞன் படிமங்களில் சிந்திக்கிறான். அறிவமைப்பின் அடிப்படையில் அவன் உருவகத்தைப் பயன்படுத்தும்போது படிமங்களில் கருத்துச் சிந்தனை பொதிந்திருக்கிறது. (அவன் உருவகங்களைப் பயன்படுத்தும் விதத்தில், அவனது கருத்தாக்கச் சிந்தனை படிமங்களால் ஆனதாக அமைகிறது.) வெளிப்பார்வைக்கு ஒன்றுக்கொன்று தொடர்பற்றதாகத் தோன்றும் படிமத் தொடரில் தர்க்கரீதியான ஒரு கருத்துக்கோவை நம் முன் வைக்கப்படுகிறது. அவை மிகுந்த உணர்ச்சித் தாக்கத்தை ஏற்படுத்தக் காரணம் அவற்றின் இணைப்புக் கண்ணியைப் புரிந்துகொள்கிறோம் என்பதை விட உணர்ந்து கொள்கிறோம் என்று சொல்லலாம். உருவக அணியைக் கையாள்வதில் திறமைமிக்கக் கவிஞர்கள் எல்லாருமே உருவகத்தை இவ்வாறுதான் பயன்படுத்துகின்றனர். இதனை விளக்குவதற்கு ஷேக்ஸ்பியரின் பன்னிரண்டாவது சானட் பாடலொன்றே போதும்:

When I do count the clock that tells the time,
And I see the brave day sunk in hideous night;
When I behold the violet past prime
And sable curls all silver'd o'er with white;

When lofty trees I see barren of leaves,
Which erst from heat did canopy the herd
And summer's green, all girded up in sheaves,
Borne on the bier with white and bristly beard:

Then of thy beauty do I question make,
That thou among the wastes of time must go,
Since sweets and beauties do themselves forsake,
And die as fast as they see others grow,

And nothing, 'gainst Time's scythe can make defence
Save breed, to brave him when he takes thee hence.*

---

* இக்கவிதையின் தமிழாக்கம்:

நேரத்தைச் சொல்லும் கடிகார முள்ளின் ஓட்டத்தைக் காண்கையில்
கவர்ச்சியான பகற்பொழுது அருவருப்பான இரவுக்குள்
மூழ்கடிக்கப்படுவதைப் பார்க்கையில்
வயலெட் மலர் வாடி உதிர்வதை,
கன்னங்கரேலென்ற சுருள்முடியில் வெள்ளி முலாம்
பூசப்படுவதைக் காண்கையில் →

முதலாவதாக, சான்னட் கவிதை வடிவம் பற்றிச் சில வார்த்தைகள் சொல்ல வேண்டும். சந்தமும் ஒலியியையும் கொண்டதென வரையறுக்கப்பட்ட வடிவமைப்புக்குப் பொருந்துகிற பதினான்கு அடிகளை (வரிகளைக்) கொண்டதே சான்னெட் பாடல். இது மரபாகப் பின்பற்றப்பட்டு வந்த கட்டுக்கோப்பு. இதிலுள்ள இரண்டாவது நாலடிப்பாவின் இறுதியில் பெரும்பாலும் கருத்துப் போக்கில் ஒரு இடைவெளி இருக்கும். அது கவிதையை எட்டுவரிப் பாவாகவும் ஆறுவரிப் பாவாகவும் பிரிக்கும். எட்டுவரிப்பா சில நிலைமைகளை எடுத்துக் கூறும். ஆறுவரிப்பா அந்த நிலைமைகளின் பின்விளைவுகளை எடுத்துச் சொல்லும். எனவே இந்த இரண்டு பகுதிகளையும் சான்னெட் பாடலின் அமைப்புப்படி முறையே 'protasis' 'apodosis' என்று கூறலாம். இசை தொடர்பான சொற்களில் அவற்றை முறையே அறிவிப்பு (announcement) என்றும் விடை (responsion) என்றும் கூறலாம். இது 'பைனரி' (இருபகுதி) வடிவமாகும்.

இந்தக் குறிப்பிட்ட சான்னட் ஒரு குறிப்பிட்ட கவிதைத் தொடரைச் சேர்ந்தது. ஒரே பொருள் பல்வேறு விதங்களில் வெளிப் படுத்தப்படுகிறது. இக் கவிதைத் தொடரின் பாடுபொருள் அல்லது கருத்து திருமணம் செய்து கொள்ளுமாறு கவிஞர் தனது நண்பருக்கு விடுக்கும் வேண்டுகோளாகும். இந்தப் பாடுபொருளைக் காட்டிலும் அதை வெவ்வேறு விதமாக விளக்கும் பாங்குதான் நம் கவனத்தை ஈர்க்கிறது.

கவிஞர் ஒன்றன் பின் ஒன்றாகப் படிமங்களை அடுக்கிறார். அவை எட்டடிப் பாவின் இறுதியில் உச்ச நிலையை அடைகின்றன.

வெய்யிலில் மந்தைகளுக்குக் குடைபிடித்த
நெடுதுயர் மரங்கள் இலையுதிர்த்து மொட்டையாக நிற்பதை,
கோடைகாலப் பசுந்தானியங்கள் முதிர்ந்த தானியக் கதிர்களாய்
குத்தும் முடிகள் கொண்ட தாடியுடன்
பாடையில் தூக்கிச் செல்லப்படுவதைக் காண்கையில்
அழகே! காலம் வேண்டாமெனக் கழித்துத் தள்ளுபவற்றில்
நீயும் ஒன்றாகிவிடுவாயோ எனும் ஐயம் எழுகிறது.
ஏனெனில்
இனிமையானவையும் அன்பானவையும்
விட்டு விலகி மற்றவை வளரத் தாம் மாய்கின்றனவே.
கால தேவனின் அரிவாளுக்கு எதிராகத் தற்காப்பு ஏதும் இல்லை
உன் வம்சத்தைத் தவிர
அதுவொன்றே துணிவுடன் எதிர்த்து நிற்கும் அவன் உன்னைக்
கவ்வ வருகையில்.

சாதாரணப் பேச்சு நிலையில் தொடங்கும் கவிஞரின் தொனியானது மெல்ல மெல்ல மாறுகிறது. தொடர்ந்து அடிநாதமாக விளங்கும் ஒலியியைபு மோனைகளாலும் ஆங்காங்கே தீட்டப்படும் உருவகங்களாலும் ('sunk' -மூழ்கடிக்கப்படுதல். கப்பலா?; 'silver'd over' -வெள்ளி முலாம் பூசப்படுதல்; நிலைக்கண்ணாடியின் பின்புறமா?) மெருகூட்டப்படுகிறது. செய்யுளில் மனிதனின் வாழ்வை உருவாக்குகிற அடுத்தடுத்த காலச் சுழற்சிகளான மணி (hour), நாள், ஆண்டு, இளமையிலிருந்து முதுமை வரையிலான காலத் தொடர் ஆகியவற்றினூடாக நம்மையறியாமலேயே நாம் அழைத்துச் செல்லப்படுகிறோம். பிறகு இங்கிலாந்தின் கிராமப் புறக் காட்சியைத் தரிசிக்கிறோம். இங்கு மரங்களடர்ந்த புல்வெளிகளில் கோடைகாலம் போய் இலையுதிர்காலம் வந்திருப்பதையும் முதிர்ந்த தானியக்கதிர்கள் நிரம்பிய வயல்வெளிகளையும் பார்க்கிறோம். பிறகு இறந்துபோன ஒரு கிழவனின் உடல் கல்லறைக்குத் தூக்கிச் செல்லப்படும் காட்சிக்கு இட்டுச் செல்லப்படுகிறோம் (பிணத்தைத் தூக்கிச் செல்வதுபோல கடைசித் தானியக் கதிரை சவ ஊர்வலமாகத் தூக்கிச் செல்வது அறுவடையாளர்களிடையே இருந்த மரபாகும். கடைசித் தானியக் கதிர் ஜான் பார்லிகார்ன் (John Barlecorn) என உருவகப்படுத்தப்படுகிறது.)

இத்துடன் எட்டடிப் பா நிறைவு பெறுகிறது. அடுத்து வரும் ஆறடிப் பாவில் முதுமை, மரணம் பற்றிய அவலக் காட்சியைச் சித்திரித்த பிறகு, கவிஞர் கடைசி ஈரடிகளில் மேலுமொரு படிமத்தை ('அரிவாள்') உருவாக்குகிறார். இந்தப் படிமத்தின் மூலம் தனது நண்பருக்கு ஒரு உண்மையை விளக்கும் பொருட்டு நாம் இதுவரை பார்த்தவற்றின் தர்க்கத்தை எடுத்துரைக்கிறார்: ஒரு மகனைப் பெற்றெடுப்பதன் மூலமே தனது நண்பரால் காலம் என்னும் கதிர் அறுப்பாளனிடமிருந்து தன்னைக் காத்துக் கொள்ள முடியும்.

இந்த சான்னெட் இன்னொரு விஷயத்தையும் காட்டுகிறது. சவ ஊர்வலத்தைப் பற்றிய குறிப்பு ' bier' (பாடை) என்னும் சொல்லை 'beard' (தாடி) என்னும் மோனையுடன் பொருத்துவதால் வெளிப்படுத்தப்படுகிறது ('bier' என்னும் ஒரே சொல் சவ ஊர்வலத்தை நினைவில் கொணரும் குறியீடாகிறது. 'bier' 'beard' என்னும் வார்த்தை விளையாட்டும் இவற்றின் மோனை ஓசையும் இந்தச் சொல்லை நம் உன்னிப்பான கவனத்தில் நிறுத்துகின்றன.) சவ ஊர்வலத்தை அவர் விரிவாகச் சித்திரிப்பதில்லை. போகிற போக்கில் அதைப் பற்றிக் குறிப்பிடுகிறார். இதனால்தான் அச்சொல்லின் தாக்கம் அதிகமாக இருக்கிறது. கவிஞரின் காலத்தில்

எல்லோருக்கும் பழக்கமான காட்சியை நினைவுகூர இந்த ஒரு சொல் மட்டுமே போதுமானதாக இருந்தது (நினைவில் எழுப்ப இதற்குமேல் வேறென்ன வேண்டும்.) ஆனால் அறுவடை செய்யப் படும் கடைசித் தானியக் கதிரைப் பாடையில் தூக்கிச் செல்லும் பழக்கம் மறைந்துவிட்டதால், நவீனகால வாசகனால் கவிஞரின் குறிப்பைப் புரிந்துகொள்ள முடியாமல் போகலாம். இத்தகைய குறிப்புகளை அடையாளம் கண்டு எடுத்துச் சொல்வது விமர்ச கனின் வேலையாகும். அவனுமே மக்களின் வாழ்க்கையோடு இணைந்திருந்தால்தான் இதைச் செய்ய முடியும்.

கவிதை மொழிக்கே தனிச்சிறப்பாக உள்ள கூறுகள் எல்லாம் அன்றாட சாதாரணப் பேச்சுவழக்கிலும் இருப்பதை நாம் பார்க்கிறோம். ஏனெனில் பேச்சின் உள்ளார்ந்த அம்சமே அவை. ஆனால் கவிதை ஒரு உணர்வுபூர்வமான கலைச் சாதனமாக இருப்பதால் மேற்சொன்ன கூறுகள் வளர்க்கப்பட்டு, ஒரு தனிச் சிறப்பான சிந்தனை முறையாகிறது. அது மக்களின் பேச்சு மொழியை அடிப்படையாகக் கொண்டிருந்தாலும் மிகவும் நுட்ப மானதாகவும் அமைகிறது. சமகால பூர்ஷ்வா சமுதாயத்தில், கவிஞனுக்கும் மக்களுக்குமிடையே தொடர்பு இல்லை. எனவே கவிதை மொழிக்கும் சாதாரண மக்கள் மொழிக்குமிடையிலான ஒற்றுமை பெருமளவிற்கு அழிக்கப்பட்டுவிட்டது. அது எங்கெல் லாம் இப்போது இருக்கிறதோ அங்கெல்லாம் அதைப் பாதுகாத்து வைத்திருப்பவர்கள் மக்களேயன்றி கவிஞர்களல்லர்.

முதலாளியத்திற்கு முந்திய சமுதாயத்திலிருந்து பெறப்பட்ட உற்பத்தி முறையைக் கொண்ட விவசாயி வர்க்கத்தினரிடையே, கவிதைப் படைப்பு சமூகம் முழுவதுமே சேர்ந்து உருவாக்கிய சாதனை என்று கருதத்தக்க அளவுக்கு கவிஞனுக்கும் மக்களுக்கு முள்ள உறவு இருக்கிறது. அவனது சகமனிதர்கள் கவிதையாக்கத்தில் அவனை விடக் குறைந்த பயிற்சி பெற்றவர்களாக இருந்தாலும் அவர்களுக்கு இயல்பாகவே ஒரு நாவன்மை இருக்கிறது. அவர் களுக்கு உணர்ச்சிமேலிடுகையில் தன்னியல்பாகவே கவிதை மொழி அவர்களுக்கு வந்துவிடுகிறது. இந்த வகையில் அவர்கள் எல்லோருமே கவிஞர்கள்தாம். இதற்கு எடுத்துக்காட்டாக அயர்லாந்தின் மேற்குக் கடற்கரையோரம் உள்ள கிராமமொன்றில் (இப்போது அதில் யாரும் இல்லை) நடந்த நிகழ்ச்சியைக் கூறலாம்.

ஒரு வயதான பெண்மணி கிராமக் கிணற்றிலிருந்து நீர் இறைத்து வாளிகளை நிரப்பிவிட்டு அட்லாண்டிக் கடலைப் பார்த்தபடி நின்று கொண்டிருந்தாள். அவளது கணவன் இறந்து விட்டான். அவளது ஏழு மகன்களும் அமெரிக்காவின்

மாஸ்ஸாசூசெட்ஸ் மாநிலத்திலுள்ள ஸ்ப்ரிங்ஃபீல்ட் என்னும் இடத்திற்கு 'அள்ளிச் செல்லப்பட்டிருந்ததாக' கூறினாள். சில நாட்களுக்கு முன்பு அவர்களிலொருவனிடமிருந்து கடிதம் வந்திருப்பதாகவும் தன்னையும் அங்கே வரச் சொல்லியும், அங்கே வந்தால் அவள் தனது கடைசி நாட்களில் வசதியோடு இருக்கலாம் என்றும் அவள் அங்கே வருவதற்குச் சம்மதித்தால் வழிச் செலவுக்கான பணம் அனுப்புவதாகவும் அக்கடிதத்தில் அவன் எழுதியிருப்பதாகக் கூறினாள். இதையெல்லாம் விரிவாகக் கூறியபின் தனது வாழ்க்கை எவ்வாறு உள்ளது என்பதை விவரித்தாள். அடுப்புக்கு வேண்டிய தூள்கரியை அள்ளி வருவதற்காக மலைகளுக்குப் போய் வரச் சிரமப்படுவது, அவளது பெட்டைக் கோழிகள் செத்துப் போனது, இருண்ட, புகை நிறைந்த குடிசையில் வாழ்வது என அவளது கஷ்டங்களையெல்லாம் அடுக்கிக் கொண்டே போனாள். பிறகு நடைபாதைகளிலிருந்தும் கூடத் தங்கத்தைப் பொறுக்கி எடுத்துக் கொள்ளுமளவிற்குப் பொன்விளையும் பூமி என்று அவள் கற்பனை செய்திருந்த அமெரிக்கா பற்றியும், அயர்லாந்தின் கடற்கரை நகரமான கார்க்கிற்கு (Cork) ரயிலில் பயணம் செய்து பின்னர் அட்லாண்டிக் கடலைக் கடக்கக் கப்பலில் செல்வது பற்றியும் ஐரிஷ் மண்ணிலேயே தான் புதைக்கப்பட வேண்டும் என்னும் ஆசை தனக்கு இருப்பது பற்றியும் கூறினாள். பேசப் பேச அவள் உணர்ச்சிவசப்பட்டாள். அவளது மொழி மேலும் சரளமாகவும், வண்ணங்கள் நிறைந்தும், சந்தத்துடன் ஓசை நயம் கூடியதாகவும் மாறியது. ஏதோ ஒரு கனவில் தூரியில் ஆடுவது போல அவளது உடல் அசைந்தாடியது. பின்னர் அவள் சிரித்துக்கொண்டே தனது வாளிகளை எடுத்துக் கொண்டு என்னிடம் விடைபெற்றுத் தனது வீட்டிற்குச் சென்றாள்.

தான் ஒரு கவிதைப் படைப்பாளி என்னும் நினைப்பு ஏதுமில்லாத அந்தக் கல்வியறிவில்லாத அந்த வயதான பெண்மணியிடமிருந்து எவ்வித முன்யோசனையுமின்றி தன்னியல்பாகவே பொங்கிவழிந்த வார்த்தைகளில் கவிதைக்குரிய எல்லாப் பண்புகளும் இருந்தன. இங்கு ஒரே ஒரு விஷயத்தை மட்டும் இங்கு தெளிவுபடுத்த வேண்டும்.

அவளைப் போன்ற விவசாயிகள் அமெரிக்காவில் வேலை செய்யும் அவர்களது பிள்ளைகள் அனுப்பும் பணத்தைக் கொண்டு தான் வாழ்க்கையை ஓட்டி வந்தனர். இது அவர்களுக்கு அமெரிக்க ஐரிஷ் தொன்மங்களில் வரும் எலிஸியம் என்னும் நகரத்தை நினைவுபடுத்தியது. இளமைப் பருவத்தினருக்குள்ளதாகக் கட்டுக் கதையில் சொல்லப்படும் அந்த நகரும்கூட அட்லாண்டிக் கடலுக்கு

அப்பால் இருப்பதாகவும், அது கனிகள் நிறைந்த மரங்களைக் கொண்ட பூமி என்றும், அங்கு தேனும் மதுரசமும் ஆறாகப் பாய்கின்றன என்றும் கருதப்பட்டது. இளமையானவர்களின் அரசன் நியாம் (Niamh) என்பவனின் அழைப்பின் பேரில் கடைசி ஐரிஷ்காரனான யுஷீன் என்பவன் எலிஸியம் நகரத்திற்குச் சென்ற தாகவும், பல ஆண்டுகளுக்குப் பிறகு, வீட்டு நினைவு வரவே அயர்லாந்திற்குத் திரும்பி வந்ததாகவும், ஆனால் ஐரிஷ் மண்ணை மிதித்தவுடனேயே அவனுக்கு முதுமை வந்துவிட்டது என்றும் அந்தத் தொன்மம் கூறுகிறது. இவற்றையெல்லாம் மனத்தில் தேக்கி வைத்துக் கொண்டுதான் அந்த விவசாயிப் பெண் என்னிடம் பேசினாள் என்று கருதலாம்.

3. உணர்வெழுச்சியுள்ள கலை

கலை மந்திரத்திலிருந்து தோன்றியதைப் போலவே, கலைஞனும் ஆதி சமுதாயத்திலிருந்த மந்திரவாதியைப் போலவே ஒரு சமூகப் பணியை ஆற்றுகிறான். தனது சக மனிதர்களுக்கு அவன் ஒரு ஆன்மீக வழிகாட்டியாக இருக்கிறான் என்பது, கலையை வெறும் பொழுதுபோக்குச் சாதனமாகக் கருதிய நிலப்பிரபுத்துவக் கண்ணோட்டத்திற்கு எதிராக அப்போது வளர்ந்து வந்த பூர்ஷ்வா வர்க்கத்தின் கவிஞர்களும் விமர்சகர்களும் முன் வைத்தக் கருத்தாகும். ஜெர்மானியக் கவிஞர் கெதெவைப் (Goethe) பொருத்தவரை, கவிஞன் உள் உந்துதல் பெறுவது என்பது, அவனது சக மனிதர்களால் தாங்களாகவே வெளிப்படுத்த முடியாத ஆழமான மகிழ்ச்சிகளையும் துயரங்களையும் அவர்கள் சார்பில் வெளிப்படுத்துவதுதான். கெதெ கூறுகிறார்:

> Nature has given us tears, the cry of pain
> When man can bear no more, and most of all
> To me - she has given me melody and speech
> To make the full depth of my anguish known;
> And when man in his agony is dumb
> I have God's gift to utter what I suffer
>
> (Tasso 3432.)*

---

* இக்கவிதையின் தமிழாக்கம்:
தாங்கொணாத் துயரத்தை சமாளிக்க →

இந்தக் கருத்தையே 19 ஆம் நூற்றாண்டைச் சேர்ந்த ரஷ்யத் தத்துவவாதியும் இலக்கிய விமர்சகருமான பெலின்ஸ்கியும் கீழ்வருமாறு கூறுகிறார்:

வெறும் எதுகை மோனைகளுடன் கூடிய கவிதைகளின் காலம் மலையேறிவிட்டது. அவை திரும்பி வரப்போவ தில்லை. மலிவான புலன் கிளர்ச்சிகளுக்கும் மிகை உணர்ச்சி களுக்கும் அழுகைகளுக்கும் இப்போது ஒரு மதிப்பும் கிடையாது. இப்போது தேவைப்படுவதெல்லாம் கலை யுணர்வும் ஆழமான உணர்வுகளையும் கருத்துகளையும் வெளிப்படுத்துவதும்தான். அது செய்யுளாகவும் இருக்கலாம் இல்லாமலும் இருக்கலாம். அது ஒரு பிரச்சினை அல்ல. கவிதை எழுதுவதில் வெற்றியடைய வேண்டுமானால் திறமை மட்டும் இருந்தால் போதாது. தான் வாழும் காலத்தைப் பற்றிய அறிவைக் கவிஞன் வளர்த்துக் கொள்ள வேண்டும். அவன் இனி கனவுலகத்தில் வாழ இயலாது. அவன் ஏற்கனவே தான் வாழும் காலத்திற்குரிய யதார்த்த உலகின் குடிமகனாக இருக்கிறான். கடந்த காலம் முழுதும் அவனுள் வாழ வேண்டும். அவன் இனியும் வெறும் கேளிக்கையூட்டுபவனாக இருப்பதை சமுதாயம் விரும்புவ தில்லை. அதனுடைய ஆன்மீக இலட்சிய வாழ்வின் பிரதிநிதியாக, மிகக் கடினமான கேள்விகளுக்குப் பதிலளிக்கக் கூடிய அருள் வாக்காளனாக, மனிதர்களுக்குப் பொதுவாக உள்ள வேதனைகளையும் துயரங்களையும் பிறரிடம் கண்டறி வதற்கு முன் தன்னிடமே கண்டறிந்து அவற்றைக் கவிதை யில் மறு உருவாக்கம் செய்வதன் மூலம் குணப்படுத்தும் மருத்துவனாக இருப்பதையே சமுதாயம் விரும்புகிறது (V.G.Belinsky, Selected Philosophical Works, p.xIv.)

இப்போது நாம் வெவ்வேறு காலங்களிலும் இடங்களிலும் எழுதப்பட்ட மூன்று கவிதைகளை ஆராய்ந்து மிகவும் நுட்பமான கவிதையும்கூட மந்திரத்தன்மையைக் கொண்டிருப்பதைப் பார்க்கலாம்.

இயற்கை நமக்குக் கொடுத்திருப்பது கண்ணீரும் அழுகுரலுமே.
எல்லாவற்றையும் விட மேலாக
எனக்கு அவள் வழங்கியவை
எனது வேதனையின் துயரத்தின் முழு ஆழத்தையும் வெளிப்படுத்த வல்ல
பாட்டும் பேச்சும்தான்.
துக்கத்தில் மனிதர்கள் வாயடைத்து நிற்பர்
எனக்கோ கடவுள் தந்த வரமுண்டு
என் வேதனையை எடுத்துரைக்க

சாப்ஃபோ (கி.மு.650-580), தனது காலத்தில் மிகவும் வளர்ச்சி பெற்றிருந்த ஈஜியன் கடற்கரையோர நகர - அரசுகளில் ஒன்றாக விளங்கிய லெஸ்போஸிலிருந்த வணிக உயர்குடி வர்க்கத்தைச் சேர்ந்த கவிஞர். உயர்குடியைச் சேர்ந்த இளம் பெண்கள் இறுதி வகுப்பை முடிக்கும் பள்ளிக்கூடத்தின் முதல்வராக இருந்தவர். சரியாகச் சொல்வதென்றால் அந்தப் பள்ளிக்கூடம் அஃப்ரோடைட் என்னும் கடவுளுக்கு அர்ப்பணித்துக் கொண்ட ஒரு சமயக் குழுமமே ஆகும். இந்தக் குழுமத்தில்தான் உயர்குடியைச் சேர்ந்த இளம் பெண்கள் திருமணத்திற்கு ஆயத்தப்படுத்தப்படுவர். நாம் மேலே விவரித்த இரகசிய சமயக் குழுக்களைப் போன்றது தான் இது. சாப்ஃபோவின் கவிதைகளில் கிட்டத்தட்ட அனைத்தும் யாழ் கருவியையோ புல்லாங்குழலையோ பக்கவாத்தியமாகக் கொண்டு பாடப்பட்ட பாடல்களேயாகும். கீழ்வரும் பாடல், தான் ஒருதலைக் காதல் கொண்டிருக்கும் ஒரு பெண்ணைக் குறித்துப் பாடுவதாக அமைந்துள்ளது. மூலக் கவிதையின் யாப்பு இந்த ஆங்கில மொழியாக்கத்திலும் இடம் பெறுகிறது:

Aphrodite, goddess enthroned in splendour,
Child of Zeus Almighty, immortal, artful,
I beseech thee, break not my heart, O Queen, with
Sorrow and anguish!

Rather come, O come as I often saw thee,
Quick to hear my voice from afar, descending
From thy Father's mansion to mount thy golden
Chariot drawn by

Wings of sparrows fluttering down from heaven
Through the cloudless blue; and a smile was shining,
Blessed Lady, on thy immortal lips as standing beside
me

Thou dids't ask: "Well, what is it now? What is that
Frantic heart's desire? Do you need my magic?
Whom then must I lure to your arms? Who Is it,
Sappho, that wrongs you?

On she flies, yet soon she shall follow after;
Gifts she spurns, yet soon she shall be the giver;

Love she will not, yet, if it be your will, then surely
she shall love"

So come now, and free me from grief and trouble,
Bringing all to pass as my heart desires it!
Answer, come, and stand at my side in arms, O
Queen, to defend me! *

இது சாப்ஃபோவின் செய்யுள் வடிவம் (sapphic stanza) என்றறியப்படும் யாப்பு (metre) வடிவமாகும். தனிக்குரலுக்குரிய அவலப் பாடலின் (monody) தேவைக்கேற்ப பாடல் குழுவினரின் முதற்பகுதியை (strophe) அதன் வழக்கமான அளவை விட மிக நீளமான பாடலாக சாப்ஃபோ அமைக்கிறார். "Aphrodite... artful" (அஃப்ரோடைட்டே ...மாயம் புரிபவளே) என்னும் முதல் வாக்கியத்தில் ஒரே மாதிரியாக இருக்கின்றன இரு சொற் றொடர்கள். முதலாவதைத் திரும்பச் சொல்வதுபோல் தொடங்கு கிறது இரண்டாவது சொற்றொடர் ("I beseech ...Queen, with" -

---

* இக்கவிதையின் தமிழாக்கம்:
அஃப்ரோடைட்டே! ஒளிரும் ஜோதியில் குடியிருப்பவளே
அனைத்துவல்லமை கொண்ட ஜீயஸ் கடவுளின் மகளே!
நீ நித்தியமானவள்! மாயம் புரிபவள்!
அரசியே, துயரத்தால், வேதனையால் நான் மனமுடையும்படி செய்யாதே!
வா, எப்போதும்போல் வா!
எனது குரலைத் தொலைவிலிருந்து கேட்டவுடன் வருவாயே!
உனது தந்தையின் மாளிகையை விட்டு
மேகங்களற்ற நீலவான் வெளியினூடே
வானத்திலிருந்து சிறகடித்துக் கீழே வரும்
குருவிகளின் சிறகுகளால் இழுத்து வரப்படும்
தேரில் ஏறி வருவாயே அது போல வா.
அருள்பெற்றவளே, என்னருகே நின்று
முகத்தில் சிரிப்பு தவழ
உன் திருவாய் மலர்ந்தாய்:
"சரி, என்ன பிரச்சினை?"
அலைபாயும் நெஞ்சின் வேட்கையா?
யாரை நான் உன் வசப்படுத்த வேண்டும்?
யார் சாப்ஃபோ யார் அது?
உனது மனத்தைப் புண்படுத்தியது யார்?
அதோ அவள் பறந்து செல்கிறாள்
ஆனால் மீண்டும் வருவாள், விரைவில் என்னைப் பின் தொடர்வாள்
பரிசுகளை உதாசீனப்படுத்துகிறாள்   →

அரசியே... மனமுடையச் செய்யாதே"). ஆனால் அது 'ஒன்றின் மேல் ஒன்று' ('overlap') எனச் சொல்லப்படும் இசையுத்தியைப் பயன் படுத்திக் கொண்டு இறுதியாக முடியும் சிற்றிசைத் தொடரில் (முத்தாய்ப்பில்) நுழைந்துவிடுகிறது. இந்த முத்தாய்ப்பு செய்யுட்பாவை முடிவுக்குக் கொண்டுவந்துவிடுகிறது. ("Queen, with sorrow and anguish" ... அரசியே நான் கெஞ்சிக் கேட்டுக்கொள்கிறேன்... என்னை மனமுடையச் செய்யாதே").* இது 'பைனரி' வடிவம் (binary form) -இரு பகுதிகளுள்ள வடிவம். இதில் இரண்டாவது பிரிவு வழக்கத்திற்கு மாறாக மிகவும் சுருக்கப்பட்டு அமைக்கப்படுவதால் முற்ற முடிவு என்னும் இறுதித் தொனி விளைந்து விடுகிறது.

இக்கவிதையின் உள்ளடக்கத்தைப் பார்ப்போம். செய்யுளின் யாப்பு வடிவத்தில் உள்ள சந்தம் ஒருபுறமிருக்க இக்கவிதையின் உள்ளடக்கமும்கூட ஒரு சந்த இயக்கத்தைக் கொண்டிருக்கிறது. சாப்ஃபோ ஒரு பிரார்த்தனையுடன் தன் கவிதையைத் தொடங்கு கிறார் (A); பின்னர் அஃப்ரோடைட் பெண்தெய்வம் இது போன்ற

ஆனால் அவளே விரைவில் பரிசளிப்பாள்
அவள் காதலிக்க மாட்டாள்
ஆனால் நீ மனது வைத்தால்
கட்டாயம் அவள் காதல் வசப்படுவாள்"
எனவே நீ வா
என்னைச் சிறைப்படுத்தியுள்ள சோகத்திலிருந்து துன்பத்திலிருந்து
விடுவிக்க வா
எல்லாம் இனிதே முடிந்துவிடும் என் மனம் விரும்புவது போல
பதில் சொல்ல வா, வந்து பதில் சொல்ல
என் அரசியே ஆயுதம் தரித்து
என்னருகே நிற்க வேண்டும்
என்னைக் காப்பாற்ற!

* கி.மு. 7-ஆம் நூற்றாண்டில் வாழ்ந்ததாகச் சொல்லப்படும் பெண் கவிஞர் சாப்ஃபோ தனது காதல் உணர்ச்சியை பெண்கள் மீதும் கொண்டிருந்ததால் அவரை ஓரினச் சேர்க்கையாளர் (lesbian) எனப் பலரும் கருதுகின்றனர். பெண்களில் ஓரினச் சேர்க்கையாளர்களைக் குறிக்கப் பயன்படுத்தப்படும் lesbian என்னும் சொல் அவர் வாழ்ந்த தீவான லெஸ்போஸ் என்பதி லிருந்து பிறந்தது என்றாலும் அச்சொல் அவரது காலத்திற்குப் பல நூற்றாண்டுகளுக்குப் பிறகே புழக்கத்திற்கு வந்தது. ஐரோப்பாவின் முதல் பெண் இலக்கியவாதியாகக் கருதப்படும் அவரது கவிதைக்கலை குறித்து எண்ணற்ற நூல்கள் வெளிவந்துள்ளன. அண்மையில் மிகச் சிறப்பாகப் பேசப்படும் நூல்: If Not, Winter; Fragments of Sappho (translated and edited by Anne Carson, Virago, London, 2003.

பிரார்த்தனைகளுக்குக் கடந்த காலத்தில் செவிசாய்த்தது என்பதை நினைவு கூறுகிறார் (B); அந்தப் பிரார்த்தனையை மீண்டும் செய்து கவிதையை முடிக்கிறார் (A). இது 'டெர்னரி' வடிவம் (ternary form -A-B-A). சாப்ஃபோ மனந்தளர்ந்த நிலையில் பிரார்த்தனை தொடங்குகிறது; நம்பிக்கை உணர்வோடு முடிவடைகிறது - தொடக்கத்திற்கும் முடிவிற்கும் இடையில் நடந்த சம்பவங்களின் காரணமாக அவருக்கு சாதகமான பதில் அஃப்ரோடைட்டிடமிருந்து வந்திருப்பது போல.

இடையில் நடந்தது என்ன? இந்த இரண்டு சம்பவங்களுக் கிடையே என்ன நடக்கிறது? சாப்ஃபோ கடந்த காலத்தைப் பெண் தெய்வத்திற்கு நினைவூட்டுகிறார்: "அன்றைக்கெல்லாம் உதவி செய்தீர்களே ...இன்றைக்கும் ஏன் செய்யக்கூடாது" என்கிறார். இப்படிக் கேட்பது ஒரு சம்பிரதாயம். கடவுளிடம் பிரார்த்தனை செய்யும்போது அவர்களது உதவி பெற்ற அல்லது அவர்களின் நம்பிக்கையைப் பெற்ற முந்திய நிகழ்ச்சிகளையெல்லாம் நினைவு கூர்ந்து நமது பிரார்த்தனைக்கு வலுச் சேர்க்கிறோம். இந்தச் சடங்கு முறையிலான பிரார்த்தனைகள் நம்மை மந்திரச் செயற்பாடுகள் நடந்த ஆதிகாலத்திற்கு அழைத்துச் செல்கின்றன. மந்திர நிகழ்ச்சி களில் நடனமாடுபவர்கள் தாங்கள் யதார்த்தத்தில் சாதிக்க விரும்பு பவனவற்றை அதீதக் கற்பனையில் கைகூடிவரச் செய்கின்றனர். சாப்ஃபோ இங்கு செய்வதும் அதுதான். ஆனால் இங்கு செயல் ஏதும் இல்லை; உடல் அசைவு ஏதும் இல்லை; கற்பனைதான் சிறகடித்துப் பறக்கிறது. விண்ணுலகிலிருந்து கீழே இறங்கி வருமாறு பெண் தெய்வத்தை சாப்ஃபோ கெஞ்சிக் கேட்கிறார். அப்பெண் தெய்வம் வருவதாகவும் அவளைப் பார்ப்பதாகவும் அவளது குரலைக் கேட்பதாகவும் கற்பனை செய்துகொள்கிறார். பின்னர், இந்தக் கற்பனா ஆற்றலின் மூலமாக இன்னும் கூடுதலான நம்பிக்கை கொள்ளும் உள் உந்துதலைப் பெற்றுத் தனது பிரார்த்தனையை மீண்டும் செய்கிறார். இது இயங்காற்றலோடு கையாளப்படும் டெர்னரி (முப்பகுதிகளுடைய) வடிவம். ஹெகெலின் தத்துவத்தில் கூறப்படும் கருத்து (thesis), எதிர்க்கருத்து (antithesis), கூட்டிணைக்கருத்து (synthesis) என்னும் மூன்று கூறுகள் (A-B-A') அடங்கிய அமைப்பை ஒத்ததாகும்.*

---

* ஹெகல் தனது இயங்கியலை விளக்குவதற்கு கருத்து, நேரெதிர்க்கருத்து, கூட்டிணைக்கருத்து என்னும் பதங்களைப் பயன்படுத்துவதில்லை என்றாலும் அவரது இயங்கியல் தத்துவத்தை விளங்கிக் கொள்வதற்கு இவை பெரிதும் உதவுகின்றன என்றும் தத்துவ அறிஞர்கள் கூறுகின்றனர். பொதுவாகச் சொல்லப்போனால், ஹெகலைப் பொருத்தவரை ஒரு →

பிரார்த்தனையின் வடிவத்தைப் போலவே கீழே இறங்கி வரும் பெண் தெய்வம் பற்றிய படிமமும் சடங்கை அடிப்படை யாகக் கொண்டுள்ளது. விண்ணுலகிலிருந்து கடவுள்கள் கீழே இறங்கி வருவதும் மீண்டும் விண்ணுலகத்திற்கு மேலே ஏறிச் செல்வதும் பண்டையக் கிரேக்கக் கவிஞர் ஹோமர் வகுத்த பாணியிலான கவிதைகளில் காணப்படும் முக்கியமான அம்ச மாகும். அக்கவிதைகளுக்கான மூலம் சடங்கு என்பதை மினோவன் காலத்திய அருங்கற் செதுக்குருவங்களிலிருந்து தெரிந்துகொள்ள லாம். பெண் தெய்வம் ஆகாயத்தில் மிதந்து கொண்டிருப்பது போலவும் அதனை வழிபடுபவர்கள் கீழேயிருந்து கைகளை உயர்த்தி வழிபடுவது போலவும் செதுக்குருவங்கள் காணப்படு கின்றன. சாப்ஃஃப்போவுமே அஃஃப்ரோடைட்டை வழிபட்டு வந்தவராதலால், அவரும் இத்தகைய நம்பிக்கைகளைப் பகிர்ந்து கொண்டிருந்திருக்க வேண்டும். எனவே அந்த அளவுக்கு அவரும் கற்பனையில் ஆழ்ந்திருந்தார் எனக்கூறலாம்.

ஆங்கிலக் கவிஞர் கீட்ஸின் கவிதையை இரண்டாவது எடுத்துக்காட்டாகக் கூற விரும்புகிறேன்:

Bright Star, should I were steadfast as thou art.
Not in lone spendour hung aloft the night
And watching with eternal lids apart,
Like Nature's patient, sleepless Eremite,

The moving waters at their priestlike task
Of pure ablution round earth's human shores,
Or gazing on the new soft - fallen mask
Of snow upon the mountains and the moors -
No, yet still steadfast, still unchangeable,
Pillowed upon my fair love's ripening breast,
To feel for ever its soft fall and swell,
Awake for ever in a sweet unrest,

கருத்து (idea) அல்லது வரலாற்று இயக்கம் (historical movement) தனக்குள்ளேயே முழுமை பெறாததாக இருப்பதால் அதற்கு நேரெதிரான, அதனுடன் மோதுகின்ற, முரண்படுகின்ற கருத்து அல்லது வரலாற்று இயக்கத்தைத் தோற்றுவிக்கிறது. இதன் விளைவாக, இந்த இரண்டிலும் உள்ள உண்மையை மேலும் உயர்ந்த மட்டத்தில் கொண்டிருக்கக்கூடிய கூட்டிணைக்கருத்தில் இந்த மோதல், முரண்பாடு கடக்கப்படுகிறது.

Still, still to hear her tender - taken breath,
And so live ever, or swoon to death.*

    இது, இருபத்திநான்கு வயதிலேயே இறந்துபோன கீட்ஸ், இறப்பதற்குச் சிறிது நாட்களுக்கு முன் எழுதிய கடைசி சான்னெட் பாடலாகும். தனது உடல் நலத்தைச் சீர்படுத்திக் கொள்ளும் கடைசி முயற்சியாக 1821-ஆம் ஆண்டு பிப்ரவரியில் இங்கிலாந்திலிருந்து இத்தாலிக்குப் பயணம் மேற்கொண்டார். அவர் பயணம் செய்த கப்பல் பருவ நிலைக் கோளாறின் காரணமாக இங்லிஷ் கால்வாயி லிருந்து லல்வொர்த் கோவ் (Lulworth Cove) என்னும் இடத்திற்கு இழுத்துச் செல்லப்பட்டது. அங்குதான் அவர் இந்த சான்னெட் பாடலை எழுதி முடித்துத் தன் கையில் வைத்திருந்த ஷேக்ஸ்பியர் கவிதை நூலில் அதைப் பிரதியெடுத்து வைத்திருந்தார். நான்கு மாதங்கள் கழித்து சயரோக நோயின் காரணமாக இத்தாலியில் காலமானார்.

    'Bright Star, Would I were steadfast as thou art...

---

* இக்கவிதையின் தமிழாக்கம்:
ஒளிரும் தாரகையே
இரவில் பெரும் ஒளியுடன் திகழும் தனிமையில் அன்றி
உன்னைப் போல் நிலை மாறாமல் நான் இருந்துவிட்டால்...
இயற்கையின் பொறுமையான,
தூக்கமில்லாத துறவி போல்
நித்தியமான கண் இமைகளை மூடாது

மனித உலகின் கரைகளைப் புனித நீராட்டும்
நீரலைகளை
மலைகளையும் பரந்த வெளிகளையும்
மூடி மறைக்கும் புதிய பனிப்படலத்தை
பார்த்துக் கொண்டிருக்க அல்ல-

எனினும் நிலைமாறாமல் மாற்றமில்லாமல்
எனது காதலியின்
விம்மித் தணியும் வளமான மார்பகத்தில் முகம் புதைத்து
அதன் மென்மையை உணர்ந்தவனாய்
இனிமையான சஞ்சலத்தில் எப்போதும் கண்விழித்திருந்து

இன்னும் இன்னும் அவளது மென்மையான சுவாசத்தைக் கேட்டு
என்றென்றும் வாழ்ந்திட வேண்டும்
இல்லையெனில் விழுந்து மடிந்துவிட வேண்டும்.

(ஒளிரும் தாரகையே உன்னைப் போல் நான் அசையாதிருந்தால்...) என்னும் வரியை எடுத்துக் கொள்வோம். இது ஒரு உணர்வு பூர்வமான விருப்பம். இறந்துகொண்டிருக்கும் ஒரு மனிதனின் விருப்பம். அவனது கற்பனை கொடிகட்டிப் பறக்கிறது. விண்ணுலகிற்கு உயர்ந்துசெல்கிறான் அவன். மிகப் பழைமையான காலத்திலிருந்தே அறிவுக்குப் புலப்படாத மறைஞான வழிபாட்டுக் குரிய பொருளாகவும், என்றும் நிலைத்திருக்கும் வாழ்வின் குறியீடாகவும் கருதப்பட்டு வந்த நிலாவிலிருந்து அவன் நிலையற்ற இந்த உலகத்தைக் கீழே பார்க்கிறான். ஆனால் நிலாவோ யாருக்கும் எட்டாத தூரத்தில் இருப்பதாகவும் எக்காலமும் தனிமையிலிருப்பதாகவும் கற்பனைக்குப் பழகிப்போனதொன்று. எனவே அவன் பூமிக்குத் திரும்பி நட்சத்திரங்களின் நிலைத்ததன்மையை மானுடக் காதல் உணர்ச்சியுடன் இணைக்க முயல்கிறான். ஆனால் அது சாத்தியமானது அல்ல. சாவு இல்லையென்றால் வாழ்வு இல்லை... ஏதோ கனவிலிருந்து விழிப்பது போல சட்டென்று விழித்துக் கொள்கிறோம். எனினும் இந்த அனுபவத்தின் காரணமாக நமக்குரிய உணர்வுகள் ஆழமடைகின்றன. இதனால் சக மனிதர்கள் மீதான நமது உணர்வுகளும் ஆழமடைகின்றன. உலகம் யதார்த்தத்தில் அப்படியேதான் இருக்கிறது. இந்த உலகத்தில் "இளமை வெளிறி, கண்ணுக்குத் தெரியாதபடி மெலிந்து மடிந்துவிடுகிறது." ஆனால் இந்த உலகத்தைப் பற்றிய நமது பார்வை மாற்றமடைகிறது.

கவிஞன் வானுலகில் ஏறி நிலாவிற்குச் செல்வதாகச் செய்யப்படும் கற்பனை கவிதையின் பைனரி (இரு பகுதி) அமைப்பை ஒத்திருக்கிறது. அவன் நிலாவிலிருந்து கீழே இறங்கி வருவதுடன் பைனரி அமைப்பின் இரண்டாவது பகுதி தொடங்குகிறது. கவிஞனைப் பொருத்தவரை வானுலகிற்குப் பயணம் மேற்கொள்வது என்பது ஒரு கவிதைக் கற்பனை உருவாக்கம், உருவகிப்பு. இப்படி உருவகிப்பது மரபாதலால் நாம் ஏற்றுக்கொள்கிறோம். ஆயினும் நாம் முன்பு விளக்கியதைப் போல விண்ணுலகிற்குப் பயணம் செய்வது என்பது மக்களின் கற்பனையில் ஆழப் பதிந்துவிட்ட விஷயம்தான். அடிமனத்தில் உணரும் அளவிற்கு அது ஆழமாகப் பதிந்துள்ளது. கவிதையின் சந்த வடிவத்தில் கூட்டு உழைப்பின் தன்மை எதிரொலிப்பதுபோல உருவகங்களும் கூட்டு அனுபவங்களின் ஆற்றலை உள்வாங்கியிருப்பதால் நம்மை மயக்குகின்றன. நம் அனைவருக்கும் பொதுவான கூட்டு அனுபவங்களைக் கையாள்வதன் மூலம் கவிஞன் தனது தனிப்பட்ட அனுபவத்தை சமூகத் தன்மையாக்கி அதற்கு எல்லாருக்கும் எல்லாக் காலத்திற்கும் பொருந்தும் மதிப்பை வழங்குகிறான்.

மா சேதுங் 1957 -ஆம் ஆண்டு மே மாதம் 11 ஆம் நாளில் எழுதிய கவிதையை எனது கடைசி எடுத்துக்காட்டாகக் கூறுகிறேன்:

இக்கவிதை செவ்வியல் சீன மொழியில் எழுதப்பட்டதாகும். மொழியாக்கத்தில் கடைபிடிக்க முடியாத, மிகவும் இறுக்கமான யாப்பில் இக்கவிதை எழுதப்பட்டுள்ளது. இக்கவிதையில் இரண்டு செய்யுள்கள் (stanzas) உள்ளன. ஒவ்வொன்றும் நான்கு வரிகளைக் கொண்டுள்ளது. இவற்றில் இரண்டாவது வரியைத் தவிர மற்ற ஒவ்வொன்றும் ஏழு அசைகளைச் கொண்டுள்ளது. இரண்டாவது வரியில் ஒன்பது அசைகள் உள்ளன. இக்கவிதை வடிவத்திற்கென வரையறுக்கப்பட்டுள்ள சந்தமும் தொனிகளும் உள்ளன. 'ட்ஸூ' (tzu) என்னும் வடிவத்திலுள்ள இத்தகைய கவிதைகளுக்கு அடிப்படையாக இருப்பது பிற்கால டாங் வம்ச ஆட்சிக்காலத்திலிருந்த (கி.பி.923-935) ஜனரஞ்சக மெட்டுகளாகும்.

இந்தக் கவிதை, மாவோவின் சொந்த மாநிலமான ஹூனானின் (Hunan) தலைநகரமான சாங்ஷாவில் பள்ளி ஆசிரியையாக இருந்த லி-ஷு-யி (Li-Shu-Yi) என்பாருக்காக எழுதப்பட்டதாகும். ஹூனான் உழவர்கள் சங்கத்தின் தலைவர்களிலொருவராக இருந்த அவரது கணவர் லியு சி-ஸூன் (Liu Chi-hsun) 1933 இல் நடந்த சண்டையில் கொல்லப்பட்டார். அவரது பெயரும் மாவோவின் முதல் மனைவியும் 1930 இல் கோமிண்ட்டாங் கட்சியினரால் படுகொலை செய்யப்பட்டவருமான யாங் காய் - ஹூயின் (Yang Kai -hui) பெயரும் கவிதையில் இணைக்கப்படுகின்றன. அவர்களது பெயர்களில் உள்ள லியு, யாங் என்னும் சொற்களின் - இவை குலப் பெயர்கள் - பொருள் முறையே காற்றாடி மரம், நெட்டிலிங்க மரம் என்பதாகும். கவிதையின் துவக்க முனையாக இவை அமைகின்றன.

I lost my proud poplar and your willow.
Poplar and willow, they soar straight up to the ninth
heaven,
And enquire of Wu Kang, What is here?
He offers them cassia wine.

Lonely Ch'ang O dances for these good souls,
Spreading her wide sleeves across the boundless sky.
All at once here on earth there is news. The tiger has

been laid low.

Tears fall in a downpour of rain. *

சீனத் தொன்மத்தில் ஒன்பதாவது சொர்க்கம்தான் மிகவும் உயரமானதாகும். இரண்டு ஆன்மாக்களும் அங்கே வு காங் (Wu Kang), சாங் ஒ (Ch'ang O) ஆகியோரால் வரவேற்கப்படுகின்றன. தன்னை சாகாவரம் பெற்றவனாக ஆக்குவதற்கு முயற்சி செய்ததன் காரணமாக வு காங் கடவுளரின் கோபத்திற்கு ஆளானான். நிலாவில் சிறையிலடைக்கப்பட்டு ஒரு ராட்சத வாகை மரத்தை வெட்டும்படி தண்டிக்கப்பட்டான். அவன் அந்த மரத்தை வெட்ட வெட்ட எந்த வேகத்தில் அதை வெட்டுகிறானோ அதே வேகத்தில் அது மீண்டும் மீண்டும் வளர்ந்து கொண்டேயிருந்தது. இந்த மரத்தின் பழத்தி லிருந்து எடுக்கப்பட்ட மதுரசம் கடவுளரின் பானமாகும். இதைப் பருகியதன் காரணமாக மேற்சொன்ன இரு ஆன்மாக்களும் இறவா நிலை பெற்றன. சாங் ஓ, ஸியா வம்சத்தைச் (Hsia Dynasty - கி.மு. 2205-1776) சேர்ந்த அழகிய இளவரசி. இறவா நிலையைத் தரும் அமிர்தத்தைத் திருடி நிலாவின் கடவுளாயினாள். ஆனால் அங்கே தனிமையில் உள்ள அவள் பூமிக்குத் திரும்பி வர ஏங்குகிறாள். இக் கவிதையில் சியாங் கேய் ஷேக் புலி எனக் குறிப்பிடப்படுகிறார். கண்ணீர் எனக் குறிப்பிடப்படுவது மக்களின் ஆனந்தக் கண்ணீராகும்.

---

* இக்கவிதையின் தமிழாக்கம்:
நான் இழந்தது என் பெருமைமிகு நெட்டிலிங்கம்
நீங்கள் இழந்தது காற்றாடி மரம்
நெட்டிலிங்கமும் காற்றாடி மரமும்
ஒன்பதாம் சொர்க்கத்திற்கே உயர்ந்து சென்றன.
இங்கு என்ன உள்ளது என அவர்கள்
வா காங்கைக் கேட்க
அவனோ வாகை மதுரசத்தை அவர்களுக்கு வழங்கினான்.

இந்த உன்னத ஆன்மாக்களை மகிழ்விக்க
நடனமாடும் தன்னந்தனியான
சாங் ஓவின் ஆடைகள்
எல்லையிலா வான்வெளியில் பரவுகின்றன
திடீரென இங்கு இப்புவியில் ஒரு செய்தி-
புலி அடக்கப்பட்டுவிட்டதாக.
கண்ணீர் மாமழையாய்ப் பொழிகிறது.

இரண்டு ஆன்மாக்கள் சொர்க்கத்திற்குச் செல்வதாகக் கவிதையின் முதல் இரண்டு செய்யுள்களில் செய்யப்படும் கற்பனை அவை சட்டென்று பூமிக்கும் கொட்டும் மழைக்கும் திரும்பி வருவதாகச் சித்திரிக்கும் கடைசி இரண்டு செய்யுள்களால் சமன்பாடு செய்யப்படுகின்றன என்பதை வாசகர் கவனிப்பார். இந்தக் கவிதை இரண்டு செய்யுள்களைக் கொண்ட 'பைனரி' வடிவம்தான் என்றாலும் மூன்று பகுதிகளுடைய இசைவடிவத்தின் தாக்கத்தை ஏற்படுத்துகிறது.* போரிடும் அரசுகள் (கி.மு.436-221) காலத்திலிருந்த சு-யுவான் (Chu Yuan) என்னும் கவிஞன் தொட்டுப் பின்பற்றப் படும் சீனக் கவிதை மரபில் நிலைத்திருப்பதுதான் சொர்க்கத்திற்கு மேற்கொள்ளப்படும் பயணம் என்னும் கருத்தாகும். மாவோ தனது கவிதையுடன் லி ஷி-சிக்கு அனுப்பும் கடிதத்திலும் இதைக் குறிப்பிடுகிறார்:

> சொர்க்கத்திற்கு ஒரு கற்பனையான பயணம் பற்றிய கவிதையொன்றை உங்களுக்கு அனுப்புகிறேன். பிற பழமையான 'ட்ஸு' கவிதை பாணியிலிருந்து இது மாறுபடுவதற்குக் காரணம் சொர்க்கத்திற்குப் பயணம் செய்பவர் இக் கவிதையை எழுதியவர் அல்ல என்பதுதான்.

"தொன்மம் குழந்தைத்தனமானது, கற்பனையானது, அகவயமானது" என்று ஓரிடத்தில் வர்ணித்துள்ள மாவோ (MSW 1.340) தனது கவிதையில் அதற்கு ஏன் இந்த அளவுக்கு முக்கியத்துவம் தருகிறார் எனும் கேள்வி எழுக்கூடும். கவிஞர் என்னும் வகையில் மனிதனின் சாதனைகளின் படிமம் அல்லது உருவகம் என்னும் அளவில் தொன்மத்திற்கு மதிப்பு இருப்பதை மாவோ ஏற்றுக்கொள்கிறார். இன்றைய சீனத்தின் தொழிலாளர்களும் உழவர்களும் அவர்களது முன்னோர்களால் முழுக்க முழுக்கக் கற்பனையில் மட்டுமே வசப்படுத்த முடிந்த பகைச் சக்திகளை நிதர்சனமாகவே வென்று வருகின்றனர். ராட்சத வாகை மரம் நெட்டிலிங்க மரத்திற்கும் காற்றாடி மரத்திற்கும் எதிரே கூனிக் குறுகிவிடுகிறது.; சீனத்தில் மிக அண்மையில் ஈட்டப்பட்ட வெற்றி துக்கத்தை மகிழ்ச்சியாக மாற்றுகிறது. இந்த வெற்றியுடன் ஒப்பிடத்தக்க செய்தி ஏதும் சொர்க்கத்தில் இல்லை.

---

* மூன்று பகுதிகளுடைய இசை வடிவத்தில் (ternary form) மூன்றாம் பகுதி முதல் பகுதியின் மறுபிரதி போல் இருக்கும். இரண்டாவது பகுதி முதல் பகுதிக்கு இணையான முக்கியத்துவம் கொண்டிருக்கும் என்பதை நினைவில் கொண்டால், இக் கவிதையில் முதல் செய்யுளின் முதல் வரியில் மனைவியை இழந்த சோகத்தால் வழிந்த கண்ணீர் இரண்டாவது செய்யுளின் கடைசி வரியில் ஆனந்தக் கண்ணீராக அமைகிறது.

இந்தக் கவிதையின் யாப்பு வடிவமும் தொன்ம உள்ளடக்கமும் மிகப் பழைமையானவை. ஆனால் இந்தத் தொன்ம உள்ளடக்கத்தில் ஒரு அரசியல் உள்ளடக்கமும் இருக்கிறது. இது முற்றிலும் புதியதாகும்.

உலகிலுள்ள எல்லா விஷயங்களிலும் பார்க்க மக்கள்தான் மிகவும் விலை மதிப்புள்ளவர்கள். பொதுவுடைமைக் கட்சியின் தலைமையின் கீழ் மக்கள் இருக்கும் வரை, எல்லா விதமான அதிசயங்களையும் நிகழ்த்த முடியும் (MSW 4.454.)

அத்தியாயம் VII
நவீன அறிவியலும் தத்துவமும்

1. நவீன அறிவியலின் தொடக்கங்கள்

நவீன அறிவியலின் விடியலை ஏங்கெல்ஸ் இவ்வாறு வர்ணிக்கிறார்:

நவீன இயற்கை அறிவியல்... மிக அண்மைக்கால வரலாற்றைப் போலவே, அந்த மகத்தான சகாப்தத்திலிருந்தே தொடங்குகிறது. அந்த சகாப்தத்தை ஜெர்மானியர்கள் (அக்காலகட்டத்தில் நமக்கு ஏற்பட்ட தேசியப் பேரழிவுக்குப் பிறகு) சீர்திருத்தம் (Reformation) என்றும் பிரெஞ்சுக்காரர்கள் மறுமலர்ச்சி (Renissance) என்றும் இத்தாலியர்கள் புனர் வாழ்வு (Ciquecento) என்றும் அழைத்தனர். எனினும் இத்தகைய சொற்களைக் கொண்டு அந்த சகாப்தத்தை முழுமையாக விளக்கிவிட முடியாது. பதினைந்தாம் நூற்றாண்டின் முற்பாதியில் தொடங்கிய சகாப்தம் அது...

அதுவரை மனிதகுலம் கண்டிருந்த மிகப்பெரும் முற்போக் கான புரட்சியாகும் அது. வாராது வந்த மாமணிகள் போல் சிந்தனை ஆற்றல், வேட்கைகள், பண்பு, அனைத்தையும் தழுவும் பார்வை, கற்றறிதல் ஆகியவற்றில் மாபெரும் சாதனைகள் படைத்த மாமனிதர்கள் தோன்றினார்கள். பூர்ஷ்வா வர்க்கத்தின் நவீன ஆட்சியை நிறுவிய அவர் களிடம் பூர்ஷ்வா வர்க்க வரம்புகள் இருக்கவில்லை. அக்கால கட்டத்தின் சாகச உணர்வு அவர்கள் எல்லோரிடமும் ஏதோ ஒரு அளவில் குடிகொண்டிருந்தது. அப்போது வாழ்ந்த முக்கிய மனிதர்களில் பல்வேறு இடங்களுக்கு விரிவாகப் பயணம் மேற்கொள்ளாதிருந்தவர்களோ, நான்கு அல்லது ஐந்து மொழிகளுக்குக் குறைவில்லாமல் தெரிந்திராதவர் களோ, பல்வேறு துறைகளில் சிறப்புப் பெற்றிராதவர்களோ யாரும் இல்லை. லியானார்டோ டா வின்ஸி (Leonardo da Vinci) மாபெரும் ஓவியர் மட்டுமல்ல; அவர் மாபெரும் கணிதவியலாளரும் பொறியியலாளருமாவார். முக்கியக்

கண்டுபிடிப்புகள் பலவற்றுக்கு இயற்பியலின் பல்வேறு பிரிவுகள் அவருக்குக் கடன்பட்டிருக்கின்றன. அல்ப்ரெஹ்ட் ட்யூரெர் (Albrecht Durer) ஓவியரும் செதுக்குருவக் கலைஞரும் சிற்பியும் கட்டிடக்கலை வல்லுனரும் ஆவார். இராணுவத் தாக்குதல்களிலிருந்து தற்காத்துக்கொள்வதற்கான ஏற்பாடுகள் தொடர்பாக அவர் கண்டுபிடித்த முறை பின்னாளில் மோந்தலெம்பெர்ட் மட்டுமில்லாது இப்பிரச்சனை தொடர்பான நவீன அறிவியலும் பயன் படுத்திக் கொண்ட பல கருத்துகளை உள்ளடக்கியிருந்தது. மாக்கியவெல்லி ராஜதந்திரியும் வரலாற்றறிஞரும் கவிஞரும் மட்டுமல்ல; இராணுவக் கலை குறித்து நவீன காலத்தில் முதன்முதலில் எழுதியவருமாவார். மார்ட்டின் லூதர் கிறிஸ்துவத் திருச்சபையில் மண்டிக் கிடந்திருந்த அழுக்கு களைப் போக்கியவர் மட்டுமல்ல; ஜெர்மானிய மொழியைத் தூய்மைப்படுத்தி நவீன ஜெர்மானிய உரை நடையை உருவாக்கியவரும் பதினாறாம் நூற்றாண்டின் தேசிய கீதம் என அழைக்கப்பட்டதும் வெற்றிப் பெருமிதம் ததும்பக் கூடியதுமான துதிப்பாடல்களை எழுதி அவற்றுக்கு மெட்டு கள் அமைந்தவரும் ஆவார். அவர்களின் வழித்தோன்றல் களிடம் பெரிதும் காணப்படுவதைப் போன்ற வரம்புக்குட் படுத்துவதும் ஒருதலைச்சார்பான விளைவுகளை ஏற்படுத்து வதுமான உழைப்பின் பிரிவினைக்கு அவர்கள் அடிமைப் பட்டிருக்கவில்லை. மேற்சொன்ன எல்லாவற்றைக் காட்டிலும் அவர்களை இனம்பிரித்துக்காட்டுவது என்ன வென்றால் அவர்கள் ஏறத்தாழ அனைவருமே தமது சமகால இயக்கங்களிலும் நடைமுறைப் போராட்டங்களிலுமே தமது வாழ்க்கையைக் கழிக்கவும் தமது செயற்பாடுகளை மேற் கொள்ளவும் செய்தனர் என்பதுதான்... அவர்கள் ஏதேனும் ஓர் அணியில் சேர்ந்து தமது சொற்களின் மூலமோ அல்லது வாளேந்தியோ போராட்டத்தில் ஈடுபட்டனர். பலர் எழுத்து, ஆயுதம் ஆகிய இரண்டையும் பயன்படுத்தினர். பண்பின் முழுமையும் வலிமையும் அவர்களை முழுமையான மனிதர்களாக்கின. (ME 3.41-42)

புதிய அறிவியல் கண்ணோட்டத்தை முறைப்படுத்தியவர் ஃப்ரான்சிஸ் பேகன் (Francis Bacon - கி.பி. *1561-1626*) ஆவார்:

மனிதன் இயற்கைக்குத் துணைபுரிபவனும் அதன் உட் பொருளை வெளிப்படுத்துபவனும் ஆவான். இயற்கையின் நியதிகளை அவன் புலன்களால் அறிந்து அதைக் கூர்ந்து

கவனித்து அதன் மீது செயல்படுகிற அளவுக்குத்தான் அவனால் செயல்படவும் புரிந்துகொள்ளவும் முடியும். அதற்கு மேல் அவனுக்கு அறிவோ அல்லது ஆற்றலோ ஏதும் இல்லை. (*Novum Organum* 1.1.)

யதார்த்தமான பொருண்மை உலகைப் பற்றிய அறிவி லிருந்தே மனிதன் தனது ஆற்றலைப் பெறுகிறான். அந்த உலகின் விதிகளை எந்த அளவிற்குப் புரிந்துகொள்கிறானோ அந்த அளவிற்கு அதனை அவனால் தன்வசப்படுத்த முடியும். இதுதான் நவீனப் பொருள்முதல்வாதத்தின் நோக்குநிலையாகும். பேகனைப் பற்றி மார்க்ஸ் எழுதினார்:

ஆங்கிலேயப் பொருள்முதல்வாதத்தையும் பரிசோதனையை அடிப்படையாகக் கொண்ட நவீன அறிவியல் அனைத் தையும் தோற்றுவித்தவர் பேகன். இயற்கை அறிவியலே உண்மையான அறிவியல் என்றும் புலனறிவை ஆதாரமாகக் கொண்ட இயற்பியலே இயற்கை அறிவியலின் மிகச் சிறந்த பகுதி என்றும் பேகன் கருதினார். துகள்கள் (homoeomeria - particles) பற்றிய அனாக்ஸகோரஸின் கோட்பாட்டையும் அணுக்கள் பற்றிய டெமாக்ரிடஸின் கோட்பாட்டையும் அடிக் கடி தனது கருத்துகளுக்குச் சான்றாகக் காட்டுவார். புலன்கள் தவறிழைக்காதவை என்றும் அவைதான் அறிவனைத்துக்கும் மூலாதாரம் என்றும் கற்பித்தார். அறிவியல் என்பது பரிசோதனையை அடிப்படையாகக் கொண்டது என்றும் புலன்களால் வழங்கப்படும் விவரங்களை பகுத்தறிவு சார்ந்த முறை கொண்டு ஆராய வேண்டும் என்றும் கூறினார். புலன்களால் கிடைக்கப் பெறும் தனித்தனி விவரங்களி லிருந்து பொது உண்மையை உய்த்துணர்தல், பகுத்தாய்வு, ஒப்பாய்வு, கூர்ந்து கவனித்தல், பரிசோதனை ஆகியன பகுத்தறிவு முறைக்கு இன்றியமையாத தேவைகள் ஆகும் என்றார். பொருளின் உள்ளார்ந்த பண்புகளிலெல்லாம் முதலாவதும் மிக முக்கியமானதும் இயக்கம் ஆகும் என்றும் அது யாந்திரிக இயக்கமும் கணிதரீதியான இயக்கமும் மட்டு மல்ல, எல்லாவற்றுக்கும் முதன்மையாக உந்துதல், அடிப் படையான உயிர் சக்தி, எதிரெதிர் விசைகளின் மோதல் என்னும் இயக்கம் ஆகும் என்றும் கூறினார்... பொருள் முதல்வாதத்தின் முதல் கர்த்தாவான பேகனின் தத்துவத்தில், அத்தத்துவத்தின் முழுவளர்ச்சிக்கான முளைகள் அனைத்தும் எளிய வடிவத்தில் மறைந்திருந்தன... புலனுணர்வை ஆட் கொள்ளும் கவித்துவக் கவர்ச்சியினால் சூழப்பட்டுள்ள

பொருள் மனிதனின் ஆளுமை முழுவதையும் தனது மயக்கும் புன்னகையால் ஈர்க்கக்கூடியதாகத் தோன்றுகிறது. (HF 172.)

இவ்வாறு பேகனின் தத்துவம் தொன்மைக்காலப் பொருள்முதல்வாதத்திற்கும் நவீனப் பொருள்முதல்வாதத்திற்கும் இடையிலான இணைப்புக் கண்ணியாக விளங்குகிறது.

இந்த மறுமலர்ச்சிக் கால முன்னோடிகளின் அறிவியல் சிந்தனையில் கோட்பாடு நடைமுறையுடன் இணைக்கப் பட்டுள்ளது பரிசோதனை அறிவியலின் குறிப்பிடத்தக்க அம்சமாகும். இறையியலாளர்கள், தத்துவவாதிகள் ஆகியோரைப் பொருத்தவரை, பொருண்மை உலகில் நாம் காணும் தூலமான நிகழ்ச்சிப்போக்குகள், தெய்வீக வெளிப்பாட்டின் மூலமோ அல்லது நடைமுறை சாராத வெறும் சிந்தனையின் மூலமோ ஏற்கனவே நிலைநிறுத்தப்பட்டுவிட்ட உண்மைகளுக்கான நிரூபணங்கள் என்னும் அளவிற்குத்தான் அவர்களுக்கு அவற்றின் மீது அக்கறை உள்ளது. ஆனால் அறிவியலாளரைப் பொருத்தவரை, எல்லா உண்மைகளுக்கும் முதலாவதும் இறுதியானதுமான உரைகல் புலனறிவால் பெறப்படும் தூலமான விவரங்கள்தான். அவரும்கூட தனது வர்க்கத்தின் கருத்துநிலை வரம்புகளுக்கு (ideological limitations) உட்பட்டிருந்தபோதிலும், தமது பரிசோதனைகளைச் செய்கையில் அவர் ஒரு பொருள்முதல்வாதியாகவே இருக்கிறார். முந்தைய பரிசோதனைகளிலிருந்து கிடைத்த முடிவுகளிலிருந்து அவர் ஒரு கருதுகோளை (hypothesis) உருவாக்கி அந்தக் கருது கோளை மேலும் பல பரிசோதனைகளுக்கு உட்படுத்துகிறார். இது ஒரு புதிய கருதுகோளுக்கான அடிப்படையாகிறது. அதனையும் அவர் இன்னும் ஒரு உயர்ந்த மட்டத்தில் பல பரிசோதனைகளுக்கு உட்படுத்துகிறார். இத்தகைய செயல்முறைதான் ஒரு தாழ்ந்த மட்டத்தில் எண்ணற்ற தலைமுறையைச் சேர்ந்த வினைஞர் களிடமும் இருந்தது. பரிசோதனை செய்து சரியானதையும் தவறானதையும் அனுபவத்திலிருந்து கற்றுக்கொள்ளுதல் என்னும் அடிப்படையில் அவர்களுமே இந்த செயல்முறையைப் பின்பற்றி யவர்கள்தான். உண்மையில் இந்த செயல்முறைக்கான மூலம் உழைப்பு இயக்கமே. இந்த உழைப்பு இயக்கத்தில் ஆதி மனிதன், முந்திய நடைமுறையிலிருந்து பெறப்பட்ட முடிவின் காரணமாக தனது மனத்தில் முன்கூட்டியே உருவாக்கிக்கொள்ளும் ஒரு படிமத் திற்கு உகந்தபடி பொருளை உருமாற்றுகிறான். இந்த செயல் முறையைத்தான் அறிவியல் உணர்வுபூர்வமாக விரிவுபடுத்தி வளர்த்து, பேரண்டம் முழுவதையுமே மனிதனின் புரிதலுக்குக் கொண்டுவந்துவிடுகிறது:

பூமி சூரியனைச் சுற்றிவருவதுடன் தனது அச்சில் தானும் சுழன்றுகொண்டிருக்கிறது என்னும் கோபர்னிகஸின் கோட்பாட்டு முறை, ஒரு கருதுகோளாகவே (hypothesis) இருந்து வந்தது. அது மட்டுமின்றி அதை மெய்ப்பிப்பதற்கான வாய்ப்பு மிக அரிதாகவே இருந்தது. இந்தக் கோட்பாட்டு அமைப்பின் மூலம் பெறப்பட்ட விவரங்களின் அடிப்படையில் லெவெர்ரியெர் (Leverrier) அதுவரை அறியப்படாதிருந்த ஒரு கோள் இருந்தாக வேண்டும் என்பதை மட்டுமின்றி அது விண் மண்டலத்தில் எந்த இடத்தில் இருந்தாக வேண்டும் என்பதையும் ஊகித்துணர்ந்தார். கால்லே (Galle) உண்மையிலேயே இந்தக் கோள் இருப்பதைக் கண்டறிந்ததும், கோபர்னிகஸின் கோட்பாட்டு முறை உண்மையென மெய்ப்பிக்கப்பட்டது. (ME 3.347)

ஆயினும் அக்கால நடைமுறையில் இறையியலுக்கும் தத்துவத்திற்கும் இடையிலோ அல்லது இவை இரண்டிற்கும் அறிவியலுக்கும் இடையிலோ தெளிவான, திட்டவட்டமான வேறுபாடு இருக்கவில்லை. இறையியல், தத்துவம் ஆகிய இரண்டுமே ஊகத்தை அடிப்படையாகக் கொண்டவை. ஆனால் இறையியலில் ஊகம் இறுக்கமான சமயக் கோட்பாடுகளால் கட்டுப்படுத்தப் பட்டிருந்தது. ஆனால் தத்துவத்திற்கோ அந்தக் கட்டுப்பாடு ஏதும் இருக்கவில்லை. அறிவியலின் தாக்கத்திற்கு உட்பட்டு ஏசு சிறிஸ்து என்னும் தேவ-மனிதன் மேல் நம்பிக்கை அற்றுப் போனவர்கள் ஏற்றுகொள்ளத்தக்க வகையில் சமுதாயத்தில் சமயம் ஆற்றுகிற பணியை மேற்கொள்கிற உலகியல் சார்ந்த ஒரு இறையியலாகியது தத்துவம். சில பூர்ஷ்வா அறிவியலாளர்கள் சமய நம்பிக்கையாளர்களாக இருந்து வந்துள்ளனர். அவர்கள் தமது அறிவியல் கண்ணோட்டத்தைத் தமது ஆராய்ச்சிக்குரிய பிரத்தியேக அறிவியல் பிரிவில் மட்டும் கடைப்பிடிக்கின்றனர்; பல அறிவியலாளர்கள் ஏதோவொரு வகைத் தத்துவக் கண்ணோட்டங்களைக் கொண்டிருக்கின்றனர். உணர்வுபூர்வமாக இயங்கியலைக் கிரகித்துக்கொண்டுள்ள அறிவியலாளர்கள் மிகச் சிலரே.

2. புதிய இயங்காவியல்

பொதுவாகப் பார்க்கப்போனால், இயங்காவியலுக்கு எதிர்ப்பாகவே அறிவியல் சிந்தனை வளர்ந்துள்ளது. இயங்கியல்

சாராத எல்லாச் சிந்தனை முறைகளுக்கும் - அவை இறையியலோ, தத்துவமோ, கருத்துமுதல்வாதமோ, பொருள்முதல்வாதமோ எதுவாக இருந்தாலும் - அதற்கு இயங்காவியல் என்னும் சொல் பொருந்தும். ஏங்கெல்ஸ் இயங்காவியல் பற்றிக் கீழ்க்கண்டவாறு கூறுகிறார்:

இயங்காவியல்வாதியைப் பொருத்தவரை பொருட்கள் ஒன்றிலிருந்து மற்றொன்று தனித்து இருப்பவை. அவை மனத்தில் தோற்றுவிக்கும் படிமங்கள், கருத்துகள் ஆகியனவும் அவ்வாறானவையே. அவை ஒன்றன் பின் ஒன்றாகவும் ஒன்றிலிருந்து ஒன்று தனியாகவும் பரிசீலிக்கப்பட வேண்டியவை; ஆய்வுக்குட்படுத்தப்படவேண்டிய, என்றென்றைக்கும் இருக்கிற, அசையாத, நிலையாக அப்படியே இருக்கிற பொருட்களாகும்... அவரைப் பொருத்த வரை ஒரு பொருள் இருக்கிறது அல்லது இல்லை; ஒரு பொருள் அதுவாகவும் வேறொன்றாகவும் இருப்பது அவரைப் பொருத்தவரை சாத்தியமற்றது... தனித்தனிப் பொருட்களைப் பரிசீலிக்கையில் அவற்றின் தொடர்புகளைப் பார்க்கத் தவறுகிறார்; அவற்றின் இருப்பினை அறிந்து கொள்கையில் அவை தோன்றுவதையும் மறைவதையும் மறந்துவிடுகிறார்; அவை ஓய்வில் இருக்கும்போது அவற்றைப் பார்க்கையில் அவற்றின் இயக்கத்தைக் கவனியாது இருந்துவிடுகிறார்... (AD 27-28.)

இயங்காவியல் சிந்தனையின் தன்மை, அதன் மூலம் ஆகியனவற்றைப் பற்றி மேலும் தெளிவு பெற, சரக்குகள் குறித்த மார்க்ஸின் பகுத்தாய்வை மீண்டும் ஒருமுறை நாம் பார்க்க வேண்டும்:

இப்போது நாம் சரக்குகளின் பயன்-மதிப்பைப் பரிசீலனையிலிருந்து விட்டுவிடுவோமேயானால், உழைப்பின் உற்பத்திப் பொருட்கள் என்னும் ஒரே ஒரு பொதுப் பண்பு மட்டுமே அவற்றில் எஞ்சியிருக்கும். ஆனால் உழைப்பின் உற்பத்திப் பொருள் என்பதும்கூட நம்மிடத்தில் ஒரு மாற்றத்தைப் பெற்றிருக்கிறது. உழைப்பின் உற்பத்திப் பொருளின் பயன்-மதிப்பை நீக்கிவிட்டுப் பார்த்தோமேயானால் அதே சமயம் நாம் உழைப்பின் உற்பத்திப் பொருளை ஆக்குகின்ற பொருள் கூறுகள், வடிவங்கள் ஆகியவற்றையும் நீக்கிவிட்டுப் பார்க்கிறோம். நாம் அந்த உற்பத்திப் பொருளை இனியும் ஒரு மேசையாகவோ, வீடாகவோ, நூல் இழையாகவோ அல்லது வேறு உபயோகப் பொருளாகவோ பார்ப்பதில்லை. அது ஒரு

பருப்பொருள் என்னும் அதன் நிலை பார்வையிலிருந்து அகற்றப்படுகிறது. இனி நாம் அதனை தச்சன், கொத்தன், நூற்போன் ஆகியோரின் உழைப்பின் உற்பத்திப் பொருளாகவோ அல்லது வேறு திட்டவட்டமான திறனுடைய உழைப்பின் உற்பத்திப் பொருளாகவோ கருத முடியாது. உற்பத்திப் பொருட்களின் பயனுள்ள பண்புகளுடன் கூடவே அவற்றில் உருக்கொண்ட உழைப்பின் பல்வேறு வகைகளின் பயனுள்ள தன்மை, அந்த உழைப்பின் தூலமான வடிவங்கள் ஆகிய இரண்டையுமே நாம் பார்வையிலிருந்து அகற்றி விடுகிறோம். உழைப்பின் உற்பத்திப் பொருட்களான அவை யனைத்துக்கும் பொதுவானது எதுவோ அது மட்டுமே எஞ்சி நிற்கிறது. அவை அனைத்துமே ஒரே ஒரு வகையான உழைப்பு என்பதாக, அருவமான மனித உழைப்பாக வகைப்படுத்தப்படுகின்றன. (C I.38)

இப்படி அருவக் கருத்தை உருவாக்கும் சிந்தனை முறையின் அடிப்படையில்தான் மதிப்பு (value) என்னும் கருத்து அமைந்துள்ளது. இச்சிந்தனை முறையை இயங்காவியல் தத்துவ வாதிகளின் பகுத்தாய்வு முறையுடன் ஒப்பிட்டுப் பார்ப்போம். இந்தப் பகுத்தாய்வு முறையையும் மார்க்ஸ் விளக்குகிறார்:

ஒரு வீட்டின் தனித்தன்மையை உருவாக்குகிற எல்லா வற்றையும் சிறிது சிறிதாக நீக்கிக் கொண்டே வந்தால்... எல்லாவற்றுக்கும் முதலாக, அந்த வீட்டை எழுப்பப் பயன் பட்ட பொருட்களையெல்லாம் பிரித்து அகற்றிவிட்டு, அடுத்ததாக அதனை ஒரு வீடாகக் காட்டுகிற வடிவத்தைப் பிரித்து அகற்றிவிட்டால் அதன் பின்னர் நாம் பார்ப்பது ஒரு பொருள்வகைக் கட்டமைப்பு மட்டுமே; இந்தப் பொருள் வகைக் கட்டமைப்பையும் பிரித்து அகற்றி விடுவோம்... பின்னர் எஞ்சுவது ஒரு இடம்தான். கடைசியாக, இந்த இடத்திற்குள்ள பரிமாணங்களையும் பிரித்து அகற்றி விடுவோம்... அப்போது வெறும் அளவு மட்டும், தர்க்க வகைத்திணை (logical category) மட்டுமே இருக்கும் என்பது வியப்புதரக்கூடியதா? ஒவ்வொரு விஷயத்திலிருந்தும் தற்செயலானவை எனச் சொல்லப்படுபவை அனைத்தையும், உயிருள்ளவை அல்லது உயிரற்றவை, மனிதன் அல்லது பொருட்கள் ஆகிய அனைத்தையும் பிரித்து அகற்றிக் கொண்டே வந்தால், நாம் கடைசியாகப் பிரித்து அகற்றிய தற்குப் பிறகு எஞ்சுவது தர்க்க வகைத்திணைதான் என்று நாம் கூறுவதில் தவறில்லை. ...இருப்பவை அனைத்தும்,

நிலத்திலும் நீரிலும் வாழ்வன அனைத்தும் - நிதர்சன உலகம் முழுவதும் - அருவக் கருத்துகளில், தர்க்க வகைத்திணைகளில் மூழ்கடிக்கப்பட்டால், அதில் யாரும் ஆச்சரியப்பட வேண்டியதில்லை. (PP 118) *

சரக்குகள் வாங்கப்படுவதும் விற்கப்படுவதும் இடை விடாமல் திரும்பத் திரும்பச் செய்யப்படுவதன் காரணமாக வாங்குபவர்களுக்கும் விற்பவர்களுக்கும் அந்தந்த சரக்கின் மதிப்பு

---

* மேற்காணும் இரு மேற்கோள்களிலும் மார்க்ஸ், அருவக் கருத்துகள் உருவாக்கப்படுவதைக் குறித்து எழுதுகிறார். ஒரேபடித்தான உழைப்பு, அருவமான உழைப்பு என்பன பல்வேறு வகைகளிலான தூலமான உழைப்பு வடிவங்களிலுள்ள பொது அம்சத்தை மட்டும் பிரித்தெடுத்து அதனைப் பொதுமைப்படுத்தியதன் மூலம் உருவாக்கப்பட்ட அருவக் கருத்துகள். மார்க்ஸின் ஆய்வுமுறையின் துவக்கப் புள்ளிகளாக உள்ள சரக்கு, பரிவர்த்தனை மதிப்பு முதலியன புலன்களுக்குப் பிடிபடும் கண்கூடான பொருட்களல்ல. அனால் இவை தூலமான சமூக உள்ளடக் கத்தைக் கொண்டுள்ளவையாகும். அவை, முதலாளிய உற்பத்தி முறையின் கீழ் மனிதர்களுக்கிடையிலான சிக்கலான பல்வேறு வகைப்பட்ட உறவுகளைக் குறிப்பவை. மார்க்ஸ் தனது ஆய்வுமுறையைப் பற்றிக் கூறுகிறார்: “பொருளாதார ஆய்வுகளில், யதார்த்தமான மற்றும் தூலமானவற்றிலிருந்து, அதாவது உண்மையான முன்நிலையிலிருந்து தொடங்குவது சரியானது எனத் தோன்றலாம். எடுத்துக்காட்டாக, சமூக உற்பத்திச் செயல் முழுவதற்கும் அடிப்படையாக உள்ளதும் அதன் காரணகர்த்தாவாக விளங்குவதுமான ‘மக்கட் தொகை’ (population) என்பதிலிருந்து தொடங்குவது சரியெனப்படலாம். ஆயினும், மேலும் பரிசீலிக்கையில், இது தவறென நிரூபணமாகிறது. ‘மக்கட்தொகை’ என்பதிலிருந்து வர்க்கங்களைப் பிரித்தெடுத்துவிட்டால் எஞ்சி நிற்பது ஒரு அருவம்தான். இந்த வர்க்கங்களும்கூட, அவற்றுக்கு அடிப்படையாக உள்ள கூறுகளைப் (எடுத்துக்காட்டாக, கூலி உழைப்பு, மூலதனம் முதலியன வற்றைப் பற்றிய) ட்ற்றிய பரிச்சியம் எனக்கு இல்லாமல் போகுமே யானால், வெற்றுச் சொற்களாகவே இருக்கும். கூலி உழைப்பு, மூலதனம் முதலியவையும் கூட பரிவர்த்தனை, உழைப்பின் பிரிவினை, விலைகள் முதலியனவற்றைச் சார்ந்துள்ளன. எடுத்துக்காட்டாக, கூலி உழைப்பு, மதிப்பு, விலை முதலியன இல்லாவிட்டால் மூலதனம் என்பது ஏதுமிருக்காது. எனவே நான் மக்கட்தொகை என்பதிலிருந்து தொடங்கி னால் அது முழுமை பற்றிய குழப்பமான கருத்தாகவே இருக்க முடியும். அப்படியானால் நான், மேலும் நுட்பமான வரையறைகள் (definitions) மூலம் மென்மேலும் எளிமையான கருத்துகளுக்குப் பகுத்தாய்வு மூலம் சென்றடைவேன். நான் கற்பனை செய்துகொண்ட தூலக் கருத்திலிருந்து மென்மேலும் அருவமான கருத்துகளுக்கு வந்து சேர்வேன். இறுதியில் எளிமையான வரையறைகளுக்கு வந்து சேர்வேன். அது இப்போது →

என்ன என்பது தெரியவருகிறது. சரக்கின் மதிப்பு பற்றிய கோட்பாட்டை அறியும் உணர்வுபூர்வமான முயற்சி அவர்களிடம் இல்லை என்னும் போதிலும் அந்தந்த சரக்கின் மதிப்பை அவர்கள் குத்து மதிப்பாகத் தெரிந்து வைத்திருக்கிறார்கள். சரக்கின் மதிப்பு என்னும் கருத்து எந்த நிகழ்முறையின் மூலம் உருவாக்கப்படுகிறது

முழுமை பற்றிய குழப்பமான கருத்தல்ல. மாறாக, பல்வேறு வரையறைகளும் உறவுகளும் கொண்ட ஒரு செழுமையான முழுமையாகும்" (Karl Marx, Grundrisse, Penguin, London, 1974, p.101). இங்கு மார்க்ஸ், அருவப்படுத்தும் ஆற்றலைக்கொண்டு யதார்த்த உலகை 'மிக எளிமையான வரையறைகளாக' உடைக்கிறார். பிறகு, தனித்தனியாகப் பிரிக்கப்பட்ட அவற்றைக் கொண்டு 'பல்வேறு வரையறைகளும் உறவுகளும் கொண்ட ஒரு செழுமையான முழுமையாக' யதார்த்த உலகை ஒரு கோட்பாட்டுத் தளத்தில் மறு கட்டமைப்புச் செய்கிறார். சமுதாயம் ஒரு முழுமையாக அமைகிறது என்றும் அதன் பல்வேறு அம்சங்களை, ஒரு முழுமையின் பகுதிகள் என்று மட்டுமே புரிந்துகொள்ள முடியும் என்றும் ஒன்றிலிருந்து மற்றொன்றைத் துண்டித்த நிலையில் அவற்றுக்கு அர்த்தம் ஏதும் இல்லை என்றும் மார்க்ஸ் கூறுகிறார். சமுதாயம் என்பது தனித்தனியாக உள்ள நபர்களின் சேர்க்கை எனக் கருதிய பூர்ஷ்வாப் பொருளாதாரவாதிகளை மார்க்ஸ் விமர்சித்தார். பதினேழாம் நூற்றாண்டுப் பொருளாதார அறிஞர்கள், சமுதாயம், அரசு, மக்கட்தொகை முதலியவற்றிலிருந்து தமது ஆய்வுகளைத் தொடங்கினர். ஆனால் சரியான விடைகளைக் காண முடியாத அவர்கள், எளிமையான, அருவமான கருத்துகளான 'உழைப்பின் பிரிவினை', 'பணம்', 'மதிப்பு' போன்றவற்றைப் பரிசீலிக்கும் கட்டாயத் திற்கு ஆளாயினர். ஆனால் மார்க்ஸோ, 'உழைப்பு', 'சரக்கு', 'உழைப்பின் பிரிவினை', 'பரிவர்த்தனை மதிப்பு' போன்ற எளிமையான கருத்துகளி லிருந்து தொடங்கி, 'அரசு', 'சர்வதேசப் பரிவர்த்தனை', 'உலகச் சந்தை' போன்ற கருத்துகளுக்கு வந்து சேர்ந்தார். அவர் கூறுகிறார்: "அருவத்தி லிருந்து தூலமானதற்கு முன்னேறும் முறையில்தான் சிந்தனையானது, தூலமானதைத் தன்வயப்படுத்தி, அதைத் தூலமான கருத்தாக (Concrete Concept) மறு கட்டமைப்புச் செய்கிறது". நாம் காணும் யதார்த்தமான, தூலமான உலகம் கருத்தின், சிந்தனையின் படைப்பு என்னும் ஹெகெலியக் கருத்துமுதல்வாத நிலைப்பாட்டிற்கு மாறாக, அந்த தூலமான, யதார்த்தமான, புலன்களுக்குப் பிடிபடுகிற உலகத்தைத் தன் சிந்தனையின் ஆற்றலைக் கொண்டு தூலமான கருத்தாக மறு படைப்புச் செய்கிறார் மார்க்ஸ்.

மற்றொரு புறமோ, கருத்துமுதல்வாதிகள், யதார்த்த உலகின் திட்டவட்டமான, தூலமான, புலன்களுக்குப் பிடிபடுகிற கூறுகளை யெல்லாம் பிரித்து எடுத்துவிட்டு அவற்றை ஒன்றுக்கொன்று தொடர் பில்லாத வெறும் அருவக் கருத்துகளாக, தர்க்க வகைத்திணைகளாக வகைப்படுத்துவதைச் சுட்டிக்காட்டுகிறார்.

என்பதை அவர்கள் உணர்ந்திருப்பதில்லை: "இந்த நிகழ்முறையின் இடைநிலைக் கட்டங்கள் தடயம் ஏதும் விட்டுச் செல்லாமல் முடிவில் மறைந்து போகின்றன" (C.I.92) * எனவே மனிதர்களுக்கு, சரக்குகளின் மதிப்பு என்னும் அருவக் கருத்து, சமூக நடைமுறை சிந்தனையில் ஏற்படுத்தும் பிரதிபலிப்பாகத் தெரிவதில்லை.

---

* சரக்கு (commodity) என்பது ஒரு அருவக் கருத்து. இது வெறும் பொருளை அல்ல, மனிதர்களுக்கிடையே உள்ள உறவுகளைக் குறிக்கிறது. தொலைக் காட்சிப் பெட்டி, பேனா, ரொட்டி, வேட்டி ஆகியவற்றை ஒன்றுக்கொன்று பரிவர்த்தனை செய்துகொள்ளமுடிகிறது என்றால் அவற்றுக்கிடையே ஒரு பொது அம்சம் இருந்தாக வேண்டும். அவை அனைத்துமே உழைப்பின் உற்பத்திபொருட்கள் என்பதுதான் அந்தப் பொது அம்சம். எனவே சரக்கு களின் மதிப்பு என்பது எந்த விகிதத்தில் அவை ஒன்றுக்கொன்று பரிவர்த்தனை செய்யப்படுகின்றனவோ அந்த விகிதமானது , ஒவ்வொரு சரக்கிலும் சேர்ந்துள்ள உழைப்பின் அளவைக் கொண்டு தீர்மானிக்கப் படுகிறது. இந்த உழைப்பின் அளவானது அதைச் செலவிடுவதற்குத் தேவையான நேரத்தைக் கொண்டு அளவிடப்படுகிறது. அப்படியானால் ஒரு சட்டையைத் தைக்க நான்கு மணி நேரமும் ஒரு ஜோடி செருப்பு களைத் தைக்க எட்டு மணி நேரமும் ஆகிறது என வைத்துக்கொள்வோம். ஒரு ஜோடி செருப்புக்கு ஒரு சட்டையைவிட இரு மடங்கு மதிப்பு இருந்தாக வேண்டும். ஒரு ஜோடி செருப்புக்கு இரு சட்டைகள் வந்தாக வேண்டும். சட்டை தைப்பதிலும் செருப்பு செய்வதிலும் வெவ்வேறு வகையான உழைப்புச் சேர்கிறது என்பது உண்மைதான். தையற்காரரும் செருப்புத் தைக்கும் தொழிலாளியும் வெவ்வேறு வகையான தூலமான உழைப்பைச் செலவிடுகின்றனர். ஆனாலும் எல்லா உழைப்பும் ஒரே மாதிரியானவை எனக் கூறலாம். ஏனெனில் அவை எல்லாமே மனித உழைப்புத்தான். தொழில் நுட்பமற்ற சாதாரண உழைப்பும் தொழில் நுணுக்கம் கொண்ட உழைப்பும் ஒன்றுக்கொன்று ஒப்பிடத்தக்கவை. தொழில்நுட்பம் கொண்ட உழைப்பு என்பது சாதாரணமான உழைப்பின் மேம்பாடு அல்லது அதன் பெருக்கம். அதன் காரணமாக ஒரு மணி நேர தொழில்நுட்பம் சார்ந்த உழைப்பு இரண்டு மணி நேர சாதாரண உழைப்புக்கு ஈடாகலாம். எனவே ஒரு சரக்கின் மதிப்புமே அதை உற்பத்தி செய்யச் சமுதாயரீதியில் தேவையான உழைப்பு நேரத்தைக் கொண்டே நிர்ணயிக்கப்படுகிறது. மனித சமுதாயத்தின் வளர்ச்சியில், ஒருவர் ஒரு பொருளை நேரடியாக மற்றொருவருக்குக் கொடுத்துவிட்டு, மற்றொருவரிடமிருந்து நேரடியாக மற்றொரு பொருளை வாங்கிக்கொள்வ தெல்லாம் போய் எல்லாச் சரக்குகளையும் வாங்கி விற்கக்கூடிய, எல்லாச் சரக்குகளின் மதிப்புகளையும் அளவிடக்கூடிய ஒரு பொது அளவுகோல் கண்டுபிடிக்கப்பட்டது. அதுதான் பணம். தங்கம், வெள்ளி போன்றவை அரிதான உலோகங்களாக இருப்பதாலும் அவற்றைத் தோண்டி எடுத்துப் பயன்படுத்துவதற்கு ஏராளமான உழைப்புத் தேவைப்படுவதாலும், →

வர்க்கங்கள் நிலப்பிரபுத்துவ ஆட்சியின் கீழேயே இருந்தன. இங்கிலாந்தில் முதன்மையான தத்துவப் போக்கு கருத்துமுதல் வாதம், அறியொணாவாதம் (agnosticism) ஆகியவற்றை நோக்கிச் சென்றது. இவற்றின் தலையாய பிரதிநிதிகளாக இருந்தவர்கள் முறையே பெர்க்ளி, ஹ்யூம் ஆகியோராவர்; * பிரான்சில் இயங்காவியல் பொருள்முதல்வாதமும் (ஹெல்வெஷியஸ், திதரோ) ஜெர்மனியில் கருத்துமுதல்வாதமும் (லீப்னிஸ், காண்ட், ஹெகல்) ஆதிக்கம் செலுத்தி வந்தன. ஆனால் புரட்சிகர இயக்கமும் அண்மைக்காலத்திய அறிவியல் முன்னேற்றங்களும் தந்த உள் உந்துதலின் விளைவாக எல்லாவிடங்களிலும் தத்துவம் புதிய இயங்கியல் உணர்வைப் பெறத் தொடங்கியது. ஜெர்மனியில்தான் கருத்துமுதல்வாதத்திற்கும் பொருள்முதல்வாதத்திற்குமிடையிலான முரண்பாடுகள் மிகவும் கூர்மையடைந்து இரண்டிற்குமிடையே இறுதி முறிவு ஏற்பட்டது.

இம்மானுவேல் காண்ட் (கி.பி.1724-1804) பொருள் இருப்பதையும் அது நமது ஐம்புலன்களின் வழியாக நமது மனத்தில் வினையாற்றுவதையும் ஏற்றுக்கொண்ட போதிலும் மனம் என்பது தர்க்க வகைத்திணைகளால் ஆனது என்றும் அவை பொருளிலிருந்து வகுக்கப்பட்டவை அல்ல என்றும், இப்படி வெறும் மனத்தளவிலேயான தர்க்க வகைத்திணைகளுக்குள் நாம்

---

* மாற்றமும் வளர்ச்சியுமில்லாமல் உலகிலிருந்து தனித்து நிற்பதாகக் கூறப்படும் முழுமுதற் கருத்து (Absolute Idea) ஒன்றினால் இப்புற யதார்த்த உலகு படைக்கப்பட்டதாகவும் அதே சமயம் இந்த உலகிற்குப் பொருண்மை இயல்பு உண்டு என்றும் கருதுகிற தத்துவவாதிகள் (பிளாட்டோ, லீப்னிஸ் போன்றோர்) புற நிலைக் கருத்துமுதல்வாதிகள் ஆவர். அதற்கு மாறாக, புற உலகு என்பது ஏதும் இல்லை; பொருட்களும் உலகும் அக நிலை உணர்வினால் (subjective consciousness) படைக்கப் பட்ட மாயத் தோற்றங்களே எனக் கருதுகிற தத்துவவாதிகள் அகநிலைக் கருத்துமுதல்வாதிகளாவர். பொருண்மை உலகு என்பது ஏதும் இல்லை, பொருட்கள் என்பன வெறும் புலனுணர்ச்சிகளேயன்றி உண்மையானவை அல்ல என்று கூறுவோரும் அகநிலைக் கருத்து முதல்வாதிகளாவர். பிஷப் பெர்க்ளி, டேவிட் ஹ்யூம் ஆகியோர் இத்தகையவர்களாவர். ஒரு பொருளை அல்லது நிகழ்ச்சிப்போக்கைத் தொடர்ந்து வருவது மற்றொரு அல்லது நிகழ்ச்சிப்போக்கு மட்டுமேயன்றி, ஒரு பொருள் அல்லது நிகழ்ச்சிப்போக்கு மற்றொரு பொருளை அல்லது நிகழ்ச்சிப்போக்கை உருவாக்குவதாகக் கருதக்கூடாது என்று ஹ்யூம் கூறினார்.

யந்திரவியல் அமைப்பாகக் கருதினர். இவ்வகையில் அவர்கள் பண்டைக் கிரேக்கத் தத்துவவாதிகளிடமிருந்து வேறுபட்டிருந்தனர்:

> பதினெட்டாம் நூற்றாண்டின் முதல் பாதியின் இயற்கை அறிவியல், அறிவு, விஷயங்களைச் சலித்தெடுத்தல் ஆகிய வற்றைப் பொருத்தவரை பண்டைக் கிரேக்கக் காலத்தைவிட மிகவும் மேம்பட்டதாக இருந்தது. ஆனால் தான் திரட்டிய விஷயங்களைக் குறித்த கருத்துநிலை, இயற்கை குறித்த பொதுவான கண்ணோட்டம் ஆகியவற்றைப் பொருத்தவரை கிரேக்கத் தத்துவவாதிகளிலிருந்து மிகவும் பின் தங்கியே இருந்தது. கிரேக்கத் தத்துவவாதிகளைப் பொருத்தவரை உலகம் என்பது உண்மையில் ஒழுங்கற்ற நிலையிலிருந்து தோன்றி, வளர்ந்து, உருப்பெற்றதாகும். ஆனால் பதினெட்டாம் நூற்றாண்டின் முதல் பாதியைச் சேர்ந்த அறிவியல் அறிஞர்களைப் பொருத்தவரை உலகம் என்பது இறுகிப்போனதும் மாற்றியமைக்க முடியாததும் பெரும் பாலும் ஒரே நேரத்தில் உருவாக்கப்பட்டதுமாகும். அறிவியல் இன்னும் இறையியலில் ஆழமாகச் சிக்கிக் கொண் டிருந்தது. எல்லாவிடத்திலும் அது இயற்கைக்கு வெளியே இருந்து வருவதாகக் கருதப்பட்ட தூண்டுதலையே அறுதிப் பொருளாகக் கருதி அதைத் தேடிக் கண்டுபிடிக்க முனைந்ததே யன்றி, அந்தத் தூண்டுதலை இயற்கையினூடாகவே கண்டறிந்து விளக்க முடியாததாக இருந்தது. (ME 3.45)

3. புதிய இயங்கியல்

பூர்ஷ்வாப் புரட்சி ஐரோப்பாவில் சமச்சீரற்ற முறையில் வளர்ச்சி கண்டதன் காரணமாக, கருத்துமுதல்வாதத்திற்கும் பொருள்முதல்வாதத்திற்கும் இடையில் இருந்த முரண்பாடு சிக்கலடைந்தது. இங்கிலாந்தில் கி.பி.1649 ஆம் ஆண்டிலும் பிரான்சில் 1789 ஆம் ஆண்டிலும் ஏற்பட்ட பூர்ஷ்வாப் புரட்சி 1848 ஆம் ஆண்டு வரை ஜெர்மனியில் நிகழவில்லை. இந்தக் கால கட்டம் முடிவடைகையில், ஆங்கிலேயே, பிரெஞ்சு பூர்ஷ்வா வர்க்கங்கள் அரசு அதிகாரத்தைக் கைப்பற்றியதற்கு நீண்ட காலத்திற்குப் பிறகும்கூட, ஜெர்மானிய, ஆஸ்திரிய பூர்ஷ்வா

இத்தகைய சமுதாயத்திற்கு, மனிதன் என்னும் அருவமான கருத்தை வழிபடுகிற கொள்கையைக் கொண்ட கிறிஸ்துவம்- இன்னும் குறிப்பாக, அச்சமுதாயத்தில் முதலாளியம் வளர்ச்சி யடைகையில் புரொடெஸ்டெண்ட் கிறிஸ்துவ சமயம், உலகைப் படைத்தது கடவுள்தான் என்றாலும் சமயப் பிரச் சனைகளை மனித அறிவுதான் தீர்த்துக்கொள்ள வேண்டும் என்று கூறிய டெய்யிஸம் (Deism) முதலியன - மிகவும் பொருத்தமான சமய வடிவமாக அமைகின்றது. C1 79

கோபர்னிகஸ், கெப்ளர் ஆகியோரின் அறிவியல் கோட்பாடுகள், பூமி பேரண்டத்தின் மையத்தில் இருப்பதாகவும் அது அசையாமல் ஓரிடத்திலேயே இருப்பதாகவும் கருதிய மத்திய கால உலகக் கண்ணோட்டத்தைத் தகர்த்தெறிந்தன. பேகன், தத்து வத்திற்கான முன்னேற்றப் பாதையைச் சுட்டிக்காட்டிய போதிலும் அவரைப் பின்பற்றுவோர் யாருமில்லாது போய்விட்டது. கத்தோலிக்க, புரொடெஸ்டெண்ட் சமய நிறுவனங்களின் செல்வாக்கின் காரணமாக, மத்திய காலத்திற்குப் பிறகும்கூட தத்துவ, அறிவியல் சிந்தனைகளில் இயங்காவியலே மேலாதிக்கம் செலுத்திவந்தது. தத்துவத்தில் மனம் (சிந்தனை) வேறு, பொருள் வேறு என்று பார்க்கப்பட்டதால் ஒருபுறம் அகநிலைக் கருத்து முதல்வாதமும் மற்றோர்புறம் இயங்காவியல் அல்லது யந்திரவியல் பொருள்முதல்வாதமும் தோன்றின. அகநிலைக் கருத்துமுதல்வாதம் பொருளை மனமாக, கருத்தாகக் குறுக்கியது. இயங்காவியல் அல்லது யந்திரவியல் பொருள்முதல்வாதமோ சிந்தனையையுமே பொருளாகக் கருதியது. டெமொக்ரிடஸ், எபிகூரஸ் ஆகியோரின் அடியொற்றி ஐஸக் நியூட்டன் (Isac Newton - கி.பி. *1642-1727*), எந்திரவியல் விதிகளின் ஆளுகைக்குட்பட்ட பொருண்மைப் பேரண்டம் பற்றிய கோட்பாட்டை உருவாக்கியபோதிலும் அப்பேரண்டத்தையும் உள்ளடக்கக்கூடியதும் அதையும்விடப் பெரியதுமான யதார்த்தம் ஒன்று இருக்கிறது என்றும் அங்கு கடவுள் ஆட்சி செய்கிறார் என்றும் கூறினார். உயிரியலில் அர்ஸ்டாட்டிலின் அடியொற்றிச் சென்ற லின்னேயஸ் (Linnaeus - கி.பி. *1707-78)* விலங்குகளையும் தாவரங்களையும், அவை தோன்றிய காலத்தி லிருந்தே மாறாத, நிலையான தன்மையிலேயே உள்ளன என்னும் அனுமானத்தின் அடிப்படையில் வகைப்படுத்தினார்.

இந்தக் காலகட்டத்திய அறிவியல் அறிஞர்கள், உலகம் என்பதை தோன்றி, வளர்ந்து, மறைகிற உயிரோட்டமுள்ள இயக்க மாகக் காணாமல், வளர்ச்சியடையும் ஆற்றலற்ற ஒரு மூடிய

பெற்றிருக்கிறது. அறிவியல் அறிஞர்களும்கூட அருவக் கருத்து களைப் பயன்படுத்தவே செய்கின்றனர். ஆனால் அவர்களது கோட் பாடுகள் நடைமுறையில் இடைவிடாது சோதித்துப் பார்க்கப்படு கின்றன. இயங்கியல் சிந்தனை, இயங்காவியல் சிந்தனை ஆகிய இரண்டு போக்குகளும் வர்க்க சமுதாய சிந்தனையிலுள்ள அடிப் படை முரண்பாட்டை வெளிப்படுத்துகின்றன. உற்பத்திச் சக்தி களுக்கும் உற்பத்தி உறவுகளுக்குமுள்ள முரண்பாட்டை இவை ஒத்திருக்கின்றன.

ஐரோப்பியச் சிந்தனையைப் பொருத்தவரை ஐந்தாம் அத்தியாயத்தில் கூறப்பட்டதுபோல் 'ஒன்று' என்பது குறித்த பார்மெனியடிக் கோட்பாட்டில்தான் இயங்காவியல் முதன்முதலாக வெளிப்பட்டது. மீண்டும் அது கடவுள் என்றும் மனிதன் என்றும் கிறிஸ்துவ இறையியல் கூறும் அருவக் கருத்துகளில் வெளிப்பட்டது:

சமய உலகம் என்பது யதார்த்த உலகத்திற்கான எதிர்வினையே. சரக்கு உற்பத்தியின் அடிப்படையிலான சமுதாயத்தில், உற்பத்தியாளர்கள் தமது உற்பத்திப் பொருட்களைச் சரக்கு களாகவும் மதிப்புகளாகவும் கருதி ஒருவருடன் ஒருவர் சமூக உறவுகளைக் கொள்கின்றனர். இவ்விதம் அவர்கள் தத்தமது தனிப்பட்ட உழைப்பை ஒருபடித்தான மனித உழைப்பு என்னும் அருவ நிலைக்குக் கொண்டுவந்து விடுகின்றனர்.

குழுக்களின் உழைப்பால் இவை உற்பத்தி செய்யப்பட்டவையாக இருப்பதேயாகும். இத்தனிநபர்கள் அனைவரது உழைப்பின் ஒட்டு மொத்தமே சமுதாயத்தின் ஒட்டுமொத்த உழைப்பாக அமைகிறது. உற்பத்தியாளர்கள் தமது பொருட்களைப் பரிவர்த்தனை செய்ய வரும் வரை ஒருவருடனொருவர் சமூகத் தொடர்பு கொள்வதில்லையாதலால், பரிவர்த்தனைச் செயலில் மட்டுமேயன்றி வேறெதிலும் ஒவ்வொரு உற்பத்தியாளனுக்குமுள்ள திட்டவட்டமான, குறிப்பான சமூகத்தன்மை தன்னை வெளிப்படுத்திக்கொள்வதில்லை. வேறுவிதமாகச் சொல்வ தென்றால், பரிவர்த்தனைச் செயல் மூலம் நேரடியாகவும் பொருட்களின் மூலமாக உற்பத்தியாளர்களுக்கு இடையே மறைமுகமாகவும் நிறுவப்படுகிற உறவுகளைக் கொண்டுதான் தனிநபரின் உழைப்பு தன்னை சமூக உழைப்பின் ஒரு பகுதியாகத் தன்னை நிலை நிறுத்திக்கொள்கிறது. ஆக, உற்பத்தியாளர்களைப் பொருத்தவரை ஒரு தனிநபரின் உழைப்பை மற்றொரு தனிநபரின் உழைப்புடன் இணைக்கும் உறவுகள், உழைப்பில் ஈடுபட்டுள்ள தனிநபர்களுக்கிடையில் உள்ள நேரடியான சமூக உறவுகளாகத் தோன்றுவதில்லை. மாறாக அவை, உண்மையில் இருக்கிறபடிதான் - அதாவது, மனிதர்களுக்கிடையில் உள்ள பொருள்வகை உறவுகளாகவும் பொருட்களுக்கிடையில் உள்ள சமூக உறவுகளாகவும் - காட்சியளிக்கின்றன" (CI, 79)

பொருளை அதன் யதார்த்தமான தூல நிலையைப் புறக் கணித்துவிட்டு அதை வெறும் அருவமான கருத்தாகக் கொள்ளும் தத்துவ முறைகள் யாவும் இயங்காவியலே ஆகும். இயங்காவியல் சிந்தனை ஊகத்தை அடிப்படையாகக் கொண்டதேயன்றி பரிசோதனையை அல்ல. இதில் சிந்தனை நடைமுறையிலிருந்து விலகி நிற்கிறது. மற்றோர்புறமோ, இயங்காவியலிலிருந்து தன்னை விடுவித்துக்கொண்ட அறிவியல் சிந்தனை, அது தன் கட்டுப் பாட்டுக்குள் கொண்டுவர முனையும் இயற்கை நிகழ்ச்சிப் போக்கு களைப் போலவே உள்ளுணர்வாகவே இயங்கியல் தன்மையைப்

மனிதர்களுடைய உழைப்பின் சமூகத் தன்மை அந்த உழைப்பின் உற்பத்திப் பொருளுக்கே உரிய யதார்த்தத்தன்மையாக அவர்களுக்குத் தோற்றமளிக்கிறது: "உற்பத்தியாளர்களுக்கு அவர்கள் அனைவரது உழைப்பின் ஒட்டுமொத்தத்துடன் உள்ள உறவானது அவர்களிடையே நிலவுகிற சமூகஉறவாக அல்லாமல் அவர்களது உழைப்பின் உற்பத்திப் பொருட்களிடையே நிலவுகிற சமூக உறவாக அவர்களை எதிர்கொள் கிறது. சரக்கின் புதிர்த் தன்மைக்கு இதுவேதான் காரணம். உழைப்பின் உற்பத்திப் பொருட்கள் சரக்குகளாவதற்கு, அதாவது புலன்களால் உணரக் கூடியவையும் அதே சமயம் புலன்களால் உணரமுடியாதவையுமான சமூகப் பொருட்களாவதற்கு இதுவேதான் காரணம்... பௌதீகப் பொருட் களிடையே ஒரு பௌதீக உறவு நிலவுகிறது. ஆனால் சரக்குகள் விஷயத்தில் அப்படி இல்லை. பொருட்கள் சரக்குகளாக இருப்பதும், அவற்றைச் சரக்குகள் என முத்திரை குத்துகிற உழைப்பின் உற்பத்திப் பொருட்களுக்கிடையிலான மதிப்பு உறவும் அவற்றின் பௌதீக இயல்பு களோடும், இந்த இயல்புகளிலிருந்து எழும் பொருள்வகை உறவு களோடும் சிறிதும் தொடர்பற்றவை. அங்கே மனிதர்களிடையே உள்ள திட்டவட்டமான சமூக உறவாக இருப்பது அவர்களது கண்களுக்கு பொருட்களிடையே நிலவும் உறவு என்னும் விசித்திரக் கற்பனை வடிவத்தில் காட்சியளிக்கிறது. எனவே, இதற்கு ஒரு உவமை காண வேண்டுமானால், நாம் சமய உலகின் பனி மூடிய பிரதேசத்தில் புக வேண்டும். அந்த சமய உலகில் மனித மூளையின் படைப்புகள் உயிருள்ள சுதந்திரப் பிறவிகளாகவும், ஒன்று மற்றொன்றுடனும் மனித இனத்தோடும் உறவு கொள்கிறவையாகவும் தோற்றமளிக்கின்றன. மனிதக் கரங்களால் படைக்கப்பட்ட உற்பத்திப் பொருட்களும் சரக்குலகில் இவ்வாறே தோற்ற மளிக்கின்றன. இதைத்தான் நான் சரக்குகளுக்கு கற்பிக்கப்பட்ட மானிடப் பண்பு (Fetishism of Commodities) என்றழைக்கிறேன். உழைப்பின் உற்பத்திப்பொருட்கள் சரக்குகளாக உற்பத்தி செய்யப்பட்டதுமே இந்த பண்பு அவற்றுடன் ஒட்டிக்கொள்கிறது; எனவே இதனைச் சரக்கு உற்பத்தி யிலிருந்து பிரிக்க முடியாது... பொதுவாகச் சொல்லப்போனால், பயனுள்ள பொருட்கள் சரக்குகளாக மாறுவதற்குக் காரணம் யாரையும் சாராது வேலை செய்கின்ற தனிநபர்களின் அல்லது தனிநபர்கள் உள்ள →

மாறாக, நடைமுறை சாராத தூய சிந்தனையில் தானாகவே தோன்றும் கருத்தினமாகவே தெரிகிறது. இதுதான் 'சரக்குகளுக்குக் கற்பிக்கப்பட்ட மானிடப் பண்பு' (commodity fetishism) * அல்லது 'பொய்மையான உணர்வு' (false consciousness) என்பதாகும். இது தத்துவத்தில் இயங்காவியல் சிந்தனையாக வெளிப்படுகிறது.

அவை நீடித்து நிற்கக்கூடியவையாக இருப்பதாலும், எல்லாச் சரக்குகளின் மதிப்புகளையும் அளவிடக்கூடிய பொது அம்சமாக எல்லாராலும் ஏற்றுக் கொள்ளப்பட்டன. எளிதில் கையாளப்படக்கூடிய வகையிலும், உலோகம் சுத்தமானது என்பதைக் குறிக்கின்ற அதிகாரப்பூர்வமான முத்திரைகள் பதிக்கப்பட்டும் தங்க, வெள்ளி நாணயங்கள் வார்த்தெடுக்கப்பட்டன. இடைவிடாத புழக்கத்தின் காரணமாக அந்த நாணயங்கள் தேய்ந்துபோய் அவற்றின் மதிப்புக் குறையலாயிற்று. இவற்றின் உண்மையான மதிப்புக்கும் தேய்ந்துபோனதன் காரணமாக உள்ள பெயரளவிலான மதிப்புக்கும் இடையே வேறுபாடு தோன்றலாயிற்று. எனவே மலிவான உலோகங்களால் ஆன நாணயங்கள் புழக்கத்திற்கு வரலாயின. இவை மதிப்பின் இயல்புருக்கள் அல்ல. மாறாக மதிப்பின் அடையாளங்கள் (symbols). தங்கம், வெள்ளி ஆகியவற்றுக்குப் பதிலாக மலிவான உலோகங்களை மாற்றீடு செய்வதன் தொடர்ச்சியாகவே கடைசியில் காகித நோட்டுகள் வெளியிடப்பட்டன.

* மனிதர்களின் பயன்பாட்டிற்காக மனித உழைப்பால் உற்பத்தி செய்யப்படும் பொருட்கள்தான் ஒரு குறிப்பிட்ட திட்டவட்டமான சமுதாய நிலைமைகளில் சரக்குகளாகின்றன (அதாவது விற்பனைப் பண்டங்களாகின்றன). அதாவது இவை பரிவர்த்தனை - மதிப்புகளாகின்றன. பரிவர்த்தனை - மதிப்புகள் என்னும் வடிவத்தில் இவை பொய்த் தோற்றங்கள் பலவற்றை உருவாக்குகின்றன. மார்க்ஸ் கூறுகிறார்: "மனிதர்கள் ஏதோவொரு விதத்திலேனும் ஒருவர் மற்றொருவருக்காக உழைக்கிற அக்கணத்திலிருந்தே அவர்களது உழைப்பு ஒரு சமூக வடிவத்தை மேற்கொள்கிறது. அப்படியானால் உழைப்பின் உற்பத்திப் பொருள் சரக்கு என்னும் வடிவத்தை மேற்கொண்டதுமே, அது பெறுகிற புதிர்த்தன்மை எதிலிருந்து பிறக்கிறது? சரக்கு என்னும் இந்த வடிவத்திலிருந்தே என்பது தெளிவு. மனித உழைப்பின் அனைத்து வகைகளுக்கும் இடையிலான சமத்துவம், அவற்றின் உற்பத்திப் பொருட்கள் அனைத்தும் மதிப்புகளாக இருப்பதன் வாயிலாக யதார்த்தத்தில் வெளிப்படுத்தப் படுகிறது. உழைப்புச் சக்தி எவ்வளவு செலவிடப்படுகிறது என்பது அது செலவிடப்படும் கால அளவைக் கொண்டு அளவிடப்படுகிறது. இந்த அளவு உழைப்பின் உற்பத்திப் பொருட்களது மதிப்பின் அளவு என்னும் வடிவத்தை எடுக்கிறது. இறுதியாக, உற்பத்தியாளர்கள் ஒருவருக்கொருவர் கொள்ளும் உறவுகள் - அவர்களது உழைப்பின் சமூகத் தன்மை இவ்வுறவுகளில்தான் வெளிப்படுகிறது - உற்பத்திப் பொருட்களிடையிலான சமூக உறவு என்னும் வடிவத்தை மேற்கொள்கின்றன. ஆக, →

காண்ட்டிற்கு நேர்மாறாக, ஹெகல் (கி.பி.1770-1831) உலகம் ஒன்று என்றும் அது முழுமையாக அறியப்படக்கூடியதே என்றும் உறுதிபடக் கூறினார். அறிவு என்பது ஒரு இயக்கம் என்றும் பொருட்களின் தோற்றத்தில் காணப்படும் முரண்பாடுகளிலிருந்து தொடங்கி அவை அப்பொருட்களின் உட்சாரத்தில் தீர்வு பெறுவதில் முடிவடையும் வரை, வளர்ச்சியின் ஒரு கட்டத்திலுள்ள முரண்பாடுகளிலிருந்து தொடங்கி அவை அடுத்த கட்டத்தில் தீர்வு காண்பது வரை அறிவு வளர்ச்சியடைகிறது என்றும் கூறினார். ஒவ்வொரு நிகழ்ச்சிப்போக்கிலும் ஒரு உள் முரண்பாடு தோன்று கிறது என்றும் அது வளர்ச்சியின் அடுத்த கட்டத்தை நோக்கி அந்த நிகழ்ச்சிப் போக்கை உந்தித் தள்ளுகிறது என்றும் கூறினார். புதிய கட்டம் பழைய கட்டத்தை மறுக்கிறது. பின்னர் அந்த புதிய கட்டமும்கூட மறுக்கப்படுகிறது. இதைத்தான் ஹெகல் 'மறுப்பின் மறுப்பு' (negation of nagation) என்று கூறினார். (இந்தச் சொற் றொடர் நிறைவானதல்ல, ஏனென்றில் இது எதிர்மறை அம்சத்திற்கு மிகை அழுத்தம் தருகிறது. B என்பது A வை மறுக்குமேயானால் B மறுத்ததை A உறுதி செய்கிறது. A என்பது B இன் மறுப்பு என்றால் அது A வை மறு உறுதி செய்கிறது. ஒவ்வொரு கட்டமும் உறுதி செய்தல், மறுத்தல் ஆகிய இரண்டுமேயாகும்). ஹெகெல் கலைக் களஞ்சிய அறிவுடன் , தத்துவம் உட்பட இயற்கை அறிவியல், வரலாற்று அறிவியல் ஆகியவற்றின் எல்லாத் துறைகளையும் இந்த இயங்கியல் தர்க்கவியலின் அடிப்படையில் ஆராய்ந்தார். ஆனால் கருத்துமுதல்வாதியான அவர் பொருள் அல்ல, மனம் அல்லது கருத்து என்பதுதான் ஒரே ஒரு மெய்ம்மை என்று கருதினார். அவரைப் பொருத்தவரை பொருண்மை உலகத்தின் பரிணாம வளர்ச்சி என்பது சிந்தனையின் இயக்கமாகும். 'முழுமுதல் கருத்து' அல்லது 'முற்றுமை ஆன்மா' காலத்திலும் வெளியிலும் விரிவடை வதேயாகும். கடவுள் தனக்குள் சிந்திப்பது போன்ற விஷயமாகும்.

ஹெகெலின் தத்துவ அமைப்பு மிக ஆழமான இயங்கியல் உணர்வையும் அறிவியல் அறிவுச் செல்வத்தையும் உள்ளடக்கி யிருந்த போதிலும் ஒட்டுமொத்தமாகப் பார்த்தால் அது கருத்து முதல்வாதமும் இயங்காவியலும் ஆகும் (LCW 2.21). இதில் கோட்பாடு நடைமுறையிலிருந்து பிரிக்கப்பட்டிருக்கிறது. இத்தத்துவ அமைப்பு, அறிவியலின் வளர்ச்சியின் காரணமாக ஏற்கனவே நெருக்கடிக்கு உட்பட்டிருந்த பூர்ஷ்வாச் சிந்தனையின் வகையினங்கள் பாட்டாளிவர்க்கத்தால் தகர்த்தெறியப்படவிருந்த கட்டத்தைக் குறித்தது.

புலனறிவால் பெறப்பட்ட விவரங்களை ஒழுங்குபடுத்துகிறோம் என்றும் கூறினார். ஆக, காண்ட்டின் கருத்துப்படி இயற்கையில் நாம் காணும் ஒழுங்கமைப்பு இயற்கைக்குரியது அல்ல; மாறாக, மனத்தால் இயற்கையின் மீது ஏற்றப்பட்டதாகும். புறநிலை யதார்த்தம் - 'தனக்குள் இருக்கும் பொருள்' (thing-in-itself) -அறியமுடியாதது ஆகும்.*

இருப்பினும், காண்ட்தான் தனது இளமைக்காலத்தில் ஒரு முக்கியமான கருதுகோளை முன்வைத்தார். சுழன்று கொண்டிருக் கிற தொலைதூர நட்சத்திரப் படலத்திலிருந்து காலப்போக்கில் சூரிய மண்டலம் உருவாயிற்று என்பதுதான் அக் கருதுகோளாகும். இது பரிணாம வளர்ச்சி குறித்த கருத்தாகும். இக்கருத்து ஏற்கனவே தாவரவியலிலும் விலங்கியலிலும் சார்லஸ் டார்வினின் பாட்டன ரான எராஸ்மஸ் டார்வினாலும் மனிதனைப் பற்றிய ஆய்வில் ரூஸ்ஸோவாலும் (கி.பி.1712-78) பயன்படுத்தப்பட்டு வந்தது. இது ரூஸ்ஸோவின் சிந்தனையிலும் பிற அறிவொளிக்காலச் சிந்தனை யாளர்களின் சிந்தனையிலும் மனித குலத்தின் முன்னேற்றம், மனிதர்களைக் குறைபாடற்ற, முழு நிறைவு பெற்றவர்களாக்குதல் என்னும் கருத்தாக வெளிப்பட்டுப் பின்னர் 'கற்பனாவாத சோசலிச மாக' வளர்ச்சியடைந்தது. இயங்கியல் உணர்வைப் பொருத்தவரை ரூஸ்ஸோ ஹெகெலின் முன்னோடியாக இருந்தார் (AD. 155-57)

---

* ஹ்யூமைப் போலவே காண்ட்டும் காரண - விளைவு உறவு (causal relation) ஒரு புறநிலை யதார்த்தம் அல்ல என்றும் அது அவரவரின் சொந்த வசதிக்கேற்ப உணர்வால் அல்லது மனத்தால் படைக்கப்படும் அகநிலை இயக்கமாகும் என்றார். காரண - விளைவுக் கோட்பாடு இன்றி அறிவியல் இல்லை என்பதை உணர்ந்திருந்த காண்ட், அத்தகைய காரணம், விளைவு, தேவை என்பவற்றின் தோற்றம் மனிதனின் மனமே அன்றி வேறில்லை என்றார். நாம் காண்கிற பொருட்கள் புறநிலையானவை எனக் கருதி னாலும் அப் பொருட்களைப் பற்றி என்றுமே அறிய முடியாது என்னும் காண்டின் கருத்துதான் 'தனக்குள்ளாகிய பொருள் (thing-in-itself)' என்னும் சொற்றொடரின் மூலம் வெளிப்படுத்தப்பட்டது. இதனை விமர்சித்த மார்க்ஸும் ஏங்கெல்ஸும் (லெனினும்கூட) 'தனக்குள்ளாகிய பொருள்' சமூக நடைமுறையின்மூலம் எவ்வாறு 'நமக்காகிய பொருளாக', 'அறியத் தக்க பொருளாக' மாறுவதைச் சுட்டிக்காட்டினர். எடுத்துக்காட்டாக, நிலக் கரித் தாரில் சிவப்புச் சாயம் இருப்பதை அறிவியல் பரிசோதனைகள் கண்டறிந்தன. அப்படிக் கண்டறிவதற்கு முன்பும் அச்சிவப்புச் சாயம் நிலக்கரித் தாரில் இருக்கத்தான் செய்தது. அதாவது 'தனக்குள்ளாகிய பொருளாக' இருந்தது. அறிவியல் ஆராய்ச்சிக்குப் பிறகு அது 'நமக்காகிய பொருளாக' மாறியது.

ஹெகெலிய இயங்கியலை முழுமையாகப் புரிந்துகொள்ள, இந்தச் சொல்லின் வரலாற்றைப் பரிசீலிப்பது அவசியம். 'இயங்கியல்' (இதற்கான கிரேக்கச் சொல் dialetike என்பதாகும்) என்னும் சொல்லின் சரியான பொருள் 'விவாதம் புரியும் கலை' என்பதாகும். 'முரண்பாடுகள்', 'மறுத்தல்' என்னும் சொற்களும்கூட விவாதம் புரிவதையே குறிக்கின்றன. பொருட்களின் இயல்பிலேயே பொதிந்துள்ள இயங்கியலை, அது ஏதோ கருத்துகளுக்கிடையே நடக்கும் பரிமாற்றம் போல் ஏன் விளக்க வேண்டும்?

தொன்மைக்காலத் தத்துவவாதிகளில் இயங்கியல் குறித்த மிக ஆழமான புரிதலைக் கொண்டிருந்தவர் ஹெராக்ளிடஸ்தான். ஆனால் அவர் இயங்கியல் முறையை உருவாக்கவில்லை. பர்மெனிடெஸைப் பின்பற்றியவர்கள்தான் அதைச் செய்தனர். ஆனால் அவர்கள் பொருண்மை உலகம் என்பது ஒரு மாயத் தோற்றம் அல்லது அறிய முடியாதது எனக் கருதிய கருத்துமுதல் வாதிகளாக இருந்ததால், தங்களது இயங்கியல் முறையை கருத்துகள் பற்றிய ஆய்வுக்கான கருவியாகப் பயன்படுத்தினர்.

அவர்களது விவாதங்கள் அங்கீகரிக்கப்பட்டிருந்த ஒரு விதிமுறையின்படி நடத்தப்பட்டன. X என்பவர் ஒரு முதல் கூற்றை முன்வைப்பார் (முதல் கூற்று -thesis); அதனை Y என்பவர் மறுப்பார் (எதிர்க்கூற்று - antithesis); இருதரப்பினரும் ஏற்றுக் கொள்கின்ற சில உண்மைகளுடன் X முன்வைத்த கூற்று முரண்படு கிறது என்பதை எடுத்துக்காட்ட Y முனைவார். இந்த ஆட்சேபணையை எதிர்கொள்ள X தனது கருத்தை ஒரு புதிய வடிவத்தில் மீண்டும் உரைப்பார் (கூட்டிணைக்கூற்று - synthesis). கூற்று எதிர்க்கூற்றாலும் எதிர்க் கூற்று கூட்டிணைக் கூற்றாலும் மறுக்கப்படுகின்றன. ஆக, விவாதம் மூன்று கட்டங்களாகச் செல்கிறது. மூன்றாவது கட்டம் முதல் கட்டத்தை மேலும் உயர்ந்த மட்டத்தில் மீண்டும் உறுதிசெய்கிறது. இரு தரப்பினரும் கடைசியில் ஏற்றுக்கொள்கிற கூட்டிணைக் கூற்று மேற் சொன்னதைப் போன்று விவாதத்திற்கு முன்வைக்கப்படும் தொடக்கக் கூற்றாகி இன்னும் உயர்ந்த கட்டத்திலான ஒரு கூட்டிணைக் கூற்றிற்கு வழிவகுக்கிறது. இவ்வாறு, விவாதத்தின் போது வெளிப்படுத்தப்படுகின்ற முரண்பாடுகளைப் படிப்படி யாகத் தீர்ப்பதன் மூலம், நாம் சிறிய உண்மைகளிலிருந்து பெரிய உண்மைகளுக்கு வந்து சேர்ந்து, இறுதியில் முற்றுமை அறிவை (absolute knowledge) அடைகிறோம் (என்று கருதப்பட்டது).

தொன்மைக்காலத் தத்துவத்திலிருந்து எடுத்துக்கொள்ளப் பட்ட இந்த முறையே ஹெகெலிய மும்மைக் கோட்பாட்டின் (triad:

கருத்து -thesis, எதிர்க்கருத்து - aantithesis), கூட்டிணைக்கருத்து - synthesis) அடிப்படையாக அமைந்தது. ஹெகெலுமே கருத்துமுதல் வாதியாக இருந்ததால் அவர் இயங்கியலை கருத்துகளின் இயக்கமாக - 'தூய அறிவின்' செயல்பாடாகக் கருதினார். ஹெகெலிய இயங்கியலின் சிக்கலான தன்மைகளை மார்க்ஸ் கீழ்க்கண்டவாறு விளக்கினார்:

> தூய கருத்தின் இயக்கம் எதில் அடங்கியுள்ளது? தன்னைத் தானே நிலைப்படுத்திக் கொள்வதிலும் தன்னைத்தானே எதிர்த்துக் கொள்வதிலும் தன்னைத்தானே இணைவுக்குட் படுத்திக்கொள்வதிலும்; கருத்து, எதிர்க்கருத்து, கூட்டிணைக் கருத்து எனத் தன்னைத்தானே முறைப்படுத்துவதில்; அல்லது, மீண்டும், தனது நிலையைத் தானே உறுதிப்படுத்திக் கொள்வதில், தனது நிலையைத் தானே மறுப்பதில், மறுப்பை மறுத்தலில்.

> ஒரு கருத்து எனத் தன்னைத்தானே நிலையிருத்தும், தன்னைத் தானே எதிர்க்கும் இந்தக் கருத்து, இந்தச் சிந்தனை, இரண்டு முரண்பட்ட கருத்துகளாக - நேர்மறைக் கருத்து, எதிர்மறைக் கருத்து என்பனவாக, ஆம், இல்லை என்பனவாக - பிளவுபடு கிறது. எதிர்க்கருத்தில் அடங்கியுள்ள இந்த இரண்டு பகை அம்சங்களின் போராட்டம்தான் இயங்கியல் இயக்கத்திற்கு அடிப்படையாக அமைகிறது. இந்த இயக்கத்தில் ஆம் என்பது இல்லை என்பதாகவும், இல்லை என்பது ஆம் என்பதாகவும், ஆம் என்பது ஆம், இல்லை ஆகிய இரண்டையும் கொண்ட தாகவும், இல்லை என்பது இல்லை, ஆம் ஆகிய இரண்டை யும் கொண்டதாகவும் மாறுகிறது. முரண்பட்ட அம்சங்கள் ஒன்றையொன்று சமன்படுத்திக்கொள்கின்றன, ஒன்றை யொன்று மட்டுப்படுத்திக்கொள்கின்றன. இந்த இரண்டு முரண்பட்ட கருத்துகளின் கூட்டிணைவு ஒரு புதிய கருத்தாக, கூட்டிணைக்கருத்தாக அமைகிறது. இக்கருத்து மீண்டுமொரு முறை இரண்டு முரண்பட்ட கருத்துகளாகப் பிளவுபடுகிறது, இவையும் ஒரு புதிய கூட்டிணைக்கருத்தாக இணைகின்றன. (PP 120).

ஹெகெலிய இயங்கியலை கருத்துமுதல்வாதம் என்னும் சவப்போர்வைக்குள்ளிருந்து விடுவித்ததன் மூலம் அவரது தத்துவத்தில் பொதிந்திருந்த முரண்பாட்டைக் கடந்துவரும் சாதனை மார்க்ஸுக்கு உரியதாயிற்று:

> எனது இயங்கியல் முறை ஹெகெலிய முறையிலிருந்து மாறு பட்டது மட்டுமன்று, அதற்கு நேர் எதிரானதுமாகும்.

ஹெகெலின் தத்துவத்தில், மனித மூளையின் உயிர் இயக்கம், அதாவது சிந்தனை இயக்கம் - இதனை அவர் 'கருத்து' என்னும் பெயரில் ஒரு சுயேச்சையான கர்த்தாவாகவே மாற்றி விடுகிறார் - யதார்த்த உலகத்தின் படைப்பாளி ஆகும்; யதார்த்த உலகம் என்பது 'கருத்து' என்பதன் புறப் புலப் பாட்டு வடிவமேயன்றி வேறல்ல. மாறாக எனக்கோ, கருத் துலகம் என்பது மனித மூளையால் பிரதிபலிக்கப்பட்டு சிந்தனை வடிவங்களாக மாற்றப்படுகிற பொருளுலகமே அன்றி வேறில்லை. (C 1.19)

ஆக, மார்க்ஸியத்தை அதன் வரலாற்றுப் பின்னணியில் வைத்துப் பார்த்தோமேயானால் அதனை 'மறுப்பின் மறுப்பு' என விளக்கலாம் (AD 155). பண்டைக்காலத்தில் ஆதிப் பொருள்முதல் வாதம் பிளாட்டோவின் கருத்துமுதல்வாதத்தால் மறுக்கப்பட்டது. அந்தக் கருத்துமுதல்வாதம் அரிஸ்டாட்டிலின் தத்துவத்தின் வழியாக கிறிஸ்துவ இறையியலின் அடித்தளமாகியது. இயங்கியல் இயங்காவியலால் மறுக்கப்பட்டது. பின்னர், நவீன பூர்ஷ்வா வர்க்கத்தின் எழுச்சியின் காரணமாக இயங்காவியல் வடிவத்தில் பொருள்முதல்வாதமும் கருத்துமுதல்வாத வடிவத்தில் இயங்கியலும் மறு உறுதிப்படுத்தப்பட்டன. பாட்டாளிவர்க்கத்தின் எழுச்சியின் காரணமாக, இயங்காவியல் பொருள்முதல்வாதமும் கருத்துமுதல்வாத இயங்கியலும் மார்க்ஸியத்தால் மறுக்கப்பட்டன.

பாட்டாளிவர்க்கத்தின் புதிய தத்துவம் முந்தைய தத்து வங்கள் அனைத்திலிருந்தும் உயிர்நாடியான ஒரு விஷயத்தில் வேறுபடுகிறது. அதாவது இதில் கோட்பாடும் நடைமுறையும் மீண்டும் ஒன்றிணைகின்றன:

தத்துவவாதிகள் இதுகாறும் உலகத்திற்கான விளக்கம் மட்டுமே கொடுத்துவந்தனர். ஆனால் செய்ய வேண்டியதோ உலகத்தை மாற்றுவதுதான். (ME 1.15.)

மார்க்ஸியத்தில் மானுட அறிவின் ஆக்கபூர்வமான சாதனைகள் அனைத்தும் ஒன்றுதிரட்டப்பட்டு பாட்டாளிவர்க்கத்தின் வர்க்கப் போராட்டத்திற்கான போர்க்கருவியாக வார்த்தெடுக்கப் பட்டுள்ளன (LCW 31.286). ஆகவே, மார்க்ஸியத்தில் கோட்பாடு நடைமுறையுடன் மீண்டும் இணைக்கப்பட்டுள்ளது என்று நாம் கூறுகையில் அதன் பொருள் கோட்பாடும் நடைமுறையும் ஒன்றுக் கொன்று வழிகாட்டுகிற, ஒன்று மற்றொன்றால் வழிகாட்டப்படு கிற வகையில் உணர்வுபூர்வமாக வளர்க்கப்பட்டுள்ளன என்பதாகும்:

நடைமுறையினூடே உண்மையைக் கண்டறிவது, மீண்டும் நடைமுறையினூடே உண்மையைப் பரிசோதித்து அதை வளர்ப்பது. புலனறிவிலிருந்து தொடங்கி அதை செயலூக்கத் துடன் வளர்த்துப் பகுத்தறிவாக்குவது; பிறகு அக உலகம், புற உலகம் ஆகிய இரண்டையும் மாற்றுவதற்காக பகுத்தறிவி லிருந்து தொடங்கி புரட்சிகர நடைமுறையைச் செயலூக்கத் துடன் வழி நடத்துவது. நடைமுறை, அறிவு, மீண்டும் நடைமுறை, மீண்டும் அறிவு. இந்த முறை முடிவில்லாத சுழற்சி களில் தன்னைத்தானே திரும்பத் திரும்ப நிகழச் செய்கிறது. ஒவ்வொரு சுழற்சியின்போதும் நடைமுறை, அறிவு ஆகிய வற்றின் உள்ளடக்கம் மேலும் உயர்ந்த மட்டத்திற்கு உயர்ந்து செல்கிறது. அறிவு பற்றிய இயங்கியல் - பொருள்முதல்வாதக் கோட்பாடு முழுவதும் இதுதான்; அறிதல், செய்தல் ஆகியவற்றுக்கிடையிலான ஒற்றுமை பற்றிய இயங்கியல் - பொருள்முதல்வாதக் கோட்பாடு இதுதான். (MSW 1.308).

அத்தியாயம் VIII

உருவமும் உள்ளடக்கமும்

1. அறிவியல் படைப்பும் கலைப் படைப்பும்

*அ*றிவியலறிஞன் புற உலகத்தையும் கலைஞன் அக உலகத்தையும் ஆராய்கின்றனர். ஒவ்வொருமே ஒட்டுமொத்தமான தூல அனுபவங்களிலிருந்து அவசியமற்றதை விலக்கி, சாரமான வற்றை மட்டும் பிரித்தெடுத்துப் பார்த்து தமது பணிகளைத் தொடங்குகின்றனர். இவ்வாறு அறிவியலறிஞன் புலனறிவைக் காட்டிலும் 'மேலும் ஆழமாகவும், மேலும் உண்மையாகவும், மேலும் முழுமையாகவும் பிரதிபலிக்கின்ற' (MSW 1.303) கருத்து களடங்கிய தர்க்கவியல் அமைப்பை உருவாக்குகிறான். அது போலவே கலைஞனும் 'மேலும் செறிவான எடுத்துக்காட்டாக இருப்பதற்கு மேலும் பொருத்தமானதாக, இலட்சியத்துக்கு மேலும் நெருக்கமானதாக, எனவே அன்றாட வாழ்வில் நாம் காண்பதைக் காட்டிலும் உலகளாவியதாக உள்ள ஒரு யதார்த்தத்தை சந்த மொழியில் படிமங்களால் உருவகித்துக் கட்டியெழுப்புகிறான். இருவருமே யதார்த்தத்திலிருந்து விலகிச் சென்று மீண்டும் அதனிடம் மேலும் உயர்ந்த மட்டத்தில் திரும்பி வருகின்றனர்.

இதன் பொருள் அவர்களிருவரும் ஒருவரையொருவர் சார்ந்திராமல் சுயேச்சையாக இயங்குபவர்கள் என்பதல்ல. அவர்கள் தம் தனிச்சிறப்பான பணிகளைச் செய்யும் இரு உலகங்களும் அவர்கள் ஒன்றுகூடி வாழ்கிற, செயல்படுகிற சமூக உலகத்தின் பிரிக்க முடி யாத கூறுகளாகும். தவிரவும், தத்தம் தனிச்சிறப்பான பணிகளிலும் கூட, அறிவியல் அறிஞனால் அக உலகத்திலிருந்தும் கலைஞனால் புற உலகத்திலிருந்தும் தப்பிக்க இயலாது.

அறிவியலறிஞன் புற உலகை ஆராய்கையில், விஷயங்களின் அளவுரீதியான அம்சத்தின் மீதே தனது கவனத்தைக் குவித்து, அருவக் கருத்துகளை உருவாக்குவதில் ஒரு மட்டத்திலிருந்து மற்றொரு மட்டத்திற்கு முன்னேறி, இறுதியில் தூய கணித வியலுக்குள் நுழைகிறான். ஆயினும் இது இயற்கை அல்லது புறப்பொருள் மண்டலம் அல்ல; மாறாக தூய சிந்தனை என்னும்

மண்டலம்; அக உலகம். இந்த அறிவியல் மண்டலத்தில் அவனது செயல்பாடு ஒருவிதக் கலைத்தன்மையைப் பெறுகிறது. இதற்கு மறுதலையாக, அக உலகினை ஆராய்கின்ற கலைஞன், விஷயங் களில் உள்ள பண்புவகை அம்சத்தில் கவனம் குவித்து, பேச்சிலிருந்து கவிதைக்கும் கவிதையிலிருந்து இசைக்கும் சென்று கடைசியில் தூய ஒலி மண்டலத்தை, இயற்கை நியதிகளுக்கு ஏற்ற, பண்புவகை யில் ஒழுங்கமைக்கப்பட்ட ஒலிகளின் உலகத்தை அடைகிறான்.

புற உலகைப் பற்றிய அறிவைப் பெறும் பொருட்டு அறிவியல் அறிஞன் புலனுணர்ச்சிகளால் பெறப்பட்ட விவரங் களை உட்கிரகித்துக் கொள்ளவேண்டியுள்ளது. அதாவது அவனது உணர்வால் ஏற்கனவே உருவாக்கப்பட்டுள்ள கருத்து வகையினங் களுடன் அந்த விவரங்களை இசைவுபடுத்த, பொருத்திப் பார்க்க வேண்டியுள்ளது. இது அகவய அம்சத்தை உள்ளடக்குகிறது. இதற்கு மறுதலையாக, தனது சக-மனிதர்கள் மீது தாக்கம் ஏற்படுத்தும் பொருட்டு கலைஞனோ தனது உணர்ச்சிகளுக்குப் புற வடிவம் கொடுக்க வேண்டியுள்ளது; அதாவது மற்றவர்கள் ஏற்றுக் கொள்ளத் தக்க வடிவத்தில் அவன் அவற்றை முன்வைக்க வேண்டியுள்ளது. இதன் பொருட்டு அவன் தனது வினைத்திறனுக்குள்ள புறநிலைமை கள் அனைத்தையும் கற்றுத் தேற வேண்டியுள்ளது.

எனவே அறிவியல், கலை ஆகிய இரண்டிலுமே உள்ளடக்கத்திற்கும் உருவத்திற்குமிடையே இடைவிடாத முரண் பாடு நிலவுகிறது. இந்த முரண்பாடு, சமுதாயத்திற்குள்ளேயே வளர்ந்துவரும் முரண்பாட்டின் எதிர்வினையாகவே எழுகிறது. சமுதாயத்தில் புரட்சிகர மாற்றம் ஏற்படும் காலங்களில் இந்த முரண்பாடு உக்கிரமடைந்து மரபு வழியாக வரும் கருத்துகளின் அடிப்படைக் கூறுகளே கிட்டத்தட்ட அடியோடு மாற்றப்படுகின்றன.

இந்த அத்தியாயத்தில், தொன்மைக்காலத்தையும் நவீன காலத்தையும் சேர்ந்த இரண்டு முக்கியக் கலை வடிவங்களை ஆராய்ந்து, எவ்வாறு அவை தமது உருவத்திலும் உள்ளடக்கத்திலும் அந்தந்தக் காலகட்டங்களில் இருந்த சமூக இயக்கத்தை வெளிப் படுத்துகின்றன என்பதைக் காட்டுவோம். முதலில் நாம் எடுத்துக் கொள்ளும் கலை வடிவம் கிரேக்க நாடகாசிரியர் ஈஸ்கைலஸின் அவல நாடகமாகும். இதுவும் ஹோமரின் காவியங்களும் கிரேக்கச் செவ்வியல் கவிதை மரபின் (classical poetry tradition) மிக உன்னதப் படைப்புகளாகக் கருதப்படுகின்றன. இரண்டாவது, சிம்ஃபொனி இசையாகும் (symphonic music). இதுவும் நாவல் இலக்கியமும் நவீன பூர்ஷ்வா வர்க்கத்தால் உருவாக்கப்பட்ட புதிய கலை வடிவங்களில் மிக உன்னதமானவையாகும்.

2. சடங்கு சட்டகம் (Ritual Framework)

சடங்கிலிருந்தே கலை வளர்கிறது. உணர்வு விழிப்புடைய கலைஞன் சடங்கு வடிவத்தை எடுத்து அதை வளர்க்கும்போது அது கலை வடிவமாகின்றது. பழைய (சடங்கு) வடிவம் மரபாக வந்த ஒரு சட்டகத்தை அவனுக்கு வழங்குகிறது. மக்களுக்குப் பழக்கமான தொன்றாக இருப்பதால் அது அவர்களைக் கவர்கிறது. இந்தச் சட்டகத்திற்குள் அவன் புதிதான ஒன்றை அறிமுகப்படுத்தி அதனை மாற்றியமைக்கிறான். இவ்வகையில் அவன் உருவத்திற்கும் உள்ளடக்கத்திற்குமிடையே புதிய ஒற்றுமையை உருவாக்குகிறான். இதுதான் கலை வளர்ச்சியின் இயங்கியலாகும் உருவத்திற்கும் உள்ளடக்கத்திற்குமிடையிலான முரண்பாட்டை அவன் புரிந்து கொள்ளாவிட்டால், அவன் உருவவாதத்திற்குள்ளோ (formalism), இயற்பண்புவாதத்திற்குள்ளோ (naturalism) சரிந்து விழுவான். உள்ளடக்கத்தைப் புறக்கணித்து உருவத்தை உருவத்திற்காகவே யென மேம்படுத்துவானேயாகில் உருவவாதத்தில் விழுவான். யதார்த்தத்தை ஒரு புகைப்படம் போல், அப்படியே உள்ளது உள்ளபடியே சித்திரிப்பானேயாகில் இயற்பண்புவாதத்தில் விழுவான். இவ்விரண்டு போக்குகளும் இயங்காவியலின் நேரிணை அம்சங்களாகும். கலை, இயங்கியல் தன்மையைக் கொண்டிருக்கா விட்டால் அது கலையாகவே இருக்காது.

'அழகின் விதிகள்' * என மார்க்ஸ் கூறுவது (EPM 76) இயங்கியல் விதிகளின் அகநிலை அல்லது உணர்ச்சி சார்ந்த வெளிப் பாட்டு அம்சங்களாகும்.

---

* அழகின் விதிகள் (Laws of beauty) : மார்க்ஸ் கூறுகிறார்: "விலங்குகள் தாம் உயிர்வாழ்வதற்குத் தேவையான அளவிற்கே செயல்களில் ஈடுபடு கின்றன. பறவைகள் கூடு கட்டுகின்றன. எறும்புகள் புற்று அமைக்கின்றன. மனிதனும் செயற்படுகின்றான். ஆனால் அவன் உணர்வுள்ள ஜீவன். அவன் தனது வாழ்க்கைச் செயலையே தன் சித்தத்திற்கும் உணர்வுக்கும் உட்படும் இலக்குப் பொருளாக ஆக்குகிறான். புற உலகின் பல்வேறு பண்புகளை, அதாவது புற உண்மைகளைக் கண்டறியும் அதே நேரத்தில் வெறும் உயிர் வாழ்வதற்கு வேண்டிய செயல்களுக்கான திறன்களுக்கும் அப்பால் தன்னுள் வேறு சில திறன்களும் அடங்கியுள்ளன என்பதைக் காண்கிறான். எனவே, தான் உயிர்வாழ்வதற்கான தேவைகளை நிறைவு செய்துகொள்வதற்கான செயல்களோடு மட்டும் அவன் நின்றுவிடுவ தில்லை. அந்தத் தேவையில்லாத பொழுதும், ஏன் அந்தத் தேவையினின்று விடுதலை பெற்ற பின்னரே, அவன் உண்மையான படைப்புத் தொழிலில் ஈடுபடுகின்றான். விலங்கு தன்னைத்தானே மறுபடைப்புச் செய்கிறது. மனிதனோ இயற்கை முழுவதையும் மறுபடைப்புச் செய்கிறான். →

கிரேக்க அவல நாடகத்தில், ஏதென்ஸ் நகர-அரசில் உருவாக்கப்பட்ட ஜனநாயகம் விரைவாக வளர்ச்சி பெற்றதன் காரணமாக, டயோனிஸஸ் என்னும் கடவுளை வழிபடுவதற்காக உருவாக்கப்பட்ட சடங்குச் சட்டகம் பெருமளவில் பேணிப்பாது காக்கப்பட்டது; நாடக நிகழ்ச்சிகளும்கூட தமது சமயத் தன்மையை ஒருபோதும் இழக்கவில்லை; ஆயினும், இந்த நிகழ்ச்சிகள் மூலம் தான், அந்தக் காலத்திய மிக முற்போக்கான வர்க்கத்தின் கருத்து களை - ஜனநாயகம், பகுத்தறிவு, தனிமனிதவாதம் ஆகியன தொடர் பான கருத்துகளை - நாடகாசிரியர்கள் எடுத்துச் சொல்லிவந்தனர். இதன் விளைவாக, சமுதாயத்தில் ஜனநாயகப் புரட்சியால் ஏற்பட்ட நிலையில்லாத அமைதி நிலையை ஒத்தவகையில் உருவத்திற்கும் உள்ளடத்திற்குமிடையே ஆற்றல் வாய்ந்த முரண்பாடு தோன்றியது.

நவீன பூர்ஷ்வா இசையிலும்கூட, மாஸ் (mass)*, கான்டாட்டா (cantata)** போன்ற சில சடங்கு வடிவங்கள் தொடர்ந்து நீடிப்பதைக் காண்கிறோம். ஆனால், புரட்சிகர இயக்கம் வலுப்பெற்றதும் அவை மேலும் மதச்சார்பின்மை பெற்றதாகவும், மத குருமார்களுக்கு எதிரானதாகவும் ஆகின்றன. இதன் காரணமாக, இசை வடிவங்கள் மரபுரீதியான கட்டுப்பாடுகளிலிருந்து மேலும் சுதந்திரமானவையாகவும், புதுமைகளைச் செய்வதற்கு மேலும் இளகிக்கொடுக்கக் கூடியனவாகவும் ஆகின்றன.

பூர்ஷ்வா செவ்வியல் இசைக்கு மூன்று முதன்மையான மூலங்கள் உள்ளன. இவை, மத்தியகால நிலப்பிரபுத்துவக் கட்டமைப்பை ஒத்தவை. முதலாவதாக, திருச்சபையில் (Church) உள்ள பொது வழிபாட்டு முறை (liturgy); இது கடுமையான கட்டுப் பாட்டுக்குள் வைக்கப்பட்டிருந்தது. இதுதான் நிலப்பிரபுத்துவக் கட்டமைப்பிலிருந்த இசையில் மேலோங்கியிருந்த அம்சமாகும்.

விலங்கின் படைப்பு உடனடியாகவே அதன் உடலுக்கு உரித்தாகி விடுகிறது. மனிதனோ சுதந்திரமாகத் தனது படைப்பை எதிர்கொள்கிறான். விலங்கு தனது உயிரினத்தின் தேவையையும் பண்பையும் பொருத்தே பொருட்களை ஆக்குகிறது. மனிதனோ எல்லா உயிரினங்களின் பண்புக்கும் ஏற்றபடி எப்படிப் படைப்பது என்பதை அறிவான். எனவே அழகின் விதிகளுக்கேற்பப் படைக்கின்றான் (EPM, 73-74).

* மாஸ் (Mass): ரோமன் கத்தோலிக்கத் திருச்சபைப்பூசைகளில் 'திருப்பலி' (Holy Eucharist) குறித்து நிகழ்த்தப்படும் இசை. இது 'மன்னிப்பு மன்றாட்டு' (Kyria), 'வானவர் கீதம்' (Gloria), 'விசுவாசப் பிரமாணம்' (Credo), 'தூயவர்' (Sanctus), 'உலகின் பாவங்களைப் போக்குகிற செம்மறி' (Benedictus and Agnus Dei) என்னும் பகுதிகளைக் கொண்டதாகும்.

** Cantata (இத்தாலிய மொழி) - தனிக்குரலிசைப் பகுதிகளும் பல குர லிசைப் பகுதிகளும் விரவி அமைகின்ற குரலிசைப் படைப்புக்கான பெயர்.

இரண்டாவதாக, நிலப் பிரபுக்களுக்கு உவகையூட்டிய பல்வேறு வகையான அரசவைக் கேளிக்கைகள். இவற்றில் ஒப்பரா (Opera) என்னும் இசை நாடகமும் அடங்கும். இது மத்தியகால நாடகத்தி லிருந்து கிளைத்த கலை வடிவம். பல சமயங்களில் வணிகர்களுக் கும் கைவினைஞர்களுக்கும் இந்த இசை நாடக நிகழ்ச்சிகளைப் பார்க்கும் வாய்ப்புத் தரப்பட்டது. மூன்றாவதாக, ஆதிச் சமுதாயத்தி லிருந்து உழவர் வர்க்கம் சுவீகரித்த ஆடல் பாடல் செல்வம். ஜன ரஞ்சகமாகவும் தேசியத் தன்மைகொண்டதாகவும் உள்ள, இசையின் கருப்பொருள் படிவங்களை (thematic material) இசை அமைப்பாளர் களுக்கு வாரி வழங்கியவை இந்த ஆடல் பாடல்கள்தாம்.

3. ஈஸ்கைலஸ்

பண்டைய கிரேக்க சமுதாயத்தில் ஆண்டுதோறும் நடக்கும் திருவிழாவொன்றின் முதன்மையான நிகழ்ச்சி அவல நாடகங்களை (tragedies) நிகழ்த்துவதாகும். இந்தத் திருவிழாவில் ஆண்டின் சிறந்த நாடகத்திற்குப் பரிசு வழங்கப்படும். போட்டியில் கலந்து கொள்ளும் ஒவ்வொருவரும் நான்கு நாடகங்களை வழங்க வேண்டும். இவை நாற்கூட்டு நாடகம் (tetralogy) என அழைக்கப்பட்டன. இந்த நான்கு நாடகங்களில் மூன்று அவல நாடகங்களாகும். இவை முக்கூட்டு நாடகம் (triology) என அழைக்கப்பட்டது. இந்த மூன்று நாடகங்களைத் தொடர்ந்து சட்டைர் நாடகம் (satyr-play) * என்னும் இன்பியல் நாடகம் நிகழ்த்தப்படும். இந்த நாடகத்தில் சட்டை யர்களின் குழுப்பாடல் இருப்பதன் காரணமாக, அது நையாண்டி நாடகமாக (burlesque) அமைந்தது. இந்த நாடகத்தில் அன்றைய ஏதென்ஸ் நகர மக்களின் கண்ணுக்கு நாகரிகமற்ற காட்டுமிராண்டிகளாகத் தோன்றியவர் களைச் சித்திரிக்கும் அரை மனித - அரை விலங்குத் தன்மையுடன் கூடிய தொன்மப் பாத்திரங்கள் இடம் பெற்றன. (இத்தகைய பாத்திரங்களை மோஸார்ட்டின் இசை நாடகமான 'மந்திரப்

---

* சாட்டைர்கள் (satrys): வனங்களிலும் மலைகளிலும் வாழ்வதாகவும் கொம்புகள், வால்கள், சிலசமயம் ஆட்டின் கால்கள் ஆகியவற்றைக் கொண்டுள்ள அரை மனித - அரை விலங்கு வடிவத்தில் இருப்பதாகவும் கிரேக்கத் தொன்மங்களில் சித்திரிக்கப்படும் கற்பனைப் பாத்திரங்கள். கிரேக்கத் தொன்மத்தில் மது, இன்ப நுகர்ச்சி ஆகியவற்றின் கடவுளாகச் சித்தரிக்கப்படும் டயோனிஸஸின் தோழர்களான இவர்களின் வேலை பெண் வனதேவதைகளைத் துரத்திச் செல்வது, மதுரசம் குடிப்பது, நடனமாடுவது, பல்வேறு இசைக் கருவிகளை இசைப்பது ஆகியனவாகும்.

புல்லாங்குழ’லில் (Magic Flute) வரும் பறவை - மனிதனான பாப்பகெனோவுடன் (Papageno) ஒப்பிடலாம்.)

ஈஸ்கலைஸின் மகத்தான நாற்கூட்டு நாடகமான ‘ஓரெஸ்டெயா’வை (Oresteia) எடுத்துக்காட்டாகக் கொள்வோம். தொன்மத்திலிருந்து எடுத்துக்கொள்ளப்பட்ட இக்கதை, மூதாதையர் சாபம், இரத்தத்திற்கு இரத்தம் என நடந்த சண்டை போன்ற ஆதி அம்சங்கள் பலவற்றை உள்ளடக்கியுள்ளது. ஆனால் முக்கூட்டு நாடக நிகழ்ச்சியின் முடிவில் அவையாவும் கடந்தகாலத்தைச் சேர்ந்தவையாக்கப் படுகின்றன. அந்தக் கதை கீழ் வருமாறு: முதல் நாடகத்தில், ட்ராய் நகரத்திலிருந்து திரும்பி வந்த அகமெம்னோனை (Agamemnon) அவனது மனைவி க்ளைடெம்னெஸ்ட்ரா (Clytemnestra) கொலை செய்து விடுகிறாள். இரண்டாவது நாடகத்தில் அப்போலோவின் ஆணையின்படி அவளது மகனே அவளைக் கொன்று விடுகிறான். மூன்றாவது நாடகத்தில், அப்போலோவால் தூய்மைப்படுத்தப்பட்டவனும் க்ளைடெம்னெஸ்ட்ராவின் கொலைக்குப் பழிவாங்கத் துடிக்கும் ஃப்யூரிக்கள் (Furies) என்னும் ஆவிகளால் தொடர்ந்து துன்பத்துக் குள்ளாக்கப்பட்டவனுமான ஒரெஸ்டெஸ் நீதிமன்ற விசாரணைக்குக் கொண்டுவரப்படுகிறான். ஜனநாயக ஏதென்ஸ் நகரத்தின் கடவுளான அத்தீனாவால் (Athena) ஓரெஸ்டெஸை விடுவிக்கும் நோக்கத்துடனே அமைக்கப்பட்டதுதான் இந்த நீதிமன்றம். புதிய நீதிமன்றத்தை மேற்பார்வையிடுவதில் ஒருவருக் கொருவர் ஒத்துழைக்கும்படி அப்போலோவிற்கும் ஃப்யூரிக்களுக்கும் அழைப்பு விடுப்பதன் மூலம் அவர்களுக்கிடையே உள்ள மோதலைத் தீர்த்து வைக்கிறாள் அத்தீனா. சட்டத்தின் ஆட்சி தொடங்குகிறது. முக்கூட்டு நாடகத்தின் முடிவில், அது முழுவதையும் தொடக்கம் முதல் திரும்பிப் பார்க்கையில் அநாகரிகத்திலிருந்து விடுபட்டு நாகரிகத்திற்குள் நுழைய மனிதன் நடத்தும் போராட்டத்தின் குறியீடாகவே அந்தக் கதை அமைகிறது என்பது வெளிப்படுத்தப்படுகிறது. அகமெம்னோன் வீடு திரும்பியதும் கொலை செய்யப்பட்ட அவல நிகழ்ச்சிக்கு நேரிணையான ஒரு விளையாட்டான போலிப் படைப்பு போல அமைகிறது சட்டைர்-நாடகம். இது, ட்ராய் நகரம் வீழ்ந்ததற்குப் பிறகு அகமெம்னோனின் தம்பி மெனெலாஸ், பல இடங்களுக்கு மகிழ்ச்சியாக ஊர் சுற்றிவிட்டுத் திரும்பவதைச் சித்திரிக்கிறது.

ஈஸ்கைலஸ் ஜனநாயகவாதியும் பித்தகோரஸின் தத்துவத்தைப் பின்பற்றியவருமாவார். இந்த நாடகத்தில் ஃப்யூரிக்களால் சித்திரிக்கப்படும் பழங்குடி மரபுகளுக்கும் (tribal customs) அப்போலோவால் சித்திரிக்கப்படும் உயர்குடிச் சிறப்புச்

சலுகைகளுக்குமுள்ள மோதல் ஜனநாயகத்தால் தீர்க்கப்பட்டுள்ளது எனக் கருதியவர். அவ்வகையில் இத்தீர்வு, பித்தகோரஸ் கூறியது போல் எதிரெதிரானவை தமக்கு இடைப்பட்ட நிலையில் இணைவதாகும். ஆக குற்றம், எதிர்க் குற்றம், சமரசம் ஆகிய மூன்றையும் சித்திரிக்கும் இந்த முக்கூட்டு நாடகத்தில் ஈஸ்கைலஸ் தனது சிந்தனையின் இயங்கியல் இயக்கத்திற்கான அற்புதமான சாதனத்தை வழங்குகின்ற நாடக வடிவமொன்றை உருவாக்கினார்.

ஈஸ்கலையிஸின் காலத்திற்குப் பிறகு ஒரு மாற்றம் வந்தது. சோஃபோக்ளிஸ், யூரிபிடெஸ் ஆகியோரின் கைகளில் நாற்கூட்டு நாடக அமைப்பு சிதைந்தது. திருவிழா நாடகப் போட்டியில் கலந்து கொள்ள விரும்புவர்கள் ஒவ்வொருவரும் மூன்று அவல நாடகங்களையும் அவற்றைத் தொடர்ந்து ஒரு சட்டைர் - நாடகத்தையும் வழங்க வேண்டும் என்னும் விதி தொடர்ந்து நீடிக்கத்தான் செய்தது. ஆனால், அந்த நாடகங்கள் அனைத்தும் ஒரே கருப் பொருளைக் கொண்டிருக்க வேண்டியதில்லை என்பதாயிற்று. இப்படிச் சொல்வதன் பொருள், நாடகாசிரியர் என்னும் வகையில் சோஃபோக்ளிஸ், ஈஸ்கைலஸை விடத் தரம் குன்றியவர் என்பதாகாது. மாறாக, அவல நாடகம் என்னும் கலையை, அதனுடைய கறாரான அர்த்தத்தில், முதிர்ச்சியடையச் செய்தவர் சோஃபோக்ளிஸ்தான். அரிஸ்டாட்டில் செய்த வரையறையின்படி அவல நாடகம், ஒரு வாழ்க்கைச் செயல் அதற்குரிய இயல்பான விளைவைத் தராமல் அதற்கு எதிர்மறையான விளைவைத் தந்து அடியோடு மாற்றுருவாகிவிட, இன்பமாக வேண்டியது துன்பமாகி விடுகிறது என்பதைச் சொல்கிறது. அதாவது, கதைத் தலைவன், தனது நோக்கத்திற்கு நேர் எதிரான விளைவுகளில் முடியும் செயல் மார்க்கத்தை மேற்கொள்வதன் மூலம் தனது அழிவைத் தானே தேடிக் கொள்கிறான். சரக்கு உற்பத்தி செய்யும் சமுதாயத்தின் உள்ளார்ந்த முரண்பாடுகளைப் பிரதிபலிக்கும் இந்தக் கலை அம்சத்தை முழுநிறைவு படுத்தியவர் சோஃபோக்ளிஸ்.

அவருக்கும் ஈஸ்கைலைஸுக்குமுள்ள உறவு ஹெராக்ளிடாஸுக்கும் பித்தக்கோரஸுக்குமுள்ள உறவைப் போன்றதுதான். நாடகாசிரியரின் ஆர்வத்தின் மையம் இப்போது சமரசம் என்பதிலிருந்து மோதல் என்பதற்கு மாறியிருக்கிறது.

4. சிம்ஃபொனியும் நாவலும்

சிம்ஃபொனி ஆர்க்கெஸ்ட்ரா என்பது நவீன பூர்ஷ்வா வர்க்கத்தால் உருவாக்கப்பட்ட கலை வடிவமாகும். பாடலோ

ஆடலோ இன்றி அமையும் இந்த வாத்தியக் குழு (ஆர்க்கெஸ்ட்ரா) இசையை 'அருவமானது' எனக் கூறலாம். அதாவது அது புற யதார்த்தத்தை நேரடியாகச் சுட்டிக்காட்டுவதில்லை. எனவே அதற்குத் தூலமான அர்த்தம் ஏதும் இல்லை. இந்த அம்சத்தைப் பொருத்தவரை, இந்த இசையினை நவீன பூர்ஷ்வா வர்க்கம் உருவாக்கிய மற்றொரு கலை வடிவமான நாவலுடன் ஒப்பிட்டு இரண்டுக்குமுள்ள வேறுபாட்டைக் காட்ட முடியும். நாவல் என்னும் கலை வடிவத்தை 'தூலமானது' எனக் கூறுலாம். அதாவது யதார்த்தமான, தூலமான வாழ்வை அது நேரடியாகச் சித்திரிக்கிறது. சிம்ஃபொனி, நாவல் என்னும் கலை வடிவங்கள், எந்த வேறு படுத்தும் இயக்கத்தின் மூலம் பாவனை நடனத்திலிருந்து பரிணமித்தனவோ, அந்த வேறுபடுத்தும் இயக்கத்தில் எதிரெதிர் முனைகளில் நிற்கின்றன. இந்த இயக்கத்தைச் சுருக்கமாகத் தொகுத்துக் கூறுவது 'அருவமான' இசையின் சிறப்பு அம்சங்களைத் தெளிவுபடுத்தும்.

பாவனை நடனத்தில் பாடலுக்கும் ஆடலுக்கும் இருந்த ஆதி ஒற்றுமை கிரேக்கப் பாடற் குழுவினரின் இசைப் பாட்டில் (Ode) பேணிப்பாதுகாக்கப்பட்டது. இந்த இசைப்பாட்டு நாடகத்தின் ஒரு அம்சமாகச் சேர்க்கப்பட்டிருந்தாலும் நாடகத்தைச் சாராமல் தனியாகப் பாடப்படக்கூடியதாகவும் இருந்து வந்தது. இசைக் கருவியால் இசைக்கப்படும் இசைக்கேற்பப் பாடவும் ஆடவும் செய்கின்ற நடிகர்கள் குழுவினை அது கொண்டிருந்தது. வேறுபடுத் தும் இயக்கத்தின் முதல் கட்டமாக, இந்த இசைப் பாட்டிலிருந்து ஒரு புறம் நடனமும் மற்றொரு புறம் பாட்டும் நீக்கப்பட்டன. இதன் விளைவாக இரண்டு வளர்ச்சிப் போக்குகள் தோன்றின.

முதலாவதாக, நடனத்தை நீக்கியதன் மூலம், பாடல் குழுவிற்கு மாற்றீடாக தனிப்பாடகர் தனது பாட்டுக்கு வேண்டிய வாத்திய இசையைத் தனது சொந்த இசைக்கருவியின் மூலம் இசைத்து வழங்கும் முறை வந்தது. இந்த முறையானது, ஒரு புறம் மொனொடி (monody) என்றழைக்கப்படுகிற தனிக்குரலுக்குரிய அவலப் பாடலையும் (எடுத்துக்காட்டாக சாப்ஃபோவின் பிரார்த்தனைப் பாடல்) மற்றோர் புறம், வீரகாவியம், கதைப் பாடல் ஆகியவற்றையும் வழங்குகிறது. பின்னர், சடங்கு வடிவத்திலிருந்து இசையை நீக்கியதன் மூலம், தனிக்குரலுக்குரிய அவலப் பாட்டி லிருந்து கிரேக்க ஞானக் குறுங்கவிதை (epigram), சானெட் (Sonnet) சீன ட்ஸு (tzu), லு ஷி (lu shi) போன்ற பல்வேறு சிறிய உணர்ச்சிப் பாடல் (lyric) வகைகள் தோன்றின; வீர காவியத்தி லிருந்து உரை வரலாறு (prose chronicle) தோன்றி, தொடர்

உருவகம் (allegory), உரைப் புனைகதை (prose romance) ஆகிய வற்றுக்கு வழி வகுத்தது; இவை நாவல் தோன்ற வழி வகுத்தன.

இரண்டாவது வளர்ச்சிப் போக்கில், பேச்சு நீக்கப்படுகிறது. ஒரு வாத்திய இசைக்கேற்ப நடனக் குழு மௌனமாக நடன மாடுகின்றது. பின்னர், நடனமாடுபவர்களும் இல்லாமல் 'அருவமான' வாத்திய இசை மட்டுமே நமக்கு எஞ்சுகிறது.

எனினும், வாத்திய இசை வடிவத்தில் இருக்கும் நிலையிலும்கூட, உழைப்பு - இயக்கத்தில் அதற்குள்ள வேர்களை இசை முற்றிலுமாக இழந்து விடுவதில்லை. இதை, இரண்டாவது மொழி என்றே கூறலாம். இப்படி ஏன் சொல்கிறோம் என்பது, அதற்கும் கவிதை, சாதாரணப் பேச்சு ஆகியவற்றுக்கும் உள்ள உறவை விளக்குகையில் தெளிவாகும்.

சாதாரணப் பேச்சில் உணர்ச்சிசார்ந்த வெளிப்பாட்டு அம்சமும் அறிவு சார்ந்த அம்சமும் ஏறத்தாழ சம நிலையிலேயே உள்ளன. கவிதைப் பேச்சில் (மொழியில்) உணர்ச்சி சார்ந்த வெளிப் பாட்டு அம்சங்கள் - சந்தம், மெட்டு, கற்பனை ஆகியன - மேலோங்கி நிற்கின்றன. இசையுடன் சேர்ந்த கவிதையில் இந்த அம்சங்கள் இன்னும் அதிகமாக மேலோங்கி நிற்கின்றன. பேச்சு முற்றிலுமாக நீக்கப்பட்டுவிடும் அளவிற்கு இந்த மூன்று அம்சங் களும் செவ்வியல் இசையில் வளர்க்கப்பட்டுள்ளன. ஆயினும், செவ்வியல் இசை என்னும் ஊடகம் தனக்கே உரிய இலக்கணத் தாலும் பொருள்தரும் இசைக்கூறுகளாலும் மிகச் செறிவுடன் கட்டமைக்கப்பட்டுள்ளது. அது எந்த வடிவ அமைப்பு விதிகளின் படி கட்டமைக்கப்பட்டுள்ளதோ, அவை பேச்சுக்குரிய அமைப்பு விதிகளை ஒத்ததாக இருப்பது மட்டுமல்ல; செவ்வியல் இசையின் கருப்பொருளை வெளிக்கொணரும் படிவங்கள், அதாவது நடை முறையில் வெளிப்படும் பண்கள், பாரம்பரியமான பாடல்கள், நடனங்கள் ஆகியவற்றிலிருந்து நேரடியாகவும் மறைமுகமாகவும் எடுத்துக்கொள்ளப்பட்டவையாகவும் உள்ளன. கவிஞனுக்குச் சொற் படிமங்கள் எப்படியோ அது போலவே இசையமைப்பாளனுக்கு இசையின் அடிப்படைப் பண்களாகும் (musical themes). சந்தம், மெட்டு ஆகியன பிரத்தியேகமாக மேலோங்கியிருக்கும் ஒரு ஊடகத்தின் மூலம் தனது சிந்தனை வீச்சனைத்தையும் எடுத்துச் சொல்ல விரும்பும் இசையமைப்பாளனுக்கு அந்த அடிப்படைப் பண்கள் உதவுகின்றன.

நமக்குத் தெரியாத மொழியில் நடைபெறுகிற, பல மனிதர்கள் பங்கேற்கிற உணர்ச்சிகரமான ஒரு உரையாடலை நாம் கேட்பதாகக் கற்பனை செய்துகொள்வோம். நமக்கு அந்தச் சொற்

களின் பொருள் விளங்காததால் நமது கவனமனைத்தையும் அந்த உரையாடல் முடியும்வரை, அவர்கள் பேசும் மொழியிலுள்ள இயல்பான சந்தம், குரல்களின் ஏற்ற இறக்கங்கள், அங்குள்ளவர்கள் ஏதேனும் ஒரு விஷயத்தைக் கண்டிக்கவோ, கெஞ்சவோ, எதிர்ப்புத் தெரிவிக்கவோ அல்லது ஆறுதல் சொல்லவோ அந்த உரையாடலில் அடுத்தடுத்துத் தலையிடும்போது ஏற்படும் தொனி மாற்றங்கள் ஆகியவற்றின் மீது செலுத்த முடிகிறது. அல்லது, இன்னும் சிறப் பாகச் சொல்வதென்றால், ஒரு ஆர்க்கெஸ்ட்ரா இசைப் படைப்பு என்பது தனியொரு மூளையின் படைப்பு ஆதலால், ஹெகெலின் சிந்தனையிலுள்ள 'தூய அறிவின் இயக்கம்' குறித்து மார்க்ஸ் கூறு வதை (ப.148.) நினைவு கூர்வோம்: "ஆம் என்பது இல்லை என்ப தாகவும், இல்லை என்பது ஆம் என்பதாகவும், ஆம் என்பது ஆம்- இல்லை ஆகிய இரண்டும் என்பதாகவும், இல்லை என்பது இல்லை - ஆம் ஆகிய இரண்டும் என்பதாகவும் மாறுகின்றன." இது, நரம்பி சைக் கருவிகளால் இசைக்கப்படும் 'குவார்ட்டெட்' * என்னும் இசை வடிவத்தின் இயக்கம்போல இருக்கிறது அல்லவா? 'குவார்ட்டெட்' இசை வடிவத்தை விரிவாக்கி, அதைப் பெருக்கி, பல்வேறு இசைக் கருவிகளைப் பயன்படுத்தினால் - விளைவது சிம்ஃபொனி. 'தூய அறிவின்' இயங்கியலை ஹெகெல் நமக்குத் தருவது போல, 'தூய உணர்ச்சியின்' இயங்கியலை பீதோவென் தருகிறார்.

எனினும், சிந்தனை, உணர்ச்சி என்னும் எதிர்மறைகள் ஒருமிப்பதால் அவை ஒன்றிலிருந்து மற்றொன்று பிரிக்கமுடியாததா கின்றன. இனி நாம் சிம்ஃபொனிக்கும் நாவலுக்குமிடையில் உள்ள வேறுபாட்டை மீண்டும் பார்ப்போம்.

இரண்டுமே, நாம் ஏற்கனவே குறிப்பிட்டதைப் போல, நவீன பூர்ஷ்வாவர்க்கத்தின் படைப்புகளாகும். இவை இரண்டையும் சாத்தியப்படுத்தியவை மேம்படுத்தப்பட்ட இசைக் கருவிகளும் அச்சிடப்பட்ட புத்தகங்களின் உற்பத்தியுமாகும். இசைக்கருவிகளை வாசிக்கிறவர்களில் எழுபது, எண்பது பேர்கள் வரையிலும்கூட கொண்டுள்ள, மிகவும் ஒழுங்கமைக்கப்பட்டுள்ள குழுவால் வழங்கப்படும் ஒரு பொது நிகழ்ச்சி சிம்ஃபொனி. நாவலோ, ஆசிரியன், வாசகன் என்னும் இரு நபர்கள் மட்டுமே சம்பந்தப் பட்ட, ஒழுங்கமைக்கப்பட்ட உறவு ஏதும் இல்லாத ஒரு விஷயம். அச்சிலுள்ள வார்த்தை ஒன்றுதான் இருவருக்குமிடையிலான ஒரே தொடர்பு (கவிஞனும்கூட இப்போது வாய்மொழியாகத் தன் கருத்து

---

* Quartet : நாற்குரல் பாட்டு / நாற்கருவி இசை. நான்கு தனிக்குரல்கள் அல்லது நான்கு தனிக்கருவிகள் நிகழ்த்துவதற்காக அமையும் இசைப்படைப்பு.

களை வெளிப்படுத்தும் முறையை விட்டுவிட்டான். ஆனால் கவிதை மொழியின் சிறப்பு அம்சங்களை இன்னும் தக்க வைத்துக் கொண்டிருக்கிறான். வாசகனே அவற்றைத் தனக்கு அர்த்தப் படுத்திக்கொள்ளும்படி செய்கிறான்.) நாவலாசிரியன், தனது பாத்திரப்படைப்புகளில் அவர்களது அந்தரங்கமான உணர்ச்சிகளை, அவர்களாலேயே வார்த்தைகளால் வெளிப்படுத்த முடியாத உணர்ச்சிகளை வெளிப்படுத்தும் வகையில் தனது ஊடகத்தைத் திறனுடன் பயன்படுத்துகிறான். 'உயிரற்ற அச்சுப் பதிவுகளினூடாக' நாலாசிரியன் உணர்ச்சிகளை மறைமுகமாக எடுத்துச் சொல்வதைப் போல, இசையமைப்பாளன் 'தூய ஒலி' மூலமாக கருத்துகளை மறைமுகமாக எடுத்துச் சொல்கிறான்.

சிம்ஃபொனியும் நாவலும் ஒரே காலத்தை, ஆனால் பூர்ஷ்வாப் புரட்சியின் வெவ்வேறு கட்டங்களைச் சார்ந்தவை. பிரெஞ்சுப் புரட்சியால் உள் உந்துதல் பெறப்பட்டு, வியென்னா நகரில் நிலப்பிரபுத்துவ சமுதாயத்தின் 'கருவறைக்குள்ளாகவே' சிம்ஃபொனி முதிர்ச்சியடைந்தது. முதலாளித்துவ பிரிட்டனில் தடையற்ற போட்டியின் வளர்ச்சியுடன் உருப்பெறத் தொடங்கிய, தனிமனிதன் பற்றிய பூர்ஷ்வாக் கோட்பாட்டை நாவல் வெளியிட்டது.

5. சிம்ஃபொனி வடிவம்

மத்தியகால இசை நவீன இசையாக மாற்றம் பெறுகையில் இசையில் குரலம்சம் படிப்படியாகக் குறைந்துகொண்டே வருவதைப் பார்க்கலாம். மத்தியகால இசையில் குரல் மேலோங்கியதாக உள்ளது. 'கான்டாட்டா,' 'ஓப்பரா' என்னும் இசை வடிவங்களின் அடிப்படை அலகாக வளர்க்கப்பட்ட பின்னணிசேர் ஒற்றைக்குரலிசையில்* - குரல் அம்சமும் வாத்திய அம்சமும் சம நிலையில் உள்ளன. இசை நாடகத்தின் தொடக்க இசைப்பகுதிதான் (operartic overture) சிம்ஃபொனி வடிவத்தின் மூலம் ஆகும். அது, நிகழ்த்தப்படவிருக்கிற இசை நாடகத்தில் மேலோங்கியிருக்கும் மனோநிலையையும் அடிப்படைச் சுரவரிசையையும் (mood and tonality) அறிமுகப்படுத்தும் பொருட்டு கருவிகளால் இசைக்கப்படும் இசைப்பகுதியாகும். 'கன்செர்ட்டோ (concerto)**

* ABA என்னும் முப்பகுதியுடைய de capa aria).

** Concerto - மூன்று அல்லது நான்கு இசை நடைகளுடன் ஒரு தனியிசைக் கருவி பிற கருவிகளைப் பக்கக் கருவிகளாகக் கொண்டு நிகழ்த்துவதற்காகப் படைக்கப்படும் இசைப்படைப்பு.

'சொனாட்டா' * (sonata) போன்ற இசை வடிவங்கள் அளவில் சிறியதாகவும், நெஞ்சுக்கு நெருக்கமானதாகவும், இதயத்திலிருந்து இயல்பாக எழுவதாகவும் உள்ளன. ஒற்றைக்குரலிசையை மூலமாகக் கொண்ட பியானோ கன்செர்ட்டோவில், குரலின் இடத்தை பியானோ எடுத்துக்கொள்கிறது. பியானோ சொனாட்டா வில், பியானோ பின்னணிசேர் ஒற்றைக்குரலிசையிலிருந்த ஆர்க்கெஸ்ட்ரா பகுதியையும் விட்டுவிடுகிறது. கன்செர்ட்டோவில் பியானோ தனது நண்பர்களுடன் பேசுவது போலிருக்கிறது; சொனாட்டாவிலோ அது தன்னுடனேயே கலந்துறவாடுகிறது.

செவ்வியல் வாத்திய இசை வடிவங்கள் எல்லாமே - சிம்ஃபொனி, கன்செர்ட்டோ, சொனாட்டா, குவார்ட்டெட், முதலியன - சொனாட்டா வடிவத்தையே அடித்தளமாகக் கொண்டுள்ளன. சொனாட்டா வடிவமோ சுரவரிசை மாறுபாடுகளை முறைப்படுத்தப்பட்ட வகையில் பயன்படுத்துவதை அல்லது ஸ்தாயி மாற்றங்களை அடிப்படையாகக் கொண்டுள்ளது. செவ்வியல் இசையின் தனிச்சிறப்பான அம்சம் இதுதான். சொனாட்டா வடிவம் பதினெட்டாம் நூற்றாண்டின் முற்பகுதியில் வளர்க்கப்பட்டது. முந்தைய இசையமைப்பாளர்கள் 'பைனரி' வடிவத்தைப் பயன்படுத்தினர். அது சமன்பாடு உடையதாகவும் அசைவியக்கமற்ற தாகவும் உள்ள இசை வடிவம். அதை மட்டுமே அவர்கள் பயன்படுத்தியதற்குக் காரணம், நாட்டார் இசையில் இயல்பாகக் காணப்பட்ட டெர்னெரி (முப்பகுதி) வடிவத்துடன் அவர்களுக்குப் பழக்கம் இருக்கவில்லை என்பதல்ல. மாறாக, அது அவர்களைக் கவரவில்லை. ஏனெனில் இந்த வடிவத்திற்கு, மத்தியகாலத் திருச்சபையிலிருந்து அவர்கள் சுவீகரித்த சம்பிரதாயங்களில் இடம் இல்லை. இருப்பினும் அவர்கள் அமைத்த இசைப்படைப்புகளில் அசைவியக்கத்திற்கு இடம் இல்லை என்று சொல்ல முடியாது. அப்படைப்புகள் பலவற்றில், குறிப்பாக ஜே.எஸ்.பாஹின் (J.S.Bach - 1685-1750) படைப்புகளில் இடைவிடாத இயக்கம், நுண்ணிய செறிவுடன் பின்னிப்பிணைந்ததாய், ஆனால் ஒரு எல்லைக்குள் வரம்புக்குட்படுத்தியதுபோல் எப்போதும் சுற்றிச் சுற்றி வருவது போன்ற மனப் பதிவு நமக்கு ஏற்படுகிறது.

---

* Sonata - (இத்தாலிய மொழி) - இரண்டு மூன்று அல்லது நான்கு வகை மாறுபட்ட இசைநடைகளுடன் ஒரு இசைக்கருவியோ அல்லது ஒரு இசைக்கருவி வேறொரு இசைக்கருவியைப் பக்கக் கருவியாகக் கொண்டோ நிகழ்த்துவதற்காக அமைக்கப்படும் இசைப்படைப்பு.

அடிப்படைச் சுர வரிசையைத் தனது கட்டமைப்பைத் தீரமானிக்கும் முதன்மைக் காரணியாகக் கொண்டுள்ள டெர்னரி வடிவம் கீழ்க்காணும் முறையில் உருவாக்கப்பட்டது. முதலில் ஒரு அடிப்படைப் பண் இசைக்கப்படும், மீண்டும் இசைக்கப்படும். ஸ்தாயி மாற்றங்கள் இருக்கலாம், ஆனால் அவையெல்லாம் சிறப்பித்துக்கூற முடியாத இடை நிகழ்வுகள்தான். இது பைனரி வடிவம்: A-B. அடுத்ததாக, முதல் பகுதிக்குள் (A-வில்) ஒரு ஸ்தாயி மாற்றம் ஏற்படுத்தப்படுகிறது (a-b). இதைத் தொடர்ந்து இரண்டாவது பகுதியில் (B-யில்) எதிர்த்திசையில் ஸ்தாயி மாற்றம் ஏற்படுத்தப் படுகிறது (b-a) : Aa-Ab-Bb-Ba. இங்கு, பைனரி வடிவத்தின் 'கருவறைக்குள்ளாகவே' டெர்னரி வடிவம் வளர்கிறது: a-bb-a. கடைசியாக, ஹெய்டனின் (Haydn) இசைப் படைப்புகளில், அடிப்படைச் சுர வரிசையை அடிப்படையாகக் கொண்ட புதிய வடிவம், பழைய வடிவத்திலிருந்து முழுமையாக விடுபட்டு, சொனாட்டா வடிவத்திலும் சிம்ஃபொனி வடிவத்திலும் முழுவளர்ச்சி காண்கிறது.

வகைமாதிரியான சொனாட்டா வடிவம் மூன்று அல்லது நான்கு பகுதிகளை (movements) கொண்டுள்ளது. அவற்றின் உள் கட்டமைப்பில் மட்டுமின்றி, பிரிக்க முடியாத ஒரு முழுமையின் பகுதிகள் என்னும் வகையில் அவை ஒன்றுடன் ஒன்று கொண்டுள்ள உறவுகளிலும் ஸ்தாயி மாற்றங்கள் ஏற்படுத்துவதன் காரணமாக இந்தப் பகுதிகள் வடிவமைக்கப்படுகின்றன. முதல் பகுதிதான் எல்லாப் பகுதிகளிலும் மிகவும் விரிவானதாகும். அது மூன்று பிரிவுகளாலானது. அவை அறிமுகம் - Exposition (A), வளர்ச்சி - Development (B), தொகுத்திசைக்கும் பகுதி - Recapitulation (A) என்பவையாகும். வழக்கமாகவே திரும்பத் திரும்ப இசைக்கப்படும் முதற் பிரிவு ஒன்றுக்கொன்று வேறுபட்ட இரண்டு அடிப்படைப் பண்களை (Themes) முன்வைக்கிறது. அவை, இரண்டாவது பிரிவில் வளர்க்கப்பட்டு மூன்றாவது பிரிவில், இரண்டாவது பிரிவால் தீர்மானிக்கப்படும் புதிய வடிவத்தில் தொகுத்திசைக்கப்படுகிறது. முதல் பகுதியின் பிரிவுகளுக் கிடையிலான இயங்கியல் உறவுதான் அந்த பகுதி முழுவதற்கும் அதனுடைய இயங்கு விசையைத் தருகிறது:

> சொனாட்டா வடிவம் முழுவதுமே சாரத்தில் ஒரு நாடகம் தான். அந்த இசைவடிவத்தை அமைத்தவர், அறிமுகப் பிரிவில் நமக்கு ஒரு விஷயத்தை முன்வைக்கிறார். வளர்ச்சிப் பிரிவில் அது குறித்து நாம் மிக அதிகம் தெரிந்துகொள் கிறோம். இவற்றை நாம் கனவில்கூடப் பார்த்திருக்க

மாட்டோம். நாம் பெற்ற அனுபவத்தின் அடிப்படையில் முதற்பிரிவில் முன்வைக்கப்பட்ட விஷயத்தை தொகுத் திசைக்கும் பிரிவில் மீள் மதிப்பீடு செய்கிறோம். (A.Hopkins, Talking about Symphonies, 1961, p.17.)

வேறு வார்த்தைகளில் சொல்வதானால், இந்த மூன்று பிரிவுகளுக்குமிடையிலான உறவு, கருத்து (thesis), எதிர்க்கருத்து (antithesis), கூட்டிணைக்கருத்து (synthésis) ஆகியவற்றுக்கிடையிலான உறவைப் போன்றதுதான்: A-B-A

சொனாட்டா வடிவத்திற்குள்ள அதே அமைப்பு விதிகளின் அடிப்படையில்தான் சிம்ஃபொனியும் கட்டமைக்கப்பட்டுள்ளது - ஆனால் இன்னும் விரிந்த அளவில். ஏனெனில் அது ஒன்றிரண்டு இசைக்கருவிகளால் அல்ல, அதிக எண்ணிக்கையிலான பல்வேறு இசைக்கருவிகளுள்ள ஆர்க்கெஸ்ட்ராவால் இசைக்கப்படுவதற்காக அமைக்கப்படுகிறது. சிம்ஃபொனியில் பொதுவாக நான்கு பகுதிகள் இருக்கும். மெதுவாகச் செல்லும் இரண்டாவது பகுதியைத் தொடர்ந்து மினுயெட் (Minuet) அல்லது ஸ்கெர்ஸோ (Scherzo) எனப்படும் பகுதி - விளையாட்டாக இடையில் வரும் ஒரு இசைப் பகுதி - இருக்கும். இதைத்தொடர்ந்து 'ஃபினலே' (Finale) என்னும் பகுதியில் முரண்பாடு வெற்றிகரமாகத் தீர்க்கப்படும்.

ஆக, சொனாட்டா இசைவடிவத்திலும் சிம்ஃபொனி இசை வடிவத்திலும் உள்ள இயங்கியல் இயக்கம் இவை தோன்றிய கால கட்டத்தில் தத்துவத்துறையில் தோன்றுகிற இயங்கியல் இயக்கத் திற்கு நேரிணையானதாக விளங்குகிறது. இவை இரண்டுமே பதினெட்டாம் நூற்றாண்டில் ஐரோப்பா நெடுகப் பரவி பிரெஞ்சுப் புரட்சியில் முடிவடைந்த பூர்ஷ்வா - ஜனநாயக இயக்கத்தின் வெளிப்பாடுகளாகும்.

6. பீதோவென்

சிம்ஃபொனி வடிவத்தை உருவாக்கியவர்கள் ஹெய்டன் *(1732-1899)*, மோஸார்ட் - (Mozart 1736-91). பீதோவென் (Beethoven-1770-1827) ஆகியோராவர். இம்மூவருமே ஹாப்ஸ்பர்க் பேரரசின் தலைநகரான வியென்னாவைச் சேர்ந்தவர்கள். இப்பேரரசு ஐரோப்பாவில் நிலப்பிரபுத்துவத்தின் அரணாக விளங்கியது. இளவரசன் எஸ்டர்ஹாஸியின் (Esterhazy) கொத்தடிமையாக இருந்தவர் ஹெய்டன். அந்த இளவரசன் மட்டும் கலை ரசனை குறைந்தவனாக இருந்திருப்பானேயானால், ஹெய்டனுக்கிருந்த கொடுமையான வேலை நிபந்தனைகள் அவரது மேதைமையை

நசுக்கியிருக்கும். மோஸார்ட் அவ்வளவு நற்பேறினைப் பெற்றவரல்லர். அவருடைய புரவலராக இருந்த சால்ஸ்பர்க் கோமகனிடமிருந்து உறவை முறித்துக் கொண்ட அவர் பொருளாதாரக் கஷ்டங்களிலிருந்து ஒருபோதும் மீளமுடியாமல் பராரியாகவே இறந்துபோனார். பீதோவென் ஒருபோதும் நிலப்பிரபுத்துவ சேவகத்தில் இருந்ததில்லை. அவர் ஒரு பூர்ஷ்வா. அப்படி இருந்ததற்காகப் பெருமைப்பட்டுக் கொண்டவர்: "இளவரசர்கள் நூற்றுக்கணக்கில் இருக்கின்றனர். ஆனால் ஒரே பீதோவென்தான் உண்டு" என அவர் கூறியதாகச் சொல்லப்படுகிறது. அதே சமயம் தனக்கிருந்த பூர்ஷ்வாத் தகுதியால் ஏற்பட்டிருந்த முரண்பாட்டையும் அவர் உணர்ந்திருந்தார்.

இக்காலகட்டத்தின் பூர்ஷ்வா - ஜனநாயகப் புரட்சியின் இலட்சியங்களைப் பரப்பி வந்தவர்கள் ஃப்ரீமேஸன்கள் ஆவர். ஒரு இரகசியக் குழுவாகச் செயல்பட்டு வந்த இவர்கள், அக்குழுவில் சேர்ந்து பணியாற்ற விரும்பகிறவர்களை ஆயத்தப்படுத்துவதற்காக பண்டைக்கால கிரேக்கத்திலும் எகிப்திலும் நிலவிவந்த மறைவினை முறைகளின் (mysteries) அடிப்படையில் விரிவான சடங்கினைச் செய்வர். வணிகர்கள், அறிவாளிகள், பிரபுகுலத்தவர்களில் தாழ்ந்த மட்டத்திலிருந்தவர்கள் ஆகியோரே ஃப்ரீமேஸன் குழுக்களில் உறுப்பினர்களாக இருந்தார்கள். இந்த அமைப்பில் சேர்ந்தவர்கள் எனத் தெரியவந்தவர்களில் கீழ்க்காண் போரும் அடங்குவர்: பிரான்ஸில் வால்ட்டைர் (Voltaire), திதெரோ (Diderot), கொண்டொர்ஸெ (Condorcet), மிராபூ (Mirabeau) ஆகியோர்; ஜெர்மனியில் கெதெ (Goethe), லெஸ்ஸிங் (Lessing), ஹெர்டெர் (Herder) ஆகியோர்; ஆஸ்திரியாவில் க்ளக் (Gluck), ஹெய்டன் (Haydn), மோஸார்ட் (Mozart) ஆகியோர். பீதோவென் ஃப்ரீமேஸன் குழுவில் உறுப்பினராக இருந்ததாகத் தெரியவில்லை. ஆனால் அவர் ஃப்ரீமேஸன்களுடன் நெருக்கமான தொடர்பு வைத்திருந்தார். அவரது கருத்துகளின் ஆழமான தாக்கத்துக்குட் பட்டிருந்தார்.

இந்தக் கருத்துகள் குறியீட்டுரீதியான ஒரு தொடர்வரிசையிலமைந்த முக்கூட்டு வடிவங்கள் (triads) மூலம் வெளியிடப்பட்டன: எடுத்துக்காட்டாக, தன்னுரிமை- சமத்துவம் - சகோதரத்துவம்; இயற்கை-பகுத்தறிவு-ஞானம். இந்த முக்கூட்டு வடிவம் ஒவ்வொன்றிலுமுள்ள மூன்றாவது பதம், முதலாம் இரண்டாம் பதங்களின் இணைப்பு அல்லது அவற்றுக்கிடையிலான இணக்கம் என்பதைப் பிரதிநிதித்துவம் செய்வதாகக் கருதப்பட்டது. ஆக, சகோதரத்துவம் என்பது தன்னுரிமையும் சமத்துவமும் இணைக்கப்பட்ட நிலையாகும். ஞானம் என்பதில் இயற்கையும் பகுத்தறிவும்

இணக்கம் செய்யப்படுகின்றன. மோஸார்ட்டின் 'மந்திரப் புல்லாங் குழல்' என்னும் இசைநாடகத்தில், ஸரஸ்ட்ரோவின் கோவிலில் மூன்று கதவுகள் இருப்பது நினைவுக்கு வரலாம்: வெளிப்புறத்தில் இயற்கை, பகுத்தறிவு என்னும் இரு கதவுகள்; கோவிலின் நடுவில் ஞானம் என்னும் கதவு. ஃப்ரீமேஸன் அமைப்பின் நிறுவனர்கள் கிரேக்கத் தத்துவத்தைக் கற்றறிந்தவர்கள். எதிரெதிரானவற்றை நடுவு நிலையில் இணைக்கும், சமரசப்படுத்தும் தமது கொள்கைக்கான மூலம் பித்தகோரஸின் தத்துவம்தான் என்பதை ஏற்றுக் கொண்டவர்கள். அவர்கள் அந்தத் தத்துவத்தை எடுத்துக் கொண்டதற்குக் காரணம் அவர்களது நிலைப்பாட்டுக்கு அது மிகவும் ஒத்திருந்ததுதான்.

பத்தொன்பதாம் நூற்றாண்டின் தொடக்கத்தில், நெப்போலியன் தனது படைகளுடன் மத்திய ஐரோப்பாவில் நுழைந்தபோது, (பூர்ஷ்வா - ஜனநாயகப்) புரட்சியைப் பாது காப்பவன் என்னும் வகையிலும் தேசிய விடுதலைப் போரொன்றின் தலைவன் என்னும் முறையிலும் எல்லாவிடங் களிலும் வரவேற்கப்பட்டு வாழ்த்தப்பட்டான். ஜனநாயக வட்டாரங்களில் அவனது வெற்றிகள் தோற்றுவித்த உள் உந்துதலுக் கான சான்றை தோல்ஸ்தோயின் 'போரும் அமைதியும்' என்னும் நாவலில் காணலாம். இதில் பெஸுக்கோவ் பிரபுவின் (பின்னாளில் அவர் ஃப்ரீமேஸன் அமைப்பில் சேர்கிறார்) முற்போக்கான கருத்துகள் அரண்மனை சேவகர்களுக்கு அதிர்ச்சியேற்படுத்துவதைத் தோல்ஸ்தோய் காட்டுகிறார். இதே போலவே, நெப்போலியன் தன் படைகளுடன் ஜெர்மானிய நகரமான யெனாவிற்குள் நுழைந்த போது, 'வெண்குதிரையில் அமர்ந்துள்ள முழுமுற்றான ஆன்மா' என ஹெகெல் அவனைப் போற்றிப் புகழ்ந்ததாகச் சொல்லப்படு கிறது. இந்தக் காலகட்டத்தைக் குறித்து ஆங்கிலக் கவிஞன் வேர்ட்ஸ்வொர்த் எழுதினார்:

அந்த வைகறைப் பொழுதில்
உயிர் வாழ்ந்திருந்ததே பேரானந்தம்
இளமையுடனிருந்தால்
சொர்க்கமே அதுதான்.

(The Prelude, Book II)

பிரெஞ்சுப் புரட்சியையும் நெப்போலியனையும் பற்றிய இந்த உணர்வோடுதான் பீதோவென், வியென்னாவில் பிரெஞ்சுத் தூதராக இருந்த பெர்னாடொட் பிரபுவின் பரிந்துரைப்படி படைத்திருந்த 'எரொய்கா' (Eroica) எனப் பெயரிடப்பட்ட தனது மூன்றாவது சிம்ஃபொனியை நெப்போலியனுக்குக் காணிக்கை

யாக்கியிருந்தார். பின்னர், நெப்போலியன் பிரான்சின் பேரரசனாக முடிசூட்டப்பட்டதைக் கேள்விப்பட்டதும் அந்தக் காணிக்கையைத் திரும்பப் பெற்றுக் கொண்டார்.

பிந்திய ஆண்டுகளில் நெப்போலியனுக்கு எதிராகத் திரும்பிய பல குடியரசுவாதிகளில் ஒருவராக இருந்தவர்தான் பீதோவென். ஆனால் அவர்களில் பெரும்பாலானோர் - இவர்களில் ஹெகெலும் அடங்குவார் - தங்களது புரட்சிகர இலட்சியத்தைக் கைவிட்டபோது, பீதோவென் தன்னந்தனியாக, ஆனால் அடிபணி யாமல் தனது கொள்கையில் உறுதியாக நின்றார். ஐரோப்பாவில் புரட்சிகர அலையைத் தடுத்து நிறுத்துவதில் பிற்போக்குச் சக்திகள் வெற்றி கண்ட வியென்னா மாநாட்டிற்குப் * *(1814-15)* பிறகு வியென்னா நகரப் பொதுமக்கள் வெறும் கேளிக்கையாக மட்டுமே அமைந்த இத்தாலிய இசை நாடகங்களில் மனத்தைப் பறிகொடுத்து விட்டபோது, பீதோவென் மௌனமாகிவிட்டார். அப்புறம், ஒன்ப தாண்டுகளுக்குப் பிறகு தனது கடைசி சிம்ஃபொனியை, அவரது படைப்புகளில் மிக உன்னதமான ஒன்பதாவது சிம்பொனியைப் படைத்தார். பூர்ஷ்வாப் புரட்சி குறித்த அவரது தீர்க்கமான பார்வை யில் தனது சமகாலத்தவர் அனைவரையும்விட முற்போக்கானவராக இருந்தார் என்பதை இந்த ஒன்பதாவது சிம்ஃபொனி வெளிப்

---

* வியென்னா மாநாடு (Vienna Congress) : கி.பி. *1814-15* ஆம் ஆண்டுகளில் ஆஸ்திரியாவின் தலைநகர் வியென்னாவில் நடைபெற்ற இந்த மாநாட்டில் துருக்கியைத் தவிர மற்றெல்லா முக்கிய ஐரோப்பிய நாடுகள் அனைத்தும் கலந்து கொண்டன. பிரான்ஸ், ஸ்பெயின் ஆகிய நாடுகள் ஐரோப்பாவிலும் உலகின் பிற பகுதிகளும் மேலாதிக்கம் செலுத்துவதைத் தடுக்கும் நோக்கத்தைக் கொண்டிருந்த இந்த மாநாட்டில் மேற்கொள்ளப் பட்ட முடிவுகளின்படி டச்சுக் குடியரசு ஆஸ்திரிய நெதெர்லாண்டுடன் இணைக்கப்பட்டது; நோர்வேயும் ஸ்வீடனும் ஒரே மன்னராட்சியின் கீழ் வந்தன; ஸ்விட்ஸர்லாந்தின் நடுநிலை ஏற்றுக்கொள்ளப்பட்டது; போலந்தின் ஒரு பகுதி ஜார் ரஷ்யாவிற்குக் கிடைத்தது; ப்ரஷ்யாவுடன் மேற்கு ப்ரஷ்யாவும் போசெனும் சாக்ஸோனியின் வட பகுதியும் இணைக்கப்பட்டன; ஆஸ்திரியாவிற்கு, அது முன்பு இழந்திருந்த பகுதிகளை இழப்பீடு செய்வதற்காக ஜெர்மனியிலும் இத்தாலியிலுமுள்ள பகுதிகள் சில வழங்கப்பட்டன; பிரிட்டனுக்கு, தென்னாப்பிரிக்க முனை, இலங்கை, மரிஷியஸ், ஹெல்கோலாண்ட், மால்ட்டா ஆகியவற்றைக் காலனிகளாக வைத்துக்கொள்ள அனுமதி தரப்பட்டது. இதே போல வேறு சில நாடுகளும் பயன்பெற்றன. ஆக, ஐரோப்பிய நாடுகளிடையே சக்தி களின் சமநிலையை ஏறத்தாழ 40 ஆண்டுகள் நிலைநிறுத்த இந்த மாநாடு வழிவகுத்தது. இதில் நிறைவேற்றப்பட்ட முக்கிய தீர்மானங்களில் ஒன்று அடிமை வர்த்தகம் ஒழித்துக் கட்டப்பட வேண்டும் என்பதாகும்.

படுத்தியது. குழுப்பாட்டு உள்ள இந்த சிம்ஃபொனி உருவம், உள்ளடக்கம் இரண்டிலுமே புரட்சிகரமானதாகும். குழுப்பாட்டை இந்த சிம்ஃபொனியில் சேர்த்ததே ஒரு புரட்சிகரமான புதுமை யாகும். இந்தக் குழுப் பாட்டிற்கு ஜெர்மானியக் கவிஞர் ஷ்சில்லரின் (Schiller) 'மகிழ்ச்சிக்கான எழுச்சிப்பாடல்' என்பதை பீதோவென் தேர்ந் தெடுத்தது உலகளாவிய சகோதரத்துவத்தை மீண்டும் உறுதிப்படுத்துவதாகும். இந்த எழுச்சிப்பாடல் ஃப்ரீமேஸன் கருத்துகளை அடிப்படையாகக் கொண்டிருந்தது. ஃப்ரீமேஸன்களைப் பொருத்தவரை மகிழ்ச்சியும் தன்னுரிமையும் பிரிக்கமுடியாதவை. இந்த சிம்ஃபொனியில் மெல்ல இசைக்கும் பகுதியின் முதன்மையான கருப்பொருள், ஃப்ளோரெஸ்டெனின் இசை நாடகமான 'ஃபிடெலியோ'வின் 'ஆரியா'வை * நினைவு படுத்துகிறது. சிம்ஃபொனியின் இப்பகுதி, உண்மையின் பொருட்டு அனைத்தையும் தியாகம் செய்பவர்களின் வேதனையை வெளிப் படுத்துகிறது. இந்தப் பகுதி பீத்தோவென் பின்னர் படைத்த 'குவார்டெட்'டுகள் வெளிப்படுத்தும் உணர்வை முன்னுணர்த்து வதாக உள்ளது. விரைவில் கைகூடிவருவதாக ஒரு சமயம் காணப் பட்ட நம்பிக்கைகள், எல்லை யில்லாத தொலைவுக்குச் சென்று விட்டதை இந்தப் பகுதி உணர்த்துகிறது. எல்லாவற்றுக்கும் மேலாக, 'ஃபினலே' என்னும் இறுதிப் பகுதியில் 'அல்லா மார்ஸியா' (alla marcia) எனப் பெயரிடப்பட்டுள்ள பிரிவு பிரெஞ்சுப் புரட்சிகர அணிவகுப்பொன்றை நினைவூட்டி அற்புதமான உச்ச நிலைக்கு (crescendo) இட்டுச் செல்கிறது. மக்கள் முன்னேறிச் செல்கிறார்கள் என்பதைப் பிரகடனப்படுத்தும் இந்த உச்சநிலை, வரலாற்றின் உண்மையான கர்த்தாக்கள் வெகு மக்களேயன்றி எப்போதும் தவறு செய்யக்கூடியவர்களான தனிப் பட்ட தலைவர்களல்லர் என்பதைத் தனது வாழ்க்கையின் கடைசி ஆண்டுகளில் பீதோவென் புரிந்து கொண்டிருந்தார் என்பதை காட்டுகிறது.

பிரெஞ்சுப் புரட்சி ஒரு பூர்ஷ்வாப் புரட்சியாகும். அதனுடைய இலட்சியங்களான தன்னுரிமை, சமத்துவம், சகோதரத்துவம் என்பன நாளாவட்டத்தில் வெறும் மாயத் தோற்றங்களே என்பது நிரூபணமாயிற்று. இருந்தபோதிலும், பிரெஞ்சு நிலப்பிரபுத்துவ ஆளும் வர்க்கமான பூர்போன்களைத் துடைத்தெறிந்ததாலும் ஹாப்ஸ்பர்க் பேரரசுக்குப் பெரும் பீதியை ஏற்படுத்தியதாலும் அது ஐரோப்பிய நிலப்பிரபுத்துவத்தின் அஸ்திவாரங்களையே அசைத்து 1848 ஆம் ஆண்டில் ஐரோப்பாவில்

---

* ஆரியா (Aria): பின்னணிசேர் அறிமுக ஒற்றைக் குரலிசை

பூர்ஷ்வாப் புரட்சிகளையும் பின்னர் 1917 ஆம் ஆண்டு ரஷ்யாவின் பாட்டாளிவர்க்கப் புரட்சியையும் விரைவுபடுத்தியது. 'பிரெஞ்சுப் புரட்சியானது கடுஞ்சீற்றமுடைய வெறுப்பைத்தட்டியெழுப்பவதன் காரணமாக மனிதகுலத்தின் மீது அது ஏற்படுத்தும் தாக்கத்தின் உயிர்த்துடிப்பையும் உந்து திறத்தையும் இன்றுவரை மெய்ப்பித்துக் கொண்டிருக்கிற ஒரு புட்சியாக திகழ்கிறது' என லெனின் 1907 ஆம் ஆண்டில் அப் புரட்சியைப் பற்றி எழுதினார். பீதோவென் தனது இந்த மூலாதாரத்திலிருந்தே தனது இசைக்குள்ள உயிர்த் துடிப்பையும் உந்து திறத்தையும் பெற்றார்.

ஈஸ்கைலஸூம் பீதோவெனும் ஆழமான இயங்கியல் உணர்வைக் கொண்டிருந்தனர். அது, அவர்கள் தமது காலத்தின் சமூக இயக்கத்திற்கு அடிப்படையாக இருந்த முரண்பாடுகளைத் தமது படைப்பின் உருவம், உள்ளடக்கம் ஆகிய இரண்டிலும் வெளிப்படுத்த உதவியது. ஆக, அவர்களது படைப்புகள் அடுத்து வந்த தலைமுறையினருக்கான உள் உந்துதலுக்கான நிரந்தரமான ஊற்றுக்கண்ணாக இருக்கிறதென்றால், அதற்குக் காரணம் அவை எல்லாக் காலத்துக்குமுரிய முழுமுற்றான உண்மைகளைக் கொண்டிருக்கின்றன என்பதாலல்ல; மாறாக அவை ஆழமான வகையில் அவர்களது சமகால உணர்வை வெளிப்படுத்துகின்றன என்பதால்தான்.

இந்த அளவுகோல் ஒப்புக்கொள்ளப்படுமானால், பீதோவென் ஒரு மகத்தான கலைஞர் என்பதை ஏற்றுக்கொள்ள வேண்டும். ஈஸ்கைலஸின் இயங்கியல், பித்தகோரஸின் இயங்கியலைப் போலவே எதிர்காலமற்றதாக்கப்பட்டது. இது 'ஒரெஸ்டியா' நாற்கூட்டு நாடகத்தின் முடிவில் தெளிவாக்கப்பட்டது. ஏதென்ஸில் ஜனநாயகத்தை நிறுவிய பிறகு சட்டங்களில் கைவைக்கக்கூடாது என அத்தீனா மக்களை எச்சரிப்பதை இந்த நாடகம் காட்டுகிறது. ஹெகலும்கூட தனது வாழ்நாளின் இறுதியில், வரலாற்று வளர்ச்சியின் உச்சக் கட்டம் பிரஷ்ய முடியாட்சிதான் என்று கூறியதன் மூலம் தனது இயங்கியலுக்கு ஒரு வரம்பை விதித்தார். பீதோவெனின் படைப்புகளில் அத்தகைய வரம்புகள் ஏதும் இல்லை. பீதோவனின் இயங்கியல் 'நடைமுறை சார்ந்த, மானிடப் புலன்சார்ந்த செயல்பாட்டின் உள்ளுறையாற்றல் எல்லையற்றது' என்பதை கலை வடிவத்தில் வெளிப் படுத்துகிறது. இந்த வகையிலும்கூட, அவர், ஹெகெலுக்குச் சிறிதும் குறையாத வகையில், மார்க்ஸின் முன்னோடியாக விளங்குகிறார்.

அத்தியாயம் IX
அறிவாளிகளும் பாட்டாளிவர்க்கமும்

1. புரட்சிகர அறிவாளிகள்

பொதுவாகவே, சமுதாயத்தின் அறிவாற்றல் துறை ஆளும் வர்க்கத்தின் கருத்துநிலையின் (ideology) ஆதிக்கத்துக்குட் பட்டிருக்கிறது:

> ஆளும் வர்க்கத்தின் கருத்துகளே ஒவ்வொரு சகாப்தத்திலும் ஆளும் கருத்துகளாகவும் இருக்கின்றன. அதாவது, சமுதாயத்தில் பொருள்வகையில் எந்த வர்க்கம் ஆளும் சக்தியாக உள்ளதோ, அதே வர்க்கம்தான் அதே சமயம் அறிவாற்றல் துறையில் ஆளும் சக்தியாகவும் விளங்குகிறது. பொருள்வகை உற்பத்திச்சாதனங்களைத் தன் கைவசம் வைத்திருக்கும் வர்க்கமே, அக்காரணத்தாலேயே, பொதுவாகச் சொல்லப்போனால் சிந்தனைப் படைப்புச் சாதனங்களையும் தன் கட்டுப்பாட்டிற்குள் வைத்திருக்கிறது. இதனால் சிந்தனைப் படைப்புச் சாதனங்கள் இல்லாதவர்களின் கருத்துகள் ஆளும் வர்க்கத்திற்குக் கட்டுப்பட்டவையாகின்றன. ஆளும் கருத்துகள் என்பன உண்மையில் ஆதிக்கம் செலுத்தும் பொருள்வகை உறவுகளின் கருத்து வெளிப்பாடேயன்றி வேறல்ல (GI 60.)

ஆயினும், புரட்சிக் காலகட்டங்களில், பழைய சமுதாயத்தின் கட்டுமானம் சிதையத் தொடங்குகையில், ஆளும் வர்க்கத்திலுள்ள ஒரு பிரிவு அதிலிருந்து பிரிந்து வெளியேறிப் புரட்சி வர்க்கத்துடன் சேர்ந்துகொள்கிறது:

> வர்க்கப் போராட்டம் தனது இறுதியான, தீர்மானகரமான நேரத்தை நெருங்கி வருகையில், ஆளும் வர்க்கத்திற்குள்ளேயே நடைபெற்றுக்கொண்டிருக்கும் சிதைவு இயக்கம் - உண்மையில் சொல்லப்போனால் பழைய சமுதாயம் முழுவதிலும் நடைபெற்றுவரும் சிதைவு இயக்கம் - ஆளும் வர்க்கத்தைச் சேர்ந்த ஒரு சிறிய பிரிவு தன்னை அதிலிருந்து துண்டித்துக் கொண்டு வெளியேறி புரட்சிகர வர்க்கத்துடன்,

எதிர்காலத்தைத் தனது கைகளில் வைத்துள்ள வர்க்கத்திடம் சேர்ந்துகொள்ளும் அளவுக்குக் கட்டுமீறியதாகவும் கண்ணை உறுத்துவதாகவும் அமைகிறது. எனவே, இதற்கு முந்திய காலகட்டத்தில் பிரபுக்குலத்தினரில் ஒரு பகுதியினர் பூர்ஷ்வா வர்க்கத்துடன் சேர்ந்துகொண்டதைப் போல், இப்போது பூர்ஷ்வா வர்க்கத்தின் ஒரு பகுதியினர் - குறிப்பாக பூர்ஷ்வா வர்க்க கருத்துநிலைவாதிகளில் ஒரு பகுதியினர் - பாட்டாளி வர்க்கத்திடம் போகின்றனர். இப்பகுதியினர் வரலாற்று இயக்கம் முழுவதையும் கோட்பாட்டுரீதியாகப் புரிந்து கொள்ளும் அளவிற்குத் தங்களை உயர்த்திக் கொண்டவர் களாவர். (ME 1.117, cf. LCW 5.375.)

இத்தகைய அறிவாளிகள் முதலாளி வர்க்கத்திடம் தாம் கொண்டிருந்த பற்றுறுதியை இப்போது பாட்டாளிவர்க்கத்தின் மீது வைக்கத் தொடங்குகின்றனர். ஏனெனில், முதலாளியச் சமுதாயத் தின் வரலாற்றுச் சாதனைகள் ஒருபுறமிருப்பினும், அச்சமுதாயம் அறிவுக்கு மாறானது, ஒழுக்கக்கேடானது என்பதை அவர்கள் தம் அனுபவத்திலிருந்தே அறிந்துகொள்வதுதான்.

2. முதலாளியத்திற்கான சேவையில் அறிவியல்

முதலாளியச் சமுதாயத்தில் அறிவியல், உழைப்பிலிருந்து மாறுபட்ட ஒரு உற்பத்திச் சக்தியாக மாறி மூலதனத்திற்கான சேவையில் ஈடுபடுத்தப்படுகிறது (C 1.361). ஏகபோக மூலதனக் காலகட்டத்தில், முன்பு இருந்ததைக் காட்டிலும் அதிகமாக அறிவியல் உயர்ந்த அளவில் ஒழுங்கமைக்கப்படுகிறது. ஆனால் இப்படி அது ஒழுங்கமைக்கப்படுவதன் முதன்மை நோக்கம் தனியாருக்கு இலாபத்தை ஈட்டித் தருவதுதான். அறிவியலின் தனித்தனியான குறிப்பிட்ட துறைகளிலோ அல்லது அவற்றின் பிரிவுகளிலோ மட்டுமே அறிவியல் அறிஞர்கள் பயிற்றுவிக்கப் படுவதால், அவர்களால் இயற்கை அறிவியல் முழுவதையும் கோட்பாட்டுரீதியாக உட்கிரகிப்பது கடினமாகி வருவதுடன், சமுதாயம் பற்றிய ஆய்வில் அவர்கள் பயிற்சி ஏதும் பெறுவ தில்லை. இதற்கு மறுதலையாக, சமூக, வரலாற்று அறிவியல்கள் இயற்கை அறிவியலிலிருந்து மட்டுமின்றி, ஒன்றிலிருந்து மற்றொன்றும் துண்டிக்கப்படுகின்றன. வரலாறு என்பது, அது ஏதோ அறிவியலின் ஒரு பிரிவு அல்ல என்பது போலக் கற்பிக்கப் படுகிறது. இயற்கை அறிவியலில் மாணவன் மார்க்ஸியம் குறித்து

எதனையும் தெரிந்துகொள்வதில்லை. ஆயினும், குறைந்தபட்சம் இயற்கையிலுள்ள இயங்கியல் வளர்ச்சியைப் புரிந்துகொள்கிறான் - இயங்கியல் என்னும் பெயர் அவனுக்குத் தெரியாமல் இருந்த போதிலும். வர்க்கப் போராட்டத்தை புரிந்துகொள்ளக்கூட அறியாத பூர்ஷ்வா வரலாற்றறிஞனைப் பொருத்தவரை இயங்கியல் என்பதற்கு அர்த்தமே இல்லை.

பூர்ஷ்வாக் கல்வி முறையில் இயற்கை பற்றிய ஆய்வுக்கும் மனிதனைப் பற்றிய ஆய்வுக்கும் இடையிலான முரண்பாடு, ஒரு உற்பத்திச் சக்தி என்னும் வகையில் அறிவியலை வளர்க்க வேண்டிய தேவைக்கும் மூலதனத்துக்கும் உழைப்புக்குமுள்ள உண்மையான உறவை மூடிமறைக்க வேண்டிய தேவைக்கும் இடையிலான முரண்பாடு பூர்ஷ்வா உணர்வில் ஏற்படுத்தும் மோதலைப் பிரதிபலிக்கிறது.

சில பூர்ஷ்வா அறிவியல் அறிஞர்கள் தங்களது நிலையை நியாயப்படுத்துவதற்காக, தங்களது அக்கறை அறிவை அறிவுக் காகவே மேம்படுத்துவதானேயன்றி தமது பணியின் சமூகப் பின்விளைவுகளல்ல என்று கூறுகின்றனர். ஆனால், சமுதாயப் பிரச்சினைகள் கடுமையாகும்போது சுய மரியாதையை இழக்காமல் இந்த நிலைப்பாட்டை அவர்களால் தொடர்ந்து மேற்கொள்ள முடியாது. இது ஒருபுறமிருக்க, அவர்களில் வேறு சிலருக்குத் தொழிற்சாலைகளின் மூலம் தொழிலாளர்களுடன் தொடர்பு ஏற்படுகிறது. இதன் காரணமாக அவர்கள் வர்க்கப் போராட்டத் திற்குள் இழுக்கப்படுகிறார்கள். இவ்வாறுதான் அவர்கள், சோசலிசப் புரட்சியின் மூலமே, மக்களுக்கான சேவை கருதி பயன் - மதிப்பு களை உற்பத்தி செய்ய ஈடுபடுத்தப்படும் ஒரு சக்தியாக அறிவியல் உழைப்புடன் மீண்டும் ஐக்கியப்படுத்தப்படும் என்பதை அறிந்துகொள்கின்றனர்.

3. சரக்காகிவிடும் கலை

'முதலாளிய உற்பத்தி, அறிவு உழைப்பின் சில பிரிவு களுக்கு, எடுத்துக்காட்டாக, கவிதைக்கும் கலைக்கும் பகையானது' (TSV 1.285). அறிவியல் உற்பத்திச் சக்தியாவது போல, கலை சரக்காகிறது. இந்தச் சரக்கு ஒரு நுகர்வுப்பொருளாக இருந்தபோதி லும் மற்ற சரக்குகளிலிருந்து இது ஒரு விஷயத்தில் வேறுபடுகிறது. அதாவது, இதனுடைய மதிப்பு, மோஸ்தரில் ஏற்படும் மாற்றங்கள், கலைப்படைப்புகளைச் சேகரிக்கும் செல்வந்தர்கள், இதையே

தொழிலாகக் கொண்டவர்களின் நிதி, ஊகவாணிபம் போன்ற எதேச்சையான காரணிகளால் தீர்மானிக்கப்படுகிறது.

நிலப்பிரபுத்துவ சமுதாயத்தில், கலைஞன் இதர வினைஞர் களைப் போல சமூக வாழ்வில் ஒரு அடக்கமான ஆனால் பாது காப்பான இடத்தைப் பெற்றிருந்தான். அவன் தனது பிரபுவுக்குக் கட்டுண்டு கிடந்தபோதிலும் அவனுக்கும் பிரபுக்கும் இருந்த உறவு தனிப்பட்ட மனிதர்கள் சம்பந்தப்பட்ட ஒன்றேயன்றி வர்த்தக உறவு அல்ல. சரக்கு உற்பத்தியின் வளர்ச்சியுடன், இந்த 'மகிழ்ச்சியான எளிய உறவுகளுக்'குப் பதிலாக 'பண உறவுகள்' தோன்றின.

சென்ற அத்தியாயத்தில் நாம் குறிப்பிட்டதுபோல இந்த மாற்றத்தை வியென்னாவைச் சேர்ந்த மாபெரும் இசை அமைப் பாளர்களின் வாழ்க்கையில் காணலாம். பீதோவெனின் காலத்தில், இசைச் செயல்பாடுகளின் மையம் மேட்டுக்குடியினரின் வரவேற்பு அறையிலிருந்து இசை-அரங்குக்கும் புரவலரிடமிருந்து இசை நிகழ்ச்சிகளை ஏற்பாடு செய்கிறவருக்கும் சென்றது. பீதோவென் இந்த மாற்றங்களை வரவேற்றபோதிலும், தானும் சந்தைக்காக உற்பத்தி செய்கிறவர்தான் என்னும் வேதனைமிக்க உணர்வையும் கொண்டிருந்தார்:

> இந்த உலகில் கலைக்கான ஒரு பெரும் களஞ்சியம் இருக்க வேண்டும். கலைஞன் அங்கு சென்று தனது படைப்புகளைச் சேர்க்க வேண்டும். பிறகு தனக்குத் தேவையானவற்றைப் பெற்றுக்கொள்ள வேண்டும். ஆனால், இப்போதோ, கலைஞன் பாதி வர்த்தகனாகவும் இருக்க வேண்டியுள்ளது - இதை எவ்வாறு பொறுத்துக்கொள்வது? (Letters, ed. Anderson, 1.47.)

முதலாளியச் சமுதாயத்தில் கலைஞனின் சுதந்திரம் என்பது சந்தையின் சுதந்திரம்தான் (LCW 10.48).

ஏகபோக முதலாளிய யுகத்தில் இந்த சுதந்திரமும்கூட வெட்டிக் குறுக்கப்படுகிறது. ஏகபோக முதலாளிகளைப் பொருத்த வரை சிறு எண்ணிக்கையிலான மேட்டுக்குடியினருக்கான பொழுது போக்கு என்பதைத் தவிர கலைகளுக்கு எந்தப் பயனும் இல்லை. பிற ஏகபோக முதலாளிகளோ இலாபம் ஈட்டுவதற்கும் மக்கள் மனங்களில் ஒழுக்கக்கேடுகளை விதைக்கவும் ஆன்மீகரீதியான கறைகளை ஏற்படுத்தவும் பயன்படுத்துகின்றனர். இந்தத் தீமையின் விளைவை எல்லாவிடங்களிலும் பார்க்கலாம். ஆனால் எல்லா வற்றையும்விட, ஏகாதிபத்தியத்தின் ஆதிக்கம் இன்னும் நிலவுகின்ற நாடுகளில்தான் பாரம்பரிய வெகுமக்கள் கலைவடிவங்கள் திட்ட மிட்டு அழிக்கப்பட்டுவருகின்றன. இந்தச் சூழ்நிலையில் கலைஞன்

ஒரு முடிவை மேற்கொள்ள வேண்டியுள்ளது. ஒன்று, அவன் ஒரு சரக்கு - உற்பத்தியாளன் என்னும் தகுதியை ஏற்றுக்கொண்டு வர்த்தகரீதியான வெற்றியைத் தேடிச் செல்லவேண்டும்; அப்படிச் செய்வானேயாகில் ஒரு கலைஞனுக்குள்ள நேர்மையை அவன் இழந்துவிடுவான். அல்லது, வர்த்தக மதிப்பீடுகளை நிராகரித்து கலைப்படைப்பு சுய - வெளிப்பாட்டுக்கான ஒரு சுயாதீனமான செயற்பாடு என்னும் கோட்பாட்டில் - கலை கலைக்காகவே என்னும் கோட்பாட்டில் - தஞ்சம் புக வேண்டும். ஆனால் இந்தக் கோட்பாடு வர்த்தக மதிப்பீடுகளிலிருந்து தப்பிப்பதற்கான வழிமுறையை வழங்குவதில்லை. மாறாக, இந்தக் கோட்பாடே சரக்கு உற்பத்தியில் உள்ளார்ந்த சுயநலம் சார்ந்த தனிமனிதவாதத்தின் வெளிப்பாடுதான். தனது சமூகப் பொறுப்பைத் தட்டிக் கழிப்பதன் மூலம் அவன் தனக்கு உள் உந்துதல் தரும் மூலாதாரங்களிலிருந்து தன்னைத் துண்டித்துக் கொள்கிறான். பிறருக்கு உள் உந்துதல் தரக்கூடிய ஆற்றலை அவன் மீண்டும் பெறவேண்டுமானால், அவன் மக்களிடமிருந்து உள்உந்துதல் பெற வேண்டும். மக்களோடு ஐக்கியப்படுவதன் மூலமே, தனது கலை, அது தரும் மகிழ்ச்சிக்காக மதிக்கப்படுமேயன்றி சந்தையில் பெறும் விலைக்காக அல்ல என்பதை அவனால் உறுதிப்படுத்திக்கொள்ள முடியும்.

4. கருத்துநிலை மறுவார்ப்பு (ideological remoulding)

சரக்கு உற்பத்தியுடனும் வர்க்கச் சுரண்டலுடனும் தொடர்புடைய கருத்துகள் நம் மனத்தில் ஆழமாக வேர்பிடித்துள்ளதால், இடைவிடாத அரசியல் போராட்டத்தின் மூலமே அவற்றை நம்மால் முழுமையாகப் புரிந்துகொள்ள முடியும். எனவேதான், சோசலிசப் புரட்சியின் போதும் அதன் பிறகும், அனைத்து வர்க்கங்களுக்கும் கருத்துநிலை மறுவார்ப்புத் தேவைப்படுகிறது. இது பழைய சுரண்டல் வர்க்கங்களுக்கு மட்டுமல்ல, அறிவாளிகள், பாட்டாளி வர்க்கம் உள்ளிட்ட புரட்சியை ஆதரிக்கும் வர்க்கங்களுக்கும் தேவைப்படுகிறது:

> வர்க்கப் போராட்டத்திலும் இயற்கைக்கு எதிரான போராட்டத்திலும் பாட்டாளி வர்க்கம் சமுதாயம் முழுவதையும் மறுவார்ப்புச் செய்கிறது, அதே சமயம் தன்னையும் மறுவார்ப்புச் செய்து கொள்கிறது. (MFE 105.)

கட்சியால் வழி நடத்தப்படும் பாட்டாளிவர்க்கம் அறிவாளிகளுக்குத் தலைமை தாங்கி, அவர்கள் தங்களைத் தாங்களே மறுவார்ப்புச் செய்துகொள்வதன் மூலமே அவர்களால் புதிய

சமுதாயத்திற்குத் தமது பங்களிப்பை முழுமையாக வழங்க முடியும் என்பதைப் புரிந்துகொள்ளும்படி செய்ய வேண்டும்:

> நமது இலக்கிய, கலைத்துறைச் செயல்பாட்டாளர்கள் இந்தக் கடமையை நிறைவேற்றித் தமது நிலைப்பாட்டை மாற்றிக் கொள்ள வேண்டும்; அவர்கள், தொழிலாளர்கள், உழவர்கள், போர்வீரர்கள் பக்கம் மெல்ல மெல்ல வந்து சேர வேண்டும். அவர்கள் நடுவே செல்வதன் மூலமும் நடைமுறைப் போராட்டங்களுக்குச் செல்வதன் மூலமும் மார்க்ஸியம், சமுதாயம் ஆகியனவற்றைக் கற்பதன் மூலமும்தான் அவர்கள் இவ்வாறு வந்து சேர முடியும். (MSW 3.78.)

> பெருந்திரளான அறிவாளிகள் சிறிது முன்னேற்றம் அடைந் திருக்கிறார்கள். ஆனால் இதைகொண்டு அவர்கள் திருப்தி அடைந்துவிடக்கூடாது. அவர்கள் தொடர்ந்து தம்மை மறுவார்ப்புச் செய்துகொள்ள வேண்டும். தமது பூர்ஷ்வாக் கண்ணோட்டத்தைப் படிப்படியாகக் கைவிட்டு பாட்டாளி வர்க்க, பொதுவுடைமைக் கண்ணோட்டத்தைப் பெற வேண்டும். அப்போதுதான் அவர்களால் புதிய சமுதாயத்தின் தேவைகளுக்குத் தம்மைப் பொருத்தமானவர்களாக்கிக் கொள்ளவும் தொழிலாளர்களுடனும் உழவர்களுடனும் ஒன்றுபடவும் முடியும். உலகக் கண்ணோட்டத்தில் ஏற்படும் இந்த மாற்றம் அடிப்படையானதொரு விஷயமாகும். இன்றுவரை நமது அறிவாளிகளில் பெரும்பாலோர் தமது உலகக் கண்ணோட்டத்தை மாற்றிக் கொண்டுள்ளதாகச் சொல்ல முடியாது. அவர்கள் இந்த விஷயத்தில் தொடர்ந்து முன்னேற்றமடைவார்கள் என்றும், வேலைகளையும் ஆய்வுகளையும் மேற்கொள்வதனூடாக அவர்கள் படிப் படியாக பொதுவுடைமைக் கண்ணோட்டத்தைப் பெற்று, மார்க்ஸியம் - லெனினியத்தை முன்பைக் காட்டிலும் நன்கு கிரகித்துக்கொண்டு, தொழிலாளர்களுடனும் உழவர் களுடனும் பிரிக்கமுடியாதபடி ஒன்றுபடுவர் என்றும் நாம் நம்பிக்கை கொள்ளலாம். (MFE 108.)

அறிவாளிகளின் உலகக் கண்ணோட்டத்தை மாற்றும் இயக்கம் பாட்டாளிவர்க்கத்தின் தலைமையின் கீழ் நடத்தப்படு கிறது. ஆனால், இந்த இயக்கத்திற்கு அறிவாளிகள் தாமாகவே முன் வந்து இசைவு தரவும் அதில் முழு நம்பிக்கை பெறவும் செய்கையில்தான் இது வெற்றியடையும்:

> சுதந்திரம் என்பதைக் கட்சித் தலைமையுடனும் ஜனநாயகம் என்பதை மையப்படுத்தப்பட்ட வழிகாட்டுதலுடனும்

இணைத்தே கடைப்பிடிக்க வேண்டும் என்னும் கருத்தை நாம் பரிந்துரைக்கையில், அதன் பொருள் கருத்துநிலைப் பிரச்சனைகளையோ, மக்களிடம் சரியானது எது, தவறானது எது என்பதைப் பாகுபடுத்தும் பிரச்சனைகளையோ தீர்ப்பதற்குப் பலவந்த முறைகளைக் கையாள வேண்டும் என்பதாகாது. கருத்துநிலைப் பிரச்சினைகளையோ, சரியானதா தவறானதா என்னும் பிரச்சினைகளையோ தீர்ப்பதற்கு நிர்வாக ஆணைகளையோ பலவந்த நடவடிக்கை களையோ பயன்படுத்தச் செய்யப்படும் எல்லா முயற்சிகளும் பயனற்றவை மட்டுமின்றி ஊறு விளைவிக்கக் கூடியவையுமாகும். நிர்வாக ஆணைகள் மூலமாக நம்மால் மதத்தை ஒழிக்கவோ, மதத்தில் நம்பிக்கை வைக்காதிருக்கும்படி மக்களைக் கட்டாயப்படுத்துவவோ முடியாது. கருத்து முதல்வாதத்தைக் கைவிடும்படி மக்களை நம்மால் எப்படிக் கட்டாயப்படுத்த முடியாதோ அவ்வாறே மார்க்ஸியத்தில் நம்பிக்கை வைக்கும்படி அவர்களைக் கட்டாயப்படுத்த முடியாது. கருத்துநிலைத் தன்மைவாய்ந்த பிரச்சினைகளையோ மக்களிடையே நிலவும் சர்ச்சைக்குரிய பிரச்சினை களையோ தீர்ப்பதற்கான ஒரே வழி ஜனநாயக முறையாகும்; விவாதித்தல், விமர்சித்தல், நமது கருத்துகளுக்கு அவர்களை இணங்கச் செய்தல், கல்வி புகட்டுதல் என்னும் முறையே யன்றி கட்டாயப்படுத்துதல், ஒடுக்குதல் என்னும் முறையல்ல. (MFE 86.)

பாட்டாளிவர்க்கத்திற்கும் அறிவாளிகளுக்குமிடையே உள்ள பகைத்தன்மையற்ற முரண்பாட்டை மேற்சொன்ன வகையில் கையாண்டால் அது வெற்றிகரமாகத் தீர்க்கப்படும் என்பதைக் கடந்த கால் நூற்றாண்டாக சீனப் பொதுவுடைமைக் கட்சி பெற்றுள்ள அனுபவம் காட்டுகிறது.

5. பூர்ஷ்வா ஒழுக்க நெறியும் பண்பாடும்

பூர்ஷ்வாக் கருத்துநிலையைப் பொருத்தவரை, சரியானதும் தவறானதும் கடவுளின் சித்தத்தின்படி ஏற்படுபவை அல்லது மனித சமுதாயத்திற்கு வெளியே உள்ள ஒரு அளவுகோலின்படி தீர்மானிக்கப்படக்கூடியவை. பாட்டாளிவர்க்கக் கருத்துநிலையைப் பொருத்தவரை, சரியானது, தவறானது என்பவை பாட்டாளிவர்க்கப் புரட்சியை இறுதிவரை நடத்தி, மனிதனை மனிதன் சுரண்டுவதற்கு முடிவு கட்டும் முதன்மையான தேவையின் அடிப்படையிலேயே தீர்மானிக்கப்படுகின்றன:

மனிதனுக்குப் புறம்பான, வர்க்கத்திற்குப் புறம்பான கருத்துகளை அடிப்படையாகக் கொண்ட ஒழுக்க நெறி எல்லாவற்றையும் நாம் நிராகரிக்கிறோம். இது, நில உடைமையாளர்கள், முதலாளிகள் ஆகியோரின் நலன்களுக்காகத் தொழிலாளர்களையும் உழவர்களையும் ஏமாற்றுகிறது, மோசம் செய்கிறது, முட்டாள்களாக்குகிறது என்று நாம் சொல்கிறோம். எங்களது ஒழுக்கநெறி பாட்டாளி வர்க்கத்தின் வர்க்கப் போராட்டத்தின் நலன்களுக்கு உட்பட்டதே என்று நாம் சொல்கிறோம். (LCW 31.291.)

கொள்ளையடி இல்லையேல் கொள்ளையடிக்கப்படுவாய்; மற்றவர்களை உனக்காக வேலை செய்ய வை, இல்லையேல் மற்றவர்களுக்காக வேலை செய்ய வைக்கப்படுவாய்; அடிமைக்கு எசமானனாய் இரு, இல்லையேல் அடிமையாய் இரு - இந்த நெறியின் அடிப்படையில்தான் முன்பு இருந்த சமுதாயம் அமைந்திருந்தது... என்னுடைய துண்டு நிலத்தில் நான் வேலை செய்கிறேன் என்றால், மற்றவர்களைப் பற்றி எனக்கு சிறிதும் அக்கறை இல்லை; மற்றவர்கள் பட்டினி கிடந்தால், அதுவும் என் நன்மைக்கே - எனது தானியத்திற்கு அதிக விலை கிடைக்கும் அல்லவா. எனக்கு மருத்துவனாகவோ, பொறியியலாளனாகவோ, ஆசிரியராகவோ அல்லது எழுத்தாளனாகவோ வேலை கிடைத்தால் போதும், மற்றவர்கள் எக்கேடு கெட்டுப் போனால் எனக்கென்ன - இத்தகைய மனப்பான்மையையும் உணர்ச்சிகளையும் ஒரு கம்யூனிஸ்ட் கொண்டிருக்கவே மாட்டான்...

எங்களிடம் ஒழுக்க நெறி பற்றிப் பேசுவோருக்கு நாம் கூறுவது இதுதான்: 'கம்யூனிஸ்டுகளுக்கு ஒழுக்க நெறி என்பது சுரண்டல்காரருக்கு எதிராக உணர்வுபூர்வமான வெகுமக்கள் போராட்டத்திலும் அதற்கான ஒன்றுபட்ட உறுதியான கட்டுப்பாட்டிலும்தான் முழுக்க முழுக்க இருக்கிறது. என்றும் மாறாத நிரந்தரமான ஒழுக்க நெறியில் எங்களுக்கு நம்பிக்கையில்லை. ஒழுக்க நெறி பற்றிய எல்லாக் கட்டுக்கதைகளின் பொய்மையை அம்பலப் படுத்துவோம். மனித சமுதாயம் மேலும் உயர்ந்த நிலைக்கு உயர்ந்து முன்னேற உதவுவதற்கும் தொழிலாளி வர்க்கம் சுரண்டப்படுவதை ஒழிப்பதற்குமே ஒழுக்க நெறி உதவுகிறது. (LCW 31.293.)

நாம் பூர்ஷ்வா ஒழுக்க நெறியை நிராகரிக்கிறோம்; ஆனால் இதன் பொருள் நாம் பூர்ஷ்வாப் பண்பாட்டையும் நிராகரிக்கிறோம் என்பதல்ல. இங்கு பூர்ஷ்வா வர்க்கத்தின் இரட்டை இயல்பைக்

கருத்தில் கொண்டு, நாம் ஒரு பாகுபாட்டைச் செய்ய வேண்டும்.

அறிவியல் உண்மை என்பது புற உலகைப் பற்றிய புறநிலை அறிவாகும்; அது நடைமுறையில் பரிசோதித்துப் பார்க்கப்படுகிறது. நவீன அறிவியலின் காரணமாக, சுரண்டலை முடிவுக்குக் கொண்டுவருவதற்கான சாத்தியப்பாட்டை மனிதனால் எதிர்பார்க்க முடிகிறது. ஆனால் நவீன அறிவியலோ பூர்ஷ்வா வர்க்கத்தால் உருவாக்கப்பட்டதாகும். மார்க்ஸியமுமே, 'முதலாளியத்தின் கீழ் திரட்டப்பட்ட அறிவு என்னும் உறுதியான அஸ்திவாரத்தின் மீதே நிற்கிறது' (LCW 31.286.). பாட்டாளி வர்க்கம் இந்த அறிவை நிராகரிப்பதில்லை. மாறாக, அதை எடுத்துக் கொண்டு தனது பங்களிப்பையும் அதில் சேர்த்து அதனைச் செழுமைப்படுத்தி மனிதகுலத்தின் நன்மைக்காக அது பயன் படுத்தப்படுவதை உறுதிப்படுத்துகிறது.

கலை உண்மை என்பது கலைஞனால் சித்திரிக்கப்படு கின்ற உணர்ச்சிகளின் அக உலகம். இத்தன்மையின் காரணமாகவே அது அகவயமானதாக, கலைஞனின் அனுபவம் சார்ந்ததாக, அழகு, நன்மை, தீமை, சரி, தவறு ஆகியன பற்றிய கருத்துகளை - இக்கருத்துகள் வர்க்கத்திற்கு வர்க்கம், காலத்திற்குக் காலம் மாறுபடுகின்றன - உள்ளடக்கியுள்ளதாக அமைகிறது. பூர்ஷ்வா அறிவியலுடன் நீண்ட காலம் இணைந்தே சென்ற பூர்ஷ்வாக் கலையின் மூலமாக, மனிதன் எதிர்காலத்தின் மீதான நம்பிக்கையை வெளிப்படுத்தினான்; அப்படி வெளிப்படுத்துகையில் அந்த நம்பிக்கையை வலுப்படுத்திக் கொண்டான். அதே சமயம் மாபெரும் பூர்ஷ்வா யதார்த்தவாதக் கலை, இலக்கியவாதிகளோ தமது சமுதாயத்தின் உயிர்நிலையிலேயே இருந்த விரிசலைப் பற்றிய ஆழமான உணர்வையும் பெற்றிருந்தனர்:

நைந்த ஆடைகளூடாக
சிறு சிறு தவறுகள் தென்படும்
பட்டாடைகளும் பகட்டு அங்கிகளுமோ
எல்லாவற்றையும் மூடிவிடும்.
பாவத்திற்குத் தங்க முலாம் பூசிவிட்டால்
நீதியின் வலுவான ஈட்டியும் கூட
முனையுடைந்து போகும்.
ஆனால் பாவத்திற்குக் கந்தலாடை உடுத்தினாலோ
சித்திரக் குள்ளனின் சிறு துரும்பும்கூட அதைக்
குத்திக் கிழித்துவிடும்.

(Shakespeare, King Lear, 4.6.)

இது அவர்களது படைப்பின் ஆக்கபூர்வமான, புரட்சிகரமான பகுதியாகும். அவர்களது படைப்பில் எதிர்மறையான, பிற்போக்கான பகுதியும் உள்ளது. இதற்குக் காரணம் அவர்களது வர்க்கம், அவர்களது சகாப்தம் ஆகிய இரண்டுக்குமிருந்த வரம்பெல்லைகள்தான். நமது காலத்தின் பூர்ஷ்வா சமுதாயத்தில் எதிர்மறை அம்சமே மேலோங்கியுள்ளது. கலைஞனின் படைப்பு உருவ அம்சத்தில் வினைத்திறன் மிக்கதாக உள்ளது. ஆனால் அதன் உள்ளடக்கமோ நசிவுத்தன்மையுடையதாக அல்லது அற்பத்தனமானதாக உள்ளது. அது வெகுமக்களுடனான தொடர்பை இழந்து வேரிலேயே உலர்ந்துவிட்டது.

ஆக, பூர்ஷ்வா செவ்வியல் கலை, இலக்கியப் படைப்புகள் குறித்துத் தனது அணுகுமுறையைத் தீர்மானிப்பதில் பாட்டாளி வர்க்கம் தனது வர்க்க நலன்களால் வழிகாட்டப்பட வேண்டும். அரசியலைச் சாராமல் சுயேச்சையாக உள்ள வெறும் கலை அளவுகோல் எதும் இல்லை. அதே சமயம், வெறும் அரசியல் கண்ணோட்டத்திலிருந்து மட்டுமே ஒரு கலைப்படைப்பை முழுமையாக மதிப்பீடு செய்ய முடியாது. கலைசார்ந்த அளவு கோல், அரசியல் சார்ந்த அளவுகோல் ஆகிய இரண்டும் ஒன்றிணைக்கப்பட வேண்டும்:

> அரசியல் அளவுகோல், கலையியல் அளவுகோல் ஆகிய இரண்டும் உள்ளன. இவற்றுக்கிடையிலான உறவு என்ன? அரசியலையும் கலையையும் சரிசமமாக்கிவிட முடியாது; பொதுவான ஒரு உலகக் கண்ணோட்டத்தையும் கலைப் படைப்பு, கலை விமர்சனம் ஆகியவற்றுக்கான முறையையும் சரிசமமாக்கிவிட முடியாது. அருவமான, முற்றுமுடிவான முறையில் மாற்றமில்லாத அரசியல் அளவுகோலை மட்டுமின்றி அருவமான, மாற்றமில்லாத கலை அளவுகோலையும் நாம் மறுக்கிறோம். ஒவ்வொரு வர்க்க சமுதாயத்திலும் ஒவ்வொரு வர்க்கமும் அதற்கே உரிய அரசியல், கலை அளவுகோல்களைக் கொண்டிருக்கிறது. ஆனால் எல்லா வர்க்க சமுதாயங்களிலும் எல்லா வர்க்கங்களும் விதிவிலக்கின்றி அரசியல் அளவுகோலை முதலாவதாகவும் கலை அளவுகோலை இரண்டாவதாகவும் முன்வைக்கின்றன. பாட்டாளி வர்க்க இலக்கியத்தையும் கலையையும், அவற்றின் கலைத் தகுதி எவ்வளவு பெரியதாக இருப்பினும், பூர்ஷ்வா வர்க்கம் புறமொதுக்குகிறது. பாட்டாளிவர்க்கமும் இதேபோல் கடந்த காலங்களின் இலக்கிய, கலைப்படைப்புகளைப் பாகுபடுத்திப் பார்த்து, அப்படைப்புகள் மக்களைப்

பற்றிய எத்தகைய நிலைப்பாட்டைக் கொண்டிருக்கின்றன என்பதையும் அவற்றுக்கு வரலாற்றுரீதியான முற்போக்கு முக்கியத்துவம் உண்டா, இல்லையா என்பதையும் பரிசீலித்த பிறகே அப்படைப்புகள் குறித்த தனது அணுகுமுறையைத் தீர்மானிக்க வேண்டும். அரசியல்வகையில் அப்பட்டமான பிற்போக்குத்தன்மையைக் கொண்டுள்ள சில படைப்பு களுக்குக் கலைத்தன்மை இருக்கலாம். அவற்றின் உள்ளடக்கம் எவ்வளவு பிற்போக்குத்தனமானதாகவும் அவற்றின் உருவம் எவ்வளவு கலைத்தன்மை உடைய தாகவும் இருக்கிறதோ அந்த அளவுக்கு அது மக்களுக்கான நஞ்சாக அமைகிறது. அந்த அளவுக்கு அதை நிராகரிப்பதும் அவசியமாகிறது. வீழ்ச்சி யடையும் காலகட்டத்தில் உள்ள எல்லாச் சுரண்டும் வர்க்கங்களினதும் கலை, இலக்கியத் திற்குப் பொதுவாக உள்ள பண்பு அவற்றின் பிற்போக்கு உள்ளடக்கத்திற்கும் அவற்றின் கலை வடிவத்திற்குமுள்ள முரண்பாடுதான். நாம் கேட்பது, அரசியலுக்கும் கலைக்குமுள்ள ஒற்றுமை, உள்ளடக்கத்திற்கும் உருவத் துக்குமுள்ள ஒற்றுமை, புரட்சிகர அரசியல் உள்ளடக்கத் திற்கும் சாத்திய மான அளவுக்கு மிகவும் செம்மைப் படுத்தப்பட்ட கலை வடிவத்திற்குமுள்ள ஒற்றுமை ஆகியன வாகும். (MSW 3.89.)

பூர்ஷ்வா செவ்வியல் கலை, இலக்கியப் படைப்புகளுக்குப் பாட்டாளிவர்க்கம், தனது சொந்தக் கண்ணோட்டத்திலிருந்து புதிதாகப் பொருள்விளக்கம் கூறி அவற்றில் உள்ளடங்கியுள்ள படைப்பு அம்சங்கள் அனைத்தையும் உட்கிரகித்து, அவற்றையும் நாட்டார் பாடல்கள் என்னும் வளமான மரபுச் செல்வங்களையும் தனது சொந்தக் கலை மரபுகளுடன் இணைத்துக்கொள்ள வேண்டும். இந்த அம்சங்கள் ஒன்றுகலப்பதனால், அரசியல் போராட்டத்தினூடே சோசலிச உள்ளடக்கமும் தேசிய வடிவமும் கொண்டதும் எதிர்காலத்துக்குரியதுமான புதிய கலை தோன்றும்.

இந்த உருவாக்கத்தில் புரட்சிகர அறிவாளிகளும் இன்றி யமையாப் பங்கு வகிக்க முடியும். இதற்கான நிபந்தனை, அவர்கள் தங்களை மக்களோடு இணைத்துக்கொள்ள வேண்டும் என்பதுதான்: நமது இலக்கிய, கலைப் பாரம்பரியத்தில் உள்ள நல்ல விஷயங்களையெல்லாம் எடுத்துக்கொண்டு எவையெல்லாம் பயனுள்ளதோ அவற்றைத் திறனாய்வுடன் உட்கிரகித்து, அவற்றை எடுத்துக்காட்டுகளாகப் பயன்படுத்தி, நமது

காலத்திலும் இடத்திலும் உள்ள மக்களின் வாழ்க்கையி லிருந்து பெறப்பட்ட கலை, இலக்கிய மூலப் பொருட்களைக் கொண்டு படைப்புகளை உருவாக்குகிறோம்... நமது மரபு களை எடுத்துக்காட்டுகளாகப் பயன்படுத்துவது நமது சொந்தக் கலைப் படைப்பாக்கத்திற்கு ஒருபோதும் மாற்றீடாக இருக்க முடியாது. அதை எதனாலும் செய்ய முடியாது... சீனாவில் புரட்சிகரக் கலைஞர்கள், எழுத்தாளர்கள், கலைஞர்களாக வளரக்கூடியவர்கள் எல்லாருமே வெகு மக்களிடையே செல்ல வேண்டும். அவர்கள் நீண்ட காலம் தயக்கமேதுமின்றியும் முழுமனத்தோடும் பெருந்திரளான தொழிலாளர்கள், உழவர்கள், போர்வீரர்கள் ஆகியோ ரிடையே செல்ல வேண்டும். பல்வேறு வகையான மக்கள் அனைவரையும், வாழ்க்கை மற்றும் போராட்டத்தின் வண்ண மிகு வடிவங்கள் அனைத்தையும், இலக்கியம், கலை ஆகிய வற்றுக்கான மூலப் பொருட்கள் அனைத்தையும் உன்னிப் பாகக் கவனிக்க வேண்டும், அவர்களைப் பற்றிய அனுபவம் பெற வேண்டும், அவர்களைக் கற்றறிய வேண்டும், பகுத் தாய்வு செய்ய வேண்டும். அதன் பிறகே தமது படைப்பு வேலைகளைத் தொடங்க வேண்டும். (MSW 3.81.)

சாராம்சத்தில், ஆங்கிலேய அறிவாளிகளுக்கு கிறிஸ்தோபர் காட்வெல் வழங்கிய செய்தியும் இதுதான். அவருமே போராட்டக் களத்தில் புகுந்து புரட்சிக்காகத் தன் உயிரை ஈந்தவர். பாட்டாளி வர்க்கத்தின் பெயரால் ஆங்கிலேய அறிவாளிகளுக்கு அவர் எழுதினார்:

நீங்கள் கடினமான, படைப்பாக்கரீதியான பாதையைத் தேர்ந்தெடுத்துக் கொள்ள வேண்டும் - அது கலையின் வகைத்திணைகள், படைப்பு நுட்பங்கள் ஆகியவற்றைப் புதிதாக வடிவமைக்கும் பாதையாகும். உருவாகி வரும் புதிய உலகத்தை அது வெளிப்படுத்துவதாகவும் புதிய உலகம் உருவாகும்போது அதன் பகுதியாகவும் அமையக்கூடிய பாதையாகும். அப்போதுதான், உங்களுடைய கலை பாட்டாளிவர்க்கக் கலை, உயிரோட்டமுள்ள கலை என்று நாங்கள் சொல்லுவோம். அப்போதுதான், உங்கள் ஆன்மா கடந்த காலத்திலிருந்து விடுபட்டு வந்துவிட்டது, கடந்த காலத்தை நிகழ்காலத்திற்கு இழுத்து வந்து, எதிர்காலத்தை உருவாக்கும்படி நிர்பந்திக்கிறது என்று நாங்கள் சொல்லு வோம். (Illusion and Reality (1937), 2 ed 1947, p.289.)

6. மாயையும் உண்மையும்

வர்க்க சமுதாயத்தில், குறிப்பாக இன்றைய முதலாளியச் சமுதாயத்தில், அழகும் உண்மையும் ஒன்றுக்கொன்று பகையான எதிரெதிர் அம்சங்களாகத் தோற்றம் தருகின்றன. உண்மையானது விகாரமானதாகவும், அழகானது யதார்த்தமற்றதாகவும் இருக்கிறது. இந்த முரண்பாட்டைக் கலைஞன் ‘முழுக்க முழுக்கக் கற்பனையின் மூலமாகவே’ தீர்க்க முயல்கிறான். இந்த வகையில் அவன் ஆதி மந்திரவாதியை, தொன்மத்தை உருவாக்குபவனை ஒத்தவனாக இருக்கிறான். ஆனால், மந்திரவாதியும் தொன்மத்தை உருவாக்கு கிறவனும் மாயையை உண்மையுடன் சேர்த்துக் குழப்பிக் கொண்டது போலன்றி, கலைஞனோ மாயை மாயைதான் என்னும் உணர்வைக் கொண்டிருக்கிறான். தனது பற்றுறுதியைப் பாட்டாளி வர்க்கத்தின் மீது வைத்து, வெகுமக்களுடன் ஒன்றுபடுவானே யானால் அவன் இன்னும் ஆழமான மாற்றத்தைப் பெறுவான். மாயை மாயைதான் என்பதை அவன் புரிந்துகொள்வதுடன், அதற்கான சமூக அடிப்படை என்ன என்பதையும் உணர்ந்து கொள்வான். மார்க்ஸிய - லெனினியவாதி என்னும் வகையில் அவன், மனிதனின் உணர்வு சமூக வாழ்நிலையால் நிர்ணயிக்கப் படுகிறது என்பதைப் புரிந்து கொள்கிறான்; அது மட்டுமல்ல; பொதுவாக, பொருள் உலகு சிந்தனையை அல்லது உணர்வை நிர்ணயித்தபோதிலும் சிந்தனை அல்லது உணர்வு பொருள் உலகு மீது எதிர்வினையாற்றுகிறது (MSW 1.336.) என்பதையும் புரிந்து கொள்கிறான். எனவே, அவனைப் பொருத்தவரை, கலைஞனின் கடமை, யதார்த்தத்திலிருந்து தப்பி அதிகற்பனைகளில் தஞ்சம் புகுவதுதல்ல. மாறாக, சகத் தொழிலாளருக்கு, அவர்களால் மட்டுமே உருவாக்கப்பட முடிகிற புதிய உலகம் எத்தனை வள மான யதார்த்தத்தைக் கொண்டிருக்கிறது என்பதை எடுத்துக்காட்டி, அவ்வாறு எடுத்துக்காட்டுவதன் மூலம், அப்புதிய உலகம் விரை வில் உருவாக இன்னும் பெரிய முயற்சிகளை அத்தொழிலாளர்கள் மேற்கொள்ள, அவர்களுக்கு உள் உந்துதல் தருவதுதான் அவன் ஆற்றவேண்டிய கடமை:

> புரட்சிகரக் கலையும் இலக்கியமும் யதார்த்த வாழ்விலிருந்து பல்வேறு வகையான பாத்திரப் படைப்புகளை உருவாக்கி, வரலாற்றை உந்தித்தள்ள வெகுமக்களுக்கு உதவ வேண்டும். எடுத்துக்காட்டாக, ஒரு புறம் பசி, குளிர், ஒடுக்குமுறை ஆகியவற்றால் ஏற்படும் துன்பம், மற்றொரு புறம் மனிதனை மனிதன் சுரண்டுவதும் ஒருவன் மற்றொருவனை ஒடுக்குதலும் ஆகிய உண்மைகள் எல்லாவிடத்திலும்

காணப்படுகின்றன; மக்களும் அவற்றை இயல்பானவை என்றே கருதுகின்றனர். எழுத்தாளர்களும் கலைஞர்களும் இத்தகைய நிகழ்ச்சிப்போக்குகள் மீது கவனம் குவிக்க வேண்டும். இவற்றிலுள்ள முரண்பாடுகளையும் போராட்டங்களையும் வகைமாதிரிகளாக்க வேண்டும்; மக்களைத் தட்டியெழுப்பக்கூடிய, அவர்கள் உள் உந்துதல் பெறச் செய்கிற, தமது சுற்றுப்புறத்தை மாற்றுவதற்கு ஒன்றுபடவும் போராடவும் அவர்களை ஊக்குவிக்கிற படைப்புகளை உருவாக்க வேண்டும். (MSW. 3.82.)

ஆக, பாட்டாளிவர்க்கப் புரட்சி அதன் முடிவு வரை நடத்தப்படுகையில், முன்பு இருந்த சமுதாயத்தின் அறிவாளிகள் பெருந்திரளான வெகுமக்களுடன் தம்மை இணைத்துக் கொள்கையில், வெகுமக்கள் முந்தைய சமுதாயத்தின் அறிவியல் அறிவு, கலை அறிவு சாதனைகளை உட்கிரகித்துத் தமது பண்பாட்டு வளர்ச்சி அளவை உயர்த்திக் கொள்கையில், சமுதாயத்தின் வர்க்கப்பிரிவினைகள், மூளை உழைப்பிற்கும் உடல் உழைப்பிற்கு மிடையிலான பிரிவினைகள், மனித உணர்வுக்குள்ளேயே இருக்கிற பிரிவினைகள் ஆகியன எல்லாம் ஒரு புதிய இணைப்பில் ஒன்றிணையும். இது மனிதனின் சிந்தனையிலுள்ள அறிதல் அம்சத்திற்கும் உணர்ச்சி சார்ந்த வெளிப்பாட்டு அம்சத்திற்கு மிடையிலான ஒற்றுமையும் ஆகும். ஆங்கிலேயப் புரட்சிக் கவிஞனின் வார்த்தைகள் இவை:

அருவருப்பூட்டும் முகத்திரை விழுந்துவிட்டது
மனிதன் இருக்கிறான்
செங்கோல் இன்றி
விட்டு விடுதலையாகி
வரம்புகள் இன்றி
ஆனால் மனிதனாக.
அவனோ
சமத்துவமானவன்,
வர்க்கம், இனம், தேசம் ஏதுமற்றவன்.
பயபக்தி, வழிபாடு, ஆணை
இவற்றிலிருந்து விடுபட்டவன்.

அவனே
தன்னை ஆளவல்ல அரசன்.

(Shelly, Prometheus Unbound, 3.4.)

References

Marx and Engels

ME	Marx and Engels, Selected works in three volumes. Moscow, 1969.
ME	1.13-15. Theses on Feuerbach. 1845.
ME	1.108-17. Manifesto of the Communist Party. 1848.
ME	1.148-74. Wage - labour and capital. 1849.
ME	1.502-06. Marx, Preface to A contribution to the critique of political economy. 1859.
ME	3.41-57. Engels, Introduction to the Dialectics of nature. 1875 - 76.
ME	3.66-74. Engles, The part played by labour in the transition from ape to man. 1876.
ME	3.95-151. Engles, Socialism utopian and scientific. 1880.
ME	3.191-334. Engles, Origin of the family, private property and the state. 1884.
ME	3.275-84. 3.5. The rise of the Athenian state.
ME	3.335-76. Engels, Ludwig Feuerbach and the end of classical German philosophy. 1886.
OR	Marx and Engels, On religion. Moscow, 1957.
OR	41-58. Marx, A contribution to the critique of Hegel's philosophy of right. 1844.
EPM	Marx, Economic and philosophical manuscripts of 1844. Moscow, 1959.
GI	Marx and Engels, The German ideology. (London, 1965) 1835-46.
GI	27-95 : Feuerbach.
PP	Marx and Engels, The holy family. (Moscow n.d.) 1847.
PP	116-21: 2.1. First observation.
HF	Marx and Engels, The holy family. (Moscow, 1956) 1848.
HF	78-82: 5. The mystery of speculative construction.
HF	167-78: 6.3. Critical battle against French materialism
GR	Marx, Crundrisse. (Harmondsworth, 1973) 1857-58.
GR	81-111: Introduction (Notebook M).
GR	471-513: Forms which precede capitalist production.
CPE	Marx, A contribution to the critique of political economy. (London, 1971) 1859.
TSV	Marx, Theories of surplus - value. 3 vols. (London, 1969) 1860-65.
C	Marx, Capital : a critical analysis of capitalist production 3 vols. (Moscow, 1959) 1867-94.
C	1.12-20 : Afterword to the second German edition.
C	1.35-40 : 1.1. The two factors of a commodity.
C	1.71-83 : 1.4. The fetishism of commodities.
C	1.177-85 : 7.1. The labour-process.

மனித சாரம் ● 182

C	1.322-35 : 13. Co-operation.
C	1.359-70 : 14.5. The capitalistic character of manufacture.
C	1.371-85 : 15.1 The development of machinery.
AD	Engels, Herr Duhring's revolution in scince (Anti Duhring). (London n.d.) 1878.
AD	9-20 : Prefaces.
AD	23-33 : Introduction, I General.
AD	67-76 : 1.6. Gosmogony, physics, chemistry.
AD	88-96 : 1.8. The organic world (conclusion).
AD	122-33 : 1.11. Freedom and necessity.
AD	135-44 : 1.12. Quantity and quality.
AD	145-59 : 1.13. Negation of the Negation.

Lenin

LCW	Lenin, Collected works. 45 vols. Moscow, 1960-70.
LCW	2.19-27. Frederick Engels. 1895.
LCW	5.347-566. What is to be done? 1902.
LCW	5.375-77: 2.A. The beginning of the spontaneous upsurge.
LCW	10.44-49. Party organisation and Party literature. 1909.
LCW	13.15-49. Against boycott. 1907.
LCW	14.17-399: Materialism and empirio-criticism. 1908.
LCW	14.40-53: 1.1 Sensations and complexes of sensations.
LCW	14.99-107:2.1 The 'thing-in-itself'.
LCW	14.107-16:2.2 Transcendental.
LCW	14.122-31:2.4 Does objective truth exist?
LCW	15.50-62. The assessment of the Russian revolution. 1908
LCW	28.412-28. Report to the Second All-Russian Trade Union Congress. 1919.
LCW	31.283-99. The tasks of the youth leagues. 1920.
LCW	38.65-238. Conspectus of Hegel's book, The science of logic. 1914-16.
LCW	38.341-54: Conspectus of Lassalle's book, The philosophy of Heraclitus. 1915
LCW	38.355-64. On the question of dialectics. 1915.

Stalin

SML	Concerning Marxism in linguistics. London, 1950

Mao Tse-tung

MSW	Selected works of Mao Tse-tung. Peking, 1961-65.
MSW	1.147-52. Be concerned with the well-being of the masses. 1934.
MSW	1.295-309. On practice. 1937.
MSW	3.311-47. On contradiction. 1937.
MSW	3.69-98. Talks at the Yenan forum on literature and art. 1942.
MSW	4.451-59. The bankruptcy of the idealist conception of history. 1949.
MFE	Four essays on philosophy. Peking, 1966.
MFE	79-129. On the correct handling of contradictions among the people. 1957. ^
MFE	134-36. Where do correct ideas come from? 1963.

எமது வெளியீடுகள்

1. மனித சாரம் -
அறிவியல், கலை ஆகியவற்றின் தோற்றுவாய்கள்
ஜார்ஜ் தாம்ஸன்

2. முதலாளியமும் அதன் பிறகும்
சரக்கு உற்பத்தியின் தோற்றமும் வீழ்ச்சியும்
ஜார்ஜ் தாம்ஸன்

3. மார்க்ஸ் முதல் மாசேதுங் வரை
ஜார்ஜ் தாம்ஸன்

4. சமயம் பற்றி
ஜார்ஜ் தாம்ஸன்

5. அழகும் உண்மையும்:
மார்க்ஸியப் பார்வை
ஸிட்னி ஃபிங்கெல்ஸ்டெய்ன்